HISTORY OF JAFFNA

HISTORY OF JAFFNA

C. RASANAYGAM

GYAN

Published by

GYAN

Gyan Publishing House
5, Ansari Road
Daryaganj, New Delhi-110002
Phone: 011-47034999, 9811692060
E-mail: books@gyanbooks.com

Distribution Network
gyanbooks.com
India, USA, Canada, UK, Australia, France

ISBN : 978-81-212-3519-8 (PB)
First Published, 1933

2nd Impression 2020

Printed at: Gyan Press, Delhi.

History of Jaffna
Author: C. Rasanaygam

உள்ளுறை.

முன்னுரை

இவ்வுலகினிடத்தே எத்தேசத்திலும், எச்சாதியாருக்கும் இன்றியமையாத தொன்றாகவிருந்துவரும் கொள்கைகள் மூன்று. அவைகள், சமயம், பாஷை, சாதியெனப்படும். இவைகளுள் ஒவ்வொன்றினை ஒவ்வோர் காரணம்பற்றி அத்தனதன் அபிமானிகள் அதனதன் உண்மைப் பிறப்புக்களையுந் தோற்றங்களையும் நிலையிட்டு வருகின்றனர். இவைகளுக்கு ஆதாரமாகவிருப்பது அவ்வத்தேச சரித்திரமென்பது எவரும் ஒப்புக்கொள்ள வேண்டியதொன்றாகும். இம்முறையில் எமது யாழ்ப்பாண நாட்டின் பூர்வ சரித்திரங்களை அறிய யாழ்ப்பாணச் சகோதர சகோதரிகள் பேராவாவுடன் முற்படவிழைவாரென்பது திண்ணம். இவ்விழைவு காரணமாக, எம்மால் சிலவாண்டுகளுக்கு முன் ஆங்கில மொழியில் "Ancient Jaffna" (புராதன யாழ்ப்பாணம்) என்னும் ஆராய்ச்சி நூலொன்று வெளியிடப்பட்டது. அது சரித்திர வாதாரத்திற்கு இன்றியமையாத உண்மைக் கூறுபாடுகளை முரணின்றிக் கூறும் அவ்வக்கால ஆசிரியர்களால் இயற்றப்பட்ட பிறமொழி நூல்களின் கருத்துக்களைத் தழுவி யாக்கப்பட்டது. இத்தமிழ் நூல் அவ்வாங்கில நூலைத் தழுவியும், கொழும்பு, யாழ்ப்பாணமாதிய இடங்களில் அரசினர் நிலையங்களிலுள்ள புத்தகக் குறிப்புக்களைக் கொண்டும் யாக்கப்பட்டது.

சரித்திர வாராய்ச்சியென்னும் இருளடர்ந்த வனத்திற் புகுந்து ஒன்றுடனொன்றொவ்வாது மாறுபட்டுச் செல்லும் நூல்களென்னும் வழிகளில் அலைந்து, சுருதி, யுக்தி, அனுபவங்களுக்குப் பொருந்துமாறு உண்மைச் சரிதமென்னும் அரதனக் குவியல்களைத் துருவி யாராய்ந்து கண்டு வெளியேயெடுத்து வருஞ் சிரமம் இனைத்தெனக் கூறுந் தரத்ததன்று. அதனை இத்தொழிலில் ஈடுபட்டுழைக்கும் அறிவுடைப் பெருமக்களே அறிவர். இது நிற்க:

இற்றைக்கு 200 வருடங்களுக்குமுன் நூவக்கம் இவ்வித யாழ்ப்பாணச் சரித்திரத்தை எழுதவேண்டுமென்னும் ஆசையால் முற்பட்டு நின்றோர் பலராவர். கி. பி. 1736 ல் இங்கிருந்த ஒல்லாந்த கம்மங்கோரின் கேள்விப்படி மாதகலில் வதிந்த மயில்வாகனப் புலவர் என்பவர், அக்காலத்திருந்த கேள்வியுரையின் வழிவழிச் சங்கதிகளைக் கொண்டும், கைலாயமாலை, வையாபாடல், பராசசேகரன் உலா, இராசமுறையென்னும் நூல்களின் ஆதாரங்களைக் கொண்டும், யாழ்ப்பாண வைபவ மாலையென்னும் நூலைக் கத்திய ரூபமாக வரைந்து வெளியிட்டனர். கைலாய மாலையைத் திரு: த. கைலாயபிள்ளையவர்கள் இற்றைக்கு 26 வருடங்களுக்கு முன் அச்சிட்டு வெளியாக்கினர்; வையாபாடலைத் திரு: J. W. அருட்பிரகாசமவர்கள் வெளியிட்டுள்ளார். பராசசேகரன் உலாவும் இராசமுறையும் எப்புண்ணியவானிடத்துளதோ, இன்னும் வெளிவந்தபாடில்லை. அச்சேறியிருக்கும் வையா பாடலும், செய்யுணடையிலுஞ், சொற்சுவையிலும் மிகவுந் தாழ்ந்த வகுப்பிலிருப்பதால், இயற்றமிழ்ப் பண்டிதரொருவராற் செய்யப்பட்டதெனத் துணிதற்கிடமில்லை. அன்றியும், அதிற் பறங்கியரைப் பற்றியும், நல்லூர் வில்லவராய முதலியாரைப்பற்றியுஞ் சொல்லியிருப்பதால் அதனைப் பிற்காலத்தே யொருவர் ஆக்கியதென்றும், மயில்வாகனப் புலவருக்கு ஆதாரமான நூல் இஃதல்லவென்றுந் தெரிகிறது. இருப்பின், அந்நூலிலிருந்து எவ்வகைப் பொருளேனும் வைபவ மாலையில் நுழைந்திருக்கும். அவ்வாறில்லாமையே யதன் காலத்தை வலியுறுத்தச் சான்றாகின்றது.

வைபவ மாலை யெழுதி 142 வருடங்களுக்குப் பின் தெல்லிப்பளைப் போதன சத்தி வித்தியாசாலைத் தமிழாசிரியராகவிருந்த திரு: ஜோன் ஆசிரியர் அவர்கள் அவ் வைபவ மாலையையே பெரிதும் பின்பற்றிச் சென்று, அதிலுள்ள சிற்சில சரிதங்களை மாற்றியும், சிற்சிலவற்றைத் திருத்தியும், யாழ்ப்பாணச் சரித்திரம் என்னும் நூலை வெளியிட்டனர். இஃதன்றித், திரு: ஆ. முத்துத்தம்பிப்பிள்ளை யென்னும் அறிஞர் சரித்திரங்களை முன்பின்னாக்கியும், விகாரப்பாட்டினைத் தழுவியும், மனோரச

சியஞ் செய்தும், 1912ல் ஒரு யாழ்ப்பாணச் சரித்திரத்தை வெளியிட்டனர். அதன்பின் தமிழரசர் காலத்தை வைபவமாலைப்படியும், வண: ஞானப்பிரகாச சுவாமியவர்கள் ஆராய்ச்சியுடனெழுதி யுதவிய போர்த்துக்கேயர், ஒல்லாந்தராதியோர் காலங்களையுஞ் சேர்த்து "யாழ்ப்பாண வைபவ கௌமுதி" யெனவொரு நூல் 1918ல் வசாவிளான் திரு: க. வேலுப்பிள்ளையவர்களால் வெளியிடப்பட்டது. இதில் யாழ்ப்பாணவாசிகளின் பரம்பரை விளக்கமே நிறைந்தொளிருவதால் மாணவர்களுக்கு உபயோகமற்றதெனக் கண்டு, பள்ளிக்கூடங்களுக்குப் பிரயோசனபாகும்பொருட்டு, ஒரு யாழ்ப்பாணச் சரித்திரத்தையெழுதத் தொடங்கிய காலையில், முன்னுள்ள சரித்திரங்களுக்கு முரண்பட வனேக சங்கதிகள் புதியனவாய் வெளிவந்தபடியால், உண்மைச் சரித்திரம் இஃதெனத் துணிந்து நிறுவப்படமுன், எமக்கெட்டிய வாராய்ச்சிப் பொருட் பயன்களை உலகினர்க் களித்து, அவைகளைப்பற்றி அன்னவர் கொள்ளும் அபிப்பிராயங்களை யறிந்தபின்னரே, உண்மைச் சரித்திரம் வெளிப்படுத்தவேண்டுமென அவாவி, அவ்வாராய்ச்சிகளைத் திரட்டி, ஓர் ஆராய்ச்சி நூலாக வாங்கிலத்திலெழுதிப், "புராதன யாழ்ப்பாணம்" (Ancient Jaffna) எனப் பெயரிட்டு, கி. பி. 1926-ல் வெளியிட்டனம். வெளியிட்டு ஆறு வருடங்கள் சென்றும் எத்துறையிலேனும் மாறுகொண்டு ஐயப்பாடின்றி யொருகலை துணிந்தாரிலர்; மாறுகொண்டோர் மிகச் சிலரே.

சரித்திர வாராய்ச்சித் துறையில் நெடிது சென்று தேர்ந்த வண: ஞானப்பிரகாச சுவாமியவர்கள், எமது ஆராய்ச்சி முடிபுகளை அதிகமாகத் தழுவியும், சிலவற்றில் மாறுபட்டும், "யாழ்ப்பாண வைபவ விமர்சனம்" என்னுமம் நூலைக் கி. பி 1928ல் வெளியிட்டனர். தமது பிதாவினால் எழுதி முன்னர் வெளியிட்ட யாழ்ப்பாணச் சரித்திரத்தின் முற்பகுதியை மூன்றும் பதிப்பாக 1930ல் வெளியிட்ட திரு: தானியேல் ஜோன் வைத்தியர் அவர்கள், எமது நூற் கொள்கைகளை நிறுவுவதற்குப் பயன்பட்ட பிற சான்றுகளுடன் ஒருங்கு வைத்துத் துணிந்து எதுவின் முடித்தலின்றி, எமது நிரூபணங்களிற் பலதை

யேற்றுச், தந்தையின் கொள்கைகளோடு மாறுபடுமிடங்களில் தந்தையின் கூற்றே யுறுதிபெற்றதெனக் காரணங் காட்டாது வாளா கூறி, ஆங்கிலத்தில் மறுப்புரையொன்று எழுதிச் சேர்த்துங், கற்போர் மனத்தைக் கலக்கத்தில் விட்டிருக்கின்றார். கி. பி. 1932 ல் வெளிவந்த "தண்டிகைக் கனகராயன் பள்ளு" என்னும் நூலில் யாழ்ப்பாணக் குடியேற்ற வாராய்ச்சியுட் புகுந்த தெல்லிப்பழை திரு: வ. குமாரசுவாமியவர்கள் அது பற்றி யான் வெளியிட்ட ஆராய்ச்சி எண்ணங்களை மறுக்க விரும்பி யெழுந்தது நுண்புலனவாவுந் திறனுடைத்தாயினும், கொழுகொம்பற்ற கொடிபோல் மறுப்புரை யூசலாடி யோர் உறுதியைப் பயந்திலது. இம் மறுப்புரைகளால் உண்மைச் சரிதம் யாதோவெனக் காண அவாவுற்றிருந்த எமக்கு யாது பயனும் விளைந்தில.

சரித்திர வாராய்ச்சி செய்பவர்கள் ஒரு நிகழ்ச்சியை உண்மையெனத் தம்மத நாட்ட நிகழும்போது, பல வேதுக்கள் கொண்டும், அகச் சான்று புறச் சான்றுகள் கொண்டும் நிலை நாட்டுவர். "இன்னதல்ல திதுவென மொழிதல்" அன்றேற் "பிறநூன் முடிந்தது தானுடம்படுதல்", இவ்விரண்டிலொன்றே உண்மை காண்பவர் திண்மைய நிலையாம். இப்படியிருக்கலாம் அப்படியிருக்கலாமெனக் கூறுவதில் யாது பயன்? மேற்கோளின்றி ஒன்றைச் சாதிப்பது நூல்வழக்கொடுபடா; அது தம் மனத்தொடு பட்டதுவே. கர்ணபரம்பரையாய் வந்தவைகளையும் நாமும் நம் முன்னோரும் உண்மையென நம்பியிருந்தவைகளையும் ஒருங்கே யழித்து விடலாமா வெனப் புலம்புவது சரித்திர வாராய்ச்சி யேற்றுக்கொள்ளு ம் வாசகமல்ல. தற்கால வாராய்ச்சியறிஞர்களால் காணப்பட்டனவுங் காணப்படுகின்றனவுமாகிய சாசனஞ் சின்னம் முதலியவைகளால் எத்தனையோ அடிப்பட்ட குடிப்பேறிய கொள்கைகள் மாற்றமடைந்து தேற்றமுறுவதைச் சிறந்த வறிஞர் உரைகளை யேற்றுவரும் வெளியீடுகளிற் காணலாம். எவ்வளவோ காலமாய் எத்தனையோ நூல்களைத் துருவி யாராய்ந்து பல திறநியாயங் காட்டிக் கர்ணபரம்பரைக் கதையுண்மைக் கூற்றுக்களின் நுண்பொருளீதெனத் தெரித்து நிறுவி,

அவைகளை யெழுதிய வக்கால வாசிரியர்கள் மனம்போனவாறு சிருட்டித்துத் துரும்பைத் தூணாக்கியும், ஒன்றை மற்றொன்றாக்கியும் எழுதி வைத்தார்களென்று, அவர்களது உண்மையொடுபடாத கூற்றுக்களை மறுத்து, இஃது பிழையெனக் காட்டினேம். எமது காட்டுக்களை யெடுத்துப் பிழையென்னுஞ் சொல்லை மாத்திரஞ் சொல்ல ஆவல்கொண்ட சிலர், "பிழை பிழை" யென்றும் "நகைப்புக்குக் காரணம்" என்றுங் கூறி முடித்தார்களேயன்றிப்

"பிறிதொடு படாஅன் றன்மதங் கொளல்
ஒருதலை துணிதல் எடுத்துக் காட்டல்
இன்னதல்ல திதுவென மொழிதல்" என்னும் இவற்றில் எதுமொன்றைக் கடைப்பிடித்து நிலைநாட்டினரிலர். அவ்வாறு நிலைநாட்டியிருப்பாராயின், சரித்திர வுலகத்திற்குப் புட்கலா வர்த்தத்தை யொப்பானன்றே?

யாழ்ப்பாண வைபவ மாலையிலுள்ள தவறுகளையும், பின் வந்த நூலாசிரியர்களுடைய மாறுபாடுகளையும், எமது முந்திய ஆங்கில வாராய்ச்சி நூலில் எடுத்துக்காட்டி மறுத்து, உண்மையிஃதென நிறுவியிருக்கின்றேம். ஆனாலும் அவைகளில் முக்கியமான சிலவற்றை இந்நூலிலும் ஆராய்ந்து தெளிவது நன்மை பயப்பதற்கேதுவாகுமெனக் கொண்டு அவைகளை அநுபந்தமாக அணைத்திருக்கின்றேம்.

இந்நூலில் முதல் மூன்று அதிகாரங்களும் அநேகமாய் எமது ஆங்கில வாராய்ச்சிநூலைப் பின்பற்றியே யெழுதப்பட்டன. நான்காம், ஐந்தாம் அதிகாரங்களாகிய போர்த்துக்கேயர் காலம் வண. ஞானப்பிரகாசசுவாமி யவர்கள் ஆராய்ந்தெழுதி யிருப்பதைப் பின்பற்றினும், சிறப்பாக ஆங்கிலத்தில் மொழிபெயர்த்திருக்கும் போர்த்துக்கேய நூல்கள் யாவற்றையும் ஆராய்ந்து, உண்மையோடு பட்டதையே தெளிந்தெழுதியிருக்கின்றேம். ஆறாம் அதிகாரமாகிய ஒல்லாந்தர்காலம் அவ்வக்கால யாழ்ப்பாணக் கம்மந்தோர்கள் எழுதிய அறிக்கைப்பத்திரங்களையும், அவர்கள் ஆட்சிக்காலத்தைப்பற்றிப் பிறவாசிரியர்கள் எழுதியிருக்கும் ஆங்

சில நூல்களையும் ஆராய்ந்தே எழுதினேம். ஆதாரமில்லாமல் எப்பொருளையுந் துணிந்து கூறினேமல்லேம். ஆங்கிலேயர் காலச்சரித்திரம் இன்னுமாராய்ச்சித்துறையில் சென்றுகொண்டிருப்பதால், அஃது முடிவுற்றபின் நூலை யச்சேற்றி வெளியிடற்குக் காலம்மிகத்தாழ்க்குமென வெண்ணியும், பிறநிலையாமைகளை யெண்ணியும் எழுதிமுடிந்தவரையில் சேர்த்திருக்கின்றேம். எஞ்சிய வாங்கிலேயர்காலத்தைத் தனிநூலாகவேனும், இந்நூலிரண்டாம் பதிப்பு வேண்டப்படின் அத்துடனேனும் அச்சிடுதற்கு மதித்துள்ளேம்.

முன்கூறியபடி சரித்திர வாராய்ச்சித்துறையி லீடுபட்டுழைக்கும் பெருமக்கட்கே ஆராய்ச்சியின் திட்பநுட்பங்களும், உழைப்பினிடரும், களைப்பினின்னலுந் தெரியும். யாழ்ப்பாணச் சரித்திரம் என்னுமிந்நூல் இத்துடன் பூரண நிலையைப்பெற்றுவிட்டதெனச் சொல்லத்துணியேம். ஆனாலொரு துணிவு மாத்திரமுண்டு; காலஞ் செல்லச்செல்ல ஆராய்ச்சி வல்லுநரால் துருவியாராய்ந்து வெளியிடப்படுஞ் சரித்திரங்களுக்கு இஃதோர் தூண்டுகோலாகவிருந்து, சரித்திரவுலகிற்குப் பெருவிருந்தளித்து மகிழ்விக்குமென்பதொன்று கொண்டேயாம். அத்துடன் இயற்கையான முக்குணவசத்தின் முறைபிறழ்ந்துரைத்தனவும், சிற்றறிவினாற் செப்பிய பிழையும், தெற்றென விளங்கித் தெளிந்தறிவடைய வுற்றதோர்வழியாகு மெனப் பின்னு மெண்ணிமகிழ்கின்றேம். இதனால் அன்பர்கள் எம்மை யிகழமாட்டார்களென்ற நம்பிக்கை பின்னொருபால் மகிழ்வூட்டுகின்றது. "குற்றமே தெரிவார் குறுமாமுனி சொற்ற பாவினுமோர் குறை சொல்வர்."

"வாரம்பட்டுழித் தீயவு நல்லவாம்
தீரக்காய்ந்துழி நல்லவுந் தீயவாம்."

இந்நூலைத்தாளிலெழுதித் திருத்தமுறவுதவிய போதனா திரு: க. வேற்பிள்ளையவர்களுதவி மறக்கற்பாலதன்று. எழுத்துப்பிழை சொற்பிழைகளைந்து திருத்தமுறவுதவிய பண்டிதர் வே. மகாலிங்கசிவம் அவர்கள் உதவி நினைவுகூருந்தகைத்தே.

பின் உடனிருந்தெழுதியும், வசனப்பிழை இலக்கணப்பிழை முதலியவற்றைத் திருத்தியும், அச்சுப்பிரதியைப் பலமுறை ஒப்புநோக்கியுந் திருத்தியும் பேருபகாரம் புரிந்த பண்டிதர் வண்ணை நெ. வை. செல்லையா அவர்களுக்குப் பலமுறையும் நன்றி கூறக் கடமைப்பட்டுள்ளோம். இன்னும் தங்கள் அரியகாலத்தையும் நேரத்தையுஞ் செலவு செய்து தேகசிரமத்தையும்பாராது உதவி புரிந்த மேற்கூறிய மூவருக்கும் எமது மனமார்ந்த நன்றி கூறுதல் பின்னுமொருமுறை உரித்தாகின்றது.

செ. இராசநாயகம்,

யாழ்ப்பாணம்,
25-2-1933.

யாழ்ப்பாணம் பரமேசுவரக் கல்லூரித்
தலைவராகிய திரு. சு. நடேசபிள்ளை, **B. A., B. L.,**
அவர்கள் எழுதி உதவிய

அணிந்துரை.

தேச வரலாற்றுச் செய்திகளை முறையாகவும் தொடர்ச்சியாகவும் பழைய காலத்தில் பாரத கண்டத்தினர் எழுதவில்லை என்று மேற்றிசை நாட்டுச் சரித்திர விற்பன்னர்கள் பொதுப்படக்கூறுவதுண்டு. ஆனால் இக்கூற்று இலங்கையைப்பற்றிய அளவிற் பொருத்தமற்றது. அநேக நூற்றாண்டுகளாக மகாவமிசம் என்ற சரித்திரநூல் தொடர்ச்சியாக இலங்கையில் எழுதப்பட்டு இந்நாட்டுச் சரித்திர ஆராய்ச்சிக்கு இப்பொழுது பெரிதும் துணையாயுள்ளது. உலகத்திலேயுள்ள தொன்மையான சரித்திர நூல்களில் மகாவமிசம் தலைசிறந்தது என்று கூறுதலும் மிகையாகாது. ஆயினும் இத்தகைய நூலைப் பெற்றுள்ள இலங்கைநாட்டினரில் மிகச் சிலரே தம் நாட்டின் சரித்திரத்தை நன்குணர்வார்கள். எழுகடலுக்கப்பாலுள்ள பிற நாடுகளின் சரித்திரப்படலங்களை அறிந்த மேதாவிகள் பலருடைய மனதில் தமது சொந்த நாட்டின் சரித்திரம் அந்தகாரப் படலமாகவே காணப்படுகின்றது. இங்குள்ள கல்விமுறை வகுத்தவர்களின் கவனக் குறைவாலே இப்பரிதாப நிலை நேர்ந்துள்ளது. ஆனால் இக்குறையை நீக்குதற்குச் சில முயற்சிகள் இப்பொழுது செய்யப்பட்டு வருகின்றன. பள்ளிக்கூடங்களில் இலங்கைச் சரித்திரத்தைப் பாடமாக வைத்துக் கற்பித்தல் இம்முயற்சிகளுள் முக்கியமானதாகும். இது நன்கு நிறைவேறுதற்கு இளஞ்சிறார்களும் இலங்கைச்சரித்திரத்தை எளிதில் அறிந்துகொள்ளத்தக்க சரித்திரப் புத்தகங்கள் இன்றியமையாது வேண்டற்பாலனவாம். சரித்திர ஆராய்ச்சித்துறையில் உழைக்கும் அறிஞர்களே இத்தகைய புத்தகங்களை எழுதி உதவுதற்குரியர்.

இலங்கைச் சரித்திரத்தை ஆராய்ந்தறிந்த விற்பன்னர்களின் முதலணியிலுள்ள திரு. இராசநாயக முதலியாரவர்கள் இப்பணியை ஏற்று நடத்தற்கு எவ்வாற்றாலும் தகுதியுடையவர்கள்.

அவர்களது திறனை இலங்கையில் மாத்திரமன்றி இந்தியாவிலும் ஆராய்ச்சி வல்லுநர் வியந்து பாராட்டியுள்ளார்கள். தமிழ்க் காப்பியங்களுள் ஒன்றாகிய மணிமேகலையிற் கூறப்பட்ட மணி பல்லவம் என்ற தீவை யாழ்ப்பாணத்துடன் இயைத்துக்காட்டி, புறநானூறு முதலிய சங்கநூல்களிற் குறிக்கப்பட்ட தொண்டை மான் இளந்திரையன் என்ற மன்னன் மணிபல்லவத்து நாககன் னிகையின்பால் சோழ அரசனுக்குத் தோன்றிய புத்திரன் என் றும், அக்காரணம்பற்றி அவ்விளந்திரையன் வமிசத்தினர் பல்ல வர் என்ற நாமம் தரித்தனர் என்றும் திரு: முதலியாரவர்கள் தக்க ஆதாரங்களுடன் வெளியிட்ட ஆராய்ச்சி தென்னிந்தியா வின் பூர்வீக சரிதத்துக்குப் பெரிதும் துணையாயிற்று. பல்லவ அரசர்கள் பாரசீக தேசத்தினின்று வந்தவர்கள் என்று சில ஆராய்ச்சியாளர் மயங்கிக் கூறிய அசம்பாவிதக் கொள்கையை அகற்றிப் பல்லவர்கள் சோழர் மரபைச் சார்ந்த தமிழ் அரசர் களே யென்று திரு: முதலியாரவர்கள் தெளிவாக நாட்டிய கட் டுரை அவர்களது புகழைச் சரித்திர ஆராய்ச்சித்துறையில் என் றும் நிலைநிறுத்தும் பெற்றியதாகும். சிலப்பதிகாரத்திற் கூறிய கயவாகு மன்னன் இலங்கையில் ஆயிரத்தெண்ணூறு ஆண்டு களுக்கு முன் ஆட்சி செய்த முதற் கயவாகு என்று விளக்கிக் காட்டிய கௌரவ பொன். குமாரசுவாமி அவர்கள் தமிழகச் சரிதத்துக்குச் செய்த நன்றியைப்போல் திரு. இராசநாயக முதலி யாரவர்களது ஆராய்ச்சியும் தமிழ்மக்களால் என்ஞான்றும் போற்றற்பாலதாகும்.

சில ஆண்டுகளுக்கு முன் திரு. முதலியாரவர்கள் புராதன யாழ்ப்பாணம் என்ற பெயருடன் ஒரு நூலை ஆங்கிலத்தில் வெளி யிட்டார்கள். சென்னைச் சர்வகலாசாலையில் இந்திய நாட்டுச் சரித்திரப் போசிரியப்பதவி வகித்திருந்தவரும், தமிழகச் சரிதத் துக்காகப் பெருந் தொண்டு செய்து வருபவருமான திரு. கிருஷ்ண சுவாமி ஐயங்காரவர்கள் அந்நூலைப் புகழ்ந்திருத்தலே அதன் சிறப்பை விளக்கும். ஆனால் அது ஆராய்ச்சி நூல் வகை யைச் சேர்ந்தது. அதில் திரு. முதலியாரவர்கள் யாழ்ப்பாணத்

தின் சரித்திரத்தைத் தொடர்பு முறையிற் கூறாமல், தாம் கொண்ட சில ஆராய்ச்சி முடிபுகளை விரிவாகவிளக்கிச் சொல்கின்றார்கள். இக்காரணம் பற்றியும், ஆங்கில மொழி அறியாதார்க்கு அந்நூல் பயன்படாதாகையாலும், திரு. முதலியாரவர்கள் தமிழில் யாழ்ப்பாணச் சரித்திரத்தை எழுதும் கடனை மேற்கொண்டு இப்பொழுது அதனை நிறைவேற்றியுள்ளார்கள்.

ஈண்டு அவர்கள் தந்துள்ள யாழ்ப்பாணச் சரித்திரம் பல சிறப்புக்கள் அமையப் பெற்றிருக்கின்றது. ஏறக்குறைய இரு நூறு வருடங்களுக்கு முன் மயில்வாகனப் புலவர் யாத்த யாழ்ப்பாண வைபவ மாலையைப் பெரும்பாலும் தழுவிச் சமீபகாலத்தில் சில சரித்திர நூல்கள் தமிழில் எழுதப்பட்டிருப்பினும், அவை ஆராய்ச்சி முறையில் எழுதப்படாமையால் அதிகமாகப் பயன்படவில்லை. ஆராய்ச்சி முறையில் எழுதப்பட்ட ஒரு சில நூல்கள் யாழ்ப்பாணச் சரித்திரம் முழுவதையும் விரிவாக விளக்கவில்லை. இங்ஙனமின்றித் திரு. முதலியாரவர்களது நூல் யாழ்ப்பாணச் சரித்திரத்தைப் பூர்வ காலந் தொட்டு ஆங்கிலர் ஆட்சிக் காலம் வரையில் தொடர்பாக ஆய்ந்து கூறுகின்றது. இலங்கையின் சிரோபாகமாகவும் தமிழகத்தின் ஒரு முக்கிய பகுதியாகவுமுள்ள யாழ்ப்பாண நாட்டின் பூர்வீக வரலாற்றைத் திரு. முதலியாரவர்கள் சிங்கள மக்களின் சரித்திரத்தோடும் தென்னிந்தியத் தமிழரின் சரித்திரத்தோடும் இயைத்து மகாவமிசம் முதலிய சிங்கள நூல்களையும் சோழபாண்டியாது கல்வெட்டுச் சாதனங்களையும், வைபவமாலையாதிக் கர்ணபரம்பரைச் சரித்திரங்களுடன் ஆதாரமாகக் கொண்டு முறைப்படுத்தி விளக்கியிருக்கிறார்கள்; போர்த்துக்கேயர் ஆட்சியைப் பற்றியும் ஒல்லாந்தர் ஆட்சியைப் பற்றியும் அவ்விருசாதிச் சரித்திரகாரர்கள் எழுதிய வரலாற்றுக் குறிப்புகளை ஆய்ந்து அச்சரித்திரப் பகுதியை முடித்துள்ளார்கள். இவ் யாழ்ப்பாணச் சரித்திர நூலில் திரு. முதலியாரவர்கள் பழைய தமிழரது வாணிபச் சிறப்பைச் சங்க இலக்கியங்களைக் கொண்டும், யவனர்கள் எழுதிய சில நூல்களைக் கொண்டும் விளக்கியிருப்பதோடு, யாழ்ப்பாணத் தமிழ் மக்

கள் காலகதியில் அடைந்த மாறுதல்களையும் ஆங்காங்குக் குறிப்பிட்டுள்ளார்கள். விரிவாக ஆராய வேண்டிய சில சரித் திரக் குறிப்புகள் அநுபந்தத்திற் காட்டப்பட்டிருக்கின்றன. இவ்வநுபந்தத்தில் திரு. முதலியாரவர்கள் பிற ஆராய்ச்சியா ளர் கொள்கைகளை மறுத்துத் தமது கொள்கைகளின் வலிமை யைச் சாதிக்க முயன்றிருக்கிறார்கள்.

இந்நூலை ஈழமண்டலத் தமிழர்கள் மாத்திரமன்றி ஏனைய தமிழ்மக்களும் படித்தல் அவசியமென ஈண்டு யான் வற்புறுத் திக் கூற விரும்புகின்றேன். போர்த்துக்கேயர் வருதற்குமுன் இலங்கை முழுவதும் யாழ்ப்பாணத்து ஆரிய சக்கரவர்த்தி ஆதிக்கத்திற்குட்பட்டிருந்தமை ஈழமண்டலத் தமிழ்மக் களது வெற்றிப் பாட்டை விளக்குவதாகும். யாழ்ப்பாணச் சரித்திரம் தமிழகச் சரிதத்துக்கு ஒரு பிரதான அங்கம் என்று கூறுதல் அமையும். இவ் யாழ்ப்பாணச் சரித்திரத்தைப் பள் ளிக்கூடங்களிற் பயிலும் மாணவர்களும் எளிதில் அறிந்து பயன் பெறுமாறு திரு: முதலியாரவர்கள் இலகுவான நடையில் எழுதி யிருப்பதை யான் மிகவும் பாராட்டுகின்றேன்.

சு. நடேசபிள்ளை.

யாழ்ப்பாணச் சரித்திரம்.

முதலாம் அதிகாரம்.

நாகர் காலம்.

இப்போது குடாநாடாக விருக்கும் யாழ்ப்பாணம், முன்னொரு காலத்தில், அதாவது கிறிஸ்துவுக்கு அநேக வாயிரம் ஆண்டுகட்கு முன்னரே, இரண்டு தீவுகளாக்விருந்தது. மேற்கேநாகதீவம், மணிநாகதீவம், மணிபுரம், மணிபல்லவம் என்னும் நாமங்களால் வழங்கப்பட்டபெருந்தீவும், கிழக்கே எருமைமுல்லைத்தீவு, எருமைதீவு என்றுபெயர் பெற்ற சிறுதீவும் ஆக இரு பிரிவாக இருந்தது. காலந்தோறும் பூகம்பங்களினுலும், பிரளயங்களினுலும் அழிக்கப்பட்டு, மேற்கே ஒன்ருயிருந்த பெருந்தீவகம் பலதீவுகளாகப் பிரிக்கப்பட்டது. † காரைதீவு, வேலணை, மண்டைதீவு, புங்குடுதீவு, அனலைதீவு, நயினுதீவு, நெடுந்தீவு முதலிய யாழ்ப்பாணப் பிரிவுகள்

† சரித்திரகாலத்துக்குள்ளே, அஃதாவது கி. மு. மூன்றும் நூற்றுண்டிலே திஸ்ஸன் என்னும் நாகவரசன் கல்யாணியில் அரசாண்ட காலத்தில் சம்பவித்த கடற்கோளினுல் இலங்கையின் மேற்குக்கரையில் ஒரு பெரும்பாகம் கடல்வாய்ப்பட்டபோது இத்தீவும் பிரிக்கப்பட்டிருக்கலாம். இதற்கு முன்னும் இருமுறைகளில் இந்தியாவிலும் இலங்கையிலும் பெரும் பாகங்கள் கடல்வாய்ப்பட்டன, கி பி. 150 அளவிலும் காவிரிப்பூம்பட்டினம் அழிந்ததும் ஒரு கடற்கோளினுலென்க.

தீவுகளும், வலிகாமமும் அப்பெருந்தீவகத்தின்பகு திகளேயாம். அவ்வாறே கிழக்கே ஒன்றாக விருந்த சிறுதீவகம், களப்புக்கடலால் வடமராட்சி, தென்மராட்சி, பச்சிலைப்பள்ளியென்னும் பகுதிகளாகப் பிரிக்கப்பட்டது.

களப்புக் கடல்

பண்ணைக்கடல், பூநகரிக்கடல், யானையிறவுக் கடல் என்னுங் களப்புக்கடல்கள் முன்னே வங்காளக் குடாக்கடலுடன் சேர்ந்து, ஆழமும் அகலமும் உள்ளனவாயிருந்தன; அன்றியும், மேலைத்தேசங்களிலும், சீனம்முதலிய கீழைத்தேசங்களிலு மிருந்து போக்குவரவு செய்யுங் கப்பல்களுக்குப் பெரும் வழியாகவும், சோளகம் வாடைக்காற்றுக்கள் தொடங்குங் காலங்களில் உண்டாகும் புயல்களுக்கு, அக்கப்பல்களின் ஒதுக்கிடமும் உறைவிடமுமாகவும் இருந்தன.

நிலப்பண்பு

இத்தீவுகள் வடபக்கத்திலே முருகைக்கற் பூச்சிகளினால் உண்டாக்கப்படும் கற்பாறைகளினாலும், தென்பக்கத்திலே சோளகக்காற்றினால் முகிற் படலங்கள் போலக் கொண்டுவரப்படும் மணலினாலும், வர வர உயர்ந்தும், அகன்றும் வருகின்றன. வங்காளக் குடாக்கடலின் அலைகளால் ஒதுக்கப்படும் மணற்றிரளால், யானையிறவுக் கடலின் கீழ்முகம் தூர்ந்து, மேடுபட்டு, இப்போது யாழ்ப்பாணம் குடாநாடாய்விட்டது. யாழ்ப்பாணம், முன்னிருந்த சொற்பபாகங்கள் தவிர, மிகுதியானநிலம் முருகைக்கற்பாரின் மேலதே. யாழ்ப்பாணத்தின் வடகடற்கரையில் நிலத்தினின்றும் கடலுட்பாயும் பல அருவிகளினால் இது துணியப்படும்.

கீரிமலை

இவ்வருவிகளில் மிகவும் முக்கியமானது கீரிமலையில் உள்ளது. இவ்வருவி புராதனகாலந்தொட்டு மிகவும் பரிசுத்த தீர்த்தமாகக் கொண்டாடப்படுகின்றது.

நாகுலம் எனும் இதன்பழைய நாமம் † நகுலமென மருவிப் பின்தமிழில் கீரிமலையென்றாயிற்று (நகுலம் =கீரி). அன்றியும், நகுலமுனி யென்னும் முனிவர் தவஞ்செய்து, முன்னொருசாபத்தாற் பெற்ற கீரிமுகம் மாறப் பெற்ற தலமெனவும் ஐதிகமுண்டு.

யாழ்ப்பாணத்தின் பண்டை நிலை

இத்தீவின் ஒருபகுதி சிங்களத்தில் வலிகம என்றும், தமிழில் அப்பொருளையேயுடைய மணற்புரம், மணற்றி, மணவூர் என்றுஞ் சிலகாலங்களில் வழங்கப்பட்டதென அறியலாம். இத்தீவுகளிலும், இலங்கையின் மேற்பாகத்திலும், சரித்திரகாலத்துக்கு முந்தியே நாகர் என்னும் ஒரு சாதியார் குடியேறியிருந்தார்கள். இத்தீவுகளுக்கு இப்போது கந்தரோடையென்று அழைக்கப்படும் கதிரமலையே இராசதானியாகவிருந்தது.

நாகர் குடியேற்றம்

கந்தரோடை

அருச்சுனன் தீர்த்தயாத்திரை

கிறீஸ்துவுக்கு 1500 வருடங்களுக்குமுன் வட இந்தியாவிலிருந்து அரசாண்ட பாண்டவர்களில் ஒருவனாகிய அருச்சுனன், தீர்த்த யாத்திரை காரணமாகத் திவ்விய தீர்த்த க்ஷேத்திரமான நகுலமலையைக் கொண்ட இம்மணிபுரத்திற்கு வந்தான் என்பதும், அங்கே

---

† "நாகுலம் நாம சம்சுத்தம் அஸ்தி ஸதானம் மகிதலே" என்பது கீரிமலையைப்பற்றிச் சூத சம்ஹிதையிற் கண்ட சுலோகம். 'நாகுலம்' 'நகுலம்' எனமாறிவழங்கிய காலத்தில், பண்டைவழக்கப்படி கட்டிவைத்த நகுலமுனியின் கதை பிற்காலத்தில் உண்மையென ஏற்கப்பட்டது. இதுபோலவே மாருதப்பிர வல்லிக்குக் குதிரைமுகமிருந்ததெனவும், அம்முகம் அவள் பாம்பொன்றைக்கொன்று ஒருமுனிவருடையகழுத்தில் மாலையாகப் போட்டுச் சிரித்தபடியால், அம்முனிவரின் சாபத்தால் உண்டானதெனவும், பின் அம்முனிவர் சொன்னபடி கீரிமலையில் ஸ்நானஞ்செய்து சாபநீங்கினாள் எனவுங்கதையொன்று உருக்கொண்டுஎழுந்தது. இவ்விதக்கதைகள் ஊர்களுக்கும் மரங்களுக்கும், பறவைகளுக்கும், பூக்களுக்கும் புனைந்து பாவிக்கும் வழக்கம் கீழைத்தேசங்கள் எங்கும் இருக்கின்றன.

சித்திர வாகன்

நாகர்கோடி

யொரு பூங்காவனத்தில் தனியே உலாவிய சித்திராங்கதை யென்னும் நாககன்னிகையைக் கண்டு காதல்கொண்டு அவளை மணந்தான் என்பதும், அவளுக்குப் பிறந்த சித்திரவாகன் அரசனாயிருந்தபோது, அஸ்வமேதயாகஞ் செய்வதற்காகத் திக்கு விஜயஞ் செய்த தன் தகப்பனாகிய அருச்சுனனைச் செயித்தான் என்பதும், அவனுடைய கொடிகள் சிங்கக் கொடியும் † பணைக்கொடியுமென்பதும், மகாபாரதத்தால் அறியலாம். ஆகையால், அக்காலத்தில் இவ்வியாழ்ப்பாணமாகிய மணிபுரத்தில் வசித்த நாகர் சீர்திருத்தமுடையவர்கள் என்பதும், இங்கே அரசாண்ட நாகவரசன் புத்திரி, ஆரிய வரசகுமாரனாகிய அருச்சுனன் மனதைக் கவரவல்ல வனப்புஞ் சீரும் உடையவளாயிருந்தாள் என்பதும் ஒருதலை.

நாகர்குலம்

நாகர்குடியேற்றம்

நாகர் மங்கோலிய வகுப்பைச் சேர்ந்த திபெத்தோவர்ம (Thibeto-Burman) குலத்தவர்களென்றும், கி. மு. 4000 ஆண்டுகட்கு முன்னரே, மத்திய ஆசியாவினின்றும் இந்தியாவின் வடகிழக்குக்கணவாய் வழியாக வந்து, இந்தியாவிற் குடியேறியவர்களென்றும், அவர்களுடைய தட்டை மூக்கும், மஞ்சள்நிறமும், சிறுகண்களும், உயர்ந்தகன்ன எலும்புகளும், அற்ப மீசை தாடிகளும், அதற்கு அத்தாட்சிகளென்றும், "இந்து சரித்திரம்" என்னும் நூலில், ஏ. கே. மாசும்தார் (A. K. Mazumdar) என்னும் சரித்திர ஆராய்ச்சி வல்லவர் எழுதியிருக்கின்றார். அவர்கள் ஆரியருடைய குடியேற்றம் அதிகரிக்க அதிகரிக்கத் தென்னிந்தியாவிலும் இலங்கையிலுங் குடியேறினார்கள். கிறீஸ்துவுக்குச் சிலவருடங்களுக்கு முன் மாதோட்டக்கரை

† பிற்காலத்தில் மணிபுரமாகிய யாழ்ப்பாணத்தில் அரசாண்ட நாகவரசனின் சந்ததியார் இலங்கைச் சிங்கள வரசராகிய பின்னும் தம்முன்னோர் பாவித்த சிங்கக் கொடியையே கையாண்டுவந்தார்கள்.

யைச் சேர்ந்த ஜம்புலஸ் என்னும் ரோமதேசத் தடிமை யொருவன் அவ்விடத்தில் வசித்த நாகரைத் தலையிலும், புருவத்திலும், தாடையிலும் மாத்திரம் மயிருள்ளவர்கள் என்று விவரித்திருப்பதும், அவர்கள் மங்கோலிய வகுப்பைச் சேர்ந்தவர்கள் என்பதைக் காட்டும்.

இயக்கர்

இலங்கையின் மத்தியினுந் தெற்கினும் வசித்த இயக்கர் என்னுஞ் சாதியாரும் புராதன காலத்திலே இமயமலைக் கணவாய் வழிகளால், ஆரியருக்குமுன், மத்திய ஆசியாவிலிருந்து வந்த "யூக்கி" என்னும் மஞ்சள் நிற மங்கோலியரோ என்றும், அவர்களும் ஆரியர்களால் நெருக்கப்பட்டு இந்தியாவின் தென்பக்கத்திற்கும் இலங்கைக்கு மேகினார்களென்றும், "1800 வருடங்களுக்கு முந்திய தமிழர்" என்னும் நூலில் திரு: கனகசபைப்பிள்ளை அவர்கள் எழுதியிருக்கின்றார்கள். இப்போது இலங்கையின் தென்கிழக்குக் காடுகளில் வசிக்கும் வேடர் அற்ப மீசை தாடியுடையவர்களென அறிவதால், அவர்கள், நாக, இயக்க குலத்தவர்களின் வழித்தோன்றல்கள் என்றே ஊகிக்கவேண்டும். கி. பி. 400க்கும் 414க்கு மிடையில் இலங்கைக்கு வந்த பாஹியன் என்னுஞ் சீனப் பிரயாணி, அக்காலத்தில் இலங்கைவாசிகளுக்குள்ளே பரவியிருந்ததென்று குறித்துப்போந்த பண்டமாற்று வழக்கம், இக்காலத்தும் இலங்கைவேடருக்குள் இருப்பதே, அதனைவலியுறுத்தும்.

வேடர்

வேடர் வழக்கம்

இவ்விருகுலத்தவர்களும் திராவிட வகுப்பைச் சேர்ந்தவர்களென்று ஒருசிலரும், திராவிடருக்கும் ஆரியருக்கும் முந்திய பூர்வத் தனிக்குடிகளென்று பிறிதொருசாராரும் வேறு வேறு காரணங்கள் காட்டிக் கூறுவர்.

இதிகாசக் கூற்று

பேரிதிகாசங்களாகிய இராமாயணத்திலும் மகா பாரதத்திலும், இயக்கர் நாகர் என்னுமிருகுலத்தவர்

களைப்பற்றிப் பாக்கக் கூறியிருத்தலைக் காணலாம். அவ்விதிகாசங்கள் எழுதிய காலத்தில் நாகரை மனித சுபாவமுடைய சற்பங்களாகவும், இயக்கரைப்பேய்க் கணங்களோடு அடுத்த இராக்ஷசராகவும் பாவித்ததாக வரையப்பட்டிருக்கின்றது. அதனைப்பின்பற்றி மானுடத் தலையும் பாம்பினுடலுங் கொண்டவர்களாகவும், பாம்பின் படங்களைப்போன்ற தலையணி உடையவர்களாகவும் நாகரைச் சித்திரித்தது போலவே, சிங்களர் இன்றும் நடத்தும்பேய்க் கூத்துக்களில் நடித்துக்காட்டும் பாவனைபோல விகாரரூபமும் வக்கிரதந்தங்களுமுடையவராக இயக்கரையும் பழைய சுவர் ஓவியங்களிலும் கற்சித்திரங்களிலுங் காட்டியிருப்பது சரித்திர ஆராய்ச்சியில் நினைவு கூரும் பகுதியிலொன்றாம்.

நாகர் இயக்கரின் உருவத் தோற்றம்

அயோத்தி அரசனாகிய இராமனால் கொல்லப்பட்ட இராவணாதியர் இயக்ககுலத்தைச் சேர்ந்தவர்களே. இராமாயணகாலத்தில், இலங்கையின் வடமேற்குக் கரையிலேயுள்ளதும், இப்போது மாதோட்டமென் றழைக்கப்படுவதுமான மாந்தை என்னும் நகரத்தில், நாகர் வகுப்பைச் சேர்ந்த ஓவிய குலத்தவரும், தேவசிற்பியாகிய விஸ்வகர்மாவின் வம்சத்தவருமாகிய கம்மியர் அரசாண்டு வந்தார்கள். இலங்கையை அரசாண்ட இயக்கவரசனாகிய இராவணன்தேவி மண்டோதரியும், அவன் சிறியதந்தையாகிய குபேரன் தேவி சித்திரரேகையும், இம்மாந்தைநகரில் அரசுசெய்த தேவகம்மியரின் கன்னிகைகளே. முருகக்கடவுளால் ஆட்கொள்ளப்பட்ட அசுரர்கோனாகிய சூரபன்மனுடையதேவி பதுமகோமளையும் இம்மாந்தைநகரத்தவளே. குபேரனிடத்திருந்த புட்பகவிமானமும், இராவணன் சீதையைக்கவர்ந்துவைத்துச்சென்ற ஆகாயவூர்தியும், இம்மாந்தைநகரின் கம்மியராற் செய்யப்பட்டனவே. மாந்தையில் அரசாண்ட கம்மிய அரசர்கள் பெருஞ்செல்வமும் கீர்த்தியும் பொருந்தினவர்களாயி

மாந்தையில் அரசாண்ட நாகர்

இயக்க-நாக சம்பந்தம்

ருந்தமையாலன்றே தென்னிலங்கை வேந்தராகிய இராவணனுதியர் அவ்வோவியவரசர் வம்மிசத்தில் மணஞ் செய்யலாயினர். இயக்க வரசர்கள் வலிகுன்றிப் பண்டைப்பெருஞ் சிறப்பருகிய காலத்தும், விஜயராசன் இலங்கைக்கு வந்தபின்னரும், கிறீஸ்துவுக்குப்பின் சிலநூற்றாண்டுகளாகவும், இம்மாந்தை அரசர், காந்தக்கோட்டை†யென்று பலதேசத்தவர்களாற் கொண்டாடப்பட்டதும், தூங்கெயில்§ என்று பழந்தமிழ் இலக்கியங்களிற் பாராட்டப்பட்டதுமான இருப்புக்கோட்டையையுடையவர்களாயும், வாணிபத்திற் பெருஞ் செழிப்புற்றோங்கியவராயும், வீரமுந் தியாகமும் பொருந்தினவர்களாயும், வாழ்ந்திருந்தார்களென்றால், அவர்களாசியற் பெருமையும் புரைதவிர் சிறப்பும் அறையுந்தரத்ததோ! மாந்தையில் வாழ்ந்த ஓவியகுலத்தார்செய்த சித்திரத் தொழிலினாலேயே ஓவியம் என்னுஞ்சொல் தமிழ்மொழியில் வழங்கப்படுகின்றது. பிற்காலத்தில் மாந்தையிலிருந்து சிதறுண்டுபோன சிற்பிகளும் ஓவியருமாகிய நாகர்குலத்தவர்கள் செய்த கைச்சித்திரங்களாகிய கற்சிலைகளுங் குகைஓவியங்களும் இன்றும் மேலைத் தேசத்தவர்களாற் புகழ்ந்து கொண்டாடப் படுவனவாய் இந்தியாவிலும் இலங்கையிலும் பலஇடங்களிற் காணப்படுகின்றன.

காந்தக்கோட்டை

சித்திரக் கலை

பன்னெடுங்காலமாகப் பினீசியர் என்னும் எபிரேயதேசவாசிகள் இந்தியா இலங்கையுடன் கப்பல்

இலங்கையின் மேலைத் தேச உறவு

---

† சீனப் பிரயாணியாகிய ஹியூன் திஸங் (Hiouen Thsang) எழுதிய நூலிலும், அரபிக்கதைகளிலும், மாந்தைப்பள் என்னும் நூலிலுங் காணலாம்.

§ புறநானூறு - 39, சிலப்பதிகாரம் - வாழ்த்துக்காதை- அம்மானைவரி; பழமொழி - 49, சிறுபாணாற்றுப்படை - 81-82. கலிங்கத்துப்பரணி - ராஜபாரம்பரியம் - 17. மேற்கூறிய நூல்களின் அடிகளைக்கொண்டு அறியலாம்.

மார்க்கமாக வாணிபம் நடத்திவந்தார்கள். விவிலிய நூலில், "ஓவிர்தேசத்திலிருந்து பொன்னும், வெள்ளியுந், தந்தமுங், குரங்குந், தோகையும், கொண்டுவரப்படும்" என்று சொல்லப்பட்ட ஓவிர்தேசம் ஒவியராகிய நாகர் வாழ்ந்த மாந்தையே. எபிரேய மொழியில் தந்தத்துக்கும் குரங்குக்கும் அகிலுக்கும் மயிலுக்கும் பாவிக்கப்படுஞ் சொற்கள் இபம், கபி, அகில் தோகை என்னுந் தமிழ்ச்சொற்களே. அதுபோலவே அரிசி, இஞ்சிவேர், கறுவா என்னும் பண்டங்களையும், அவற்றின் தமிழ்ச்சொற்களையும் கிரேக்கர் இலங்கையினின்றுங் கொண்டுபோனார்கள்.

பிற நாகஇராசதானிகள்

ஒவியரல்லாத மறுநாகர் வகுப்பைச் சேர்ந்த அரசர்கள் கதிரமலையாகிய கந்தரோடையிலும், எருமையூரென்றழைக்கப்பட்ட எருமை முல்லைத்தீவிலுங், குதிரைமலையிலுமிருந் தரசாண்டுவந்தார்கள், அல்லியரசாணியும், எழினியும், பிட்டங்கொற்றனும், குமணனும் குதிரைமலையிலும், ஆந்தை, ஆதனழிசி, நல்லியக்கோடன், வில்லியாதன் என்பார் மாந்தையிலும், எருமையூரன் எருமை முல்லைத்தீவிலும் இருந்து அரசாண்டமை பண்டைத் தமிழிலக்கியங்களா†லறியலாம்.

புத்தபகவான் வருகை

சாக்கிய புத்ததேவர் தமது சீவன காலத்தில் இலங்கைக்கு மும்முறைவந்தனரென மகாவம்மிசத்திலும், அதில் இரண்டாம்முறை, மணிபல்லவமென்று தமிழ் நூல்களிலும் நாகதீவமென்று சிங்கள இதிகாசங்களிலுங் கூறப்படுகின்ற இத்தீவிலேயிறங்கி, இருநாகவரசர்களது பிணக்கைப்போக்கி, அவர்கள் தத்தமக்கு புரிமையாக்கவேண்டிப் போர்புரிந்த மணித்தவிசமர்ந்து, மூன்றுகோடி நாகர்களுக்குத் தனதுதருமத்தைப் போதித்தனரென, மணிமேகலையிலும், மகா

புத்தபீடிகை

---

† புறநானூறு - 71, 158, 163, 168, 176, 379; அகநானூறு, 36, 105. 143, 211 ம் பாடல்களாலறியலாம்.

வம்மிசத்திலுங் கூறப்பட்டிருக்கின்றது. இம்மணித் தவிசு பிற்காலத்தில் இந்தியாவினின்றும் இலங்கையினின்றுஞ் செல்லும் பல்லாயிர யாத்திரிகர்களுக்கு வணக்கத்துக்கேற்ற தூயபொருளாக மதிக்கப்பட்டது.

இலங்கைச் சரித்திரம், கலிங்கதேசத்திலிருந்து இங்குவந்திறங்கிய விஜய ராஜன் காலத்திருந்தே தொடங்கிய தாகக் கணிக்கப்படும். கி.மு. 543-ம் வருடத்தில் புத்த தேவர் நிர்வாணதசையடைந்த நாளில் விஜயன் இலங்கையிலிறங்கினனென மகாவம்மிசங் கூறினும், அந்நாட்கு நூறு ஆண்டுகட்குப் பின்னரே அவன் வந்திருக்கலாமென்று துணியப்படும். கலிங்கதேசத்திலே, சிங்கபுரத்தையாசாண்ட சிங்கவாகு என்பான், தனது புத்திரன் விஜயனது தீயொழுக்கங்காரணமாக, அவனையுந் தோழர் எழுநூற்றுவரையும் மூன்று கப்பல்களிலேற்றித்தன் நாட்டினின்றுந் துரத்திவிட்டான். விஜயகுமாரன் ஏறிவந்த மரக்கலம் தாமிரபர்ணியென முன்னொருகாலத்திலழைக்கப்பட்ட இலங்கையின்வடமேற்குப் பகுதியிலோரிடத்திலும், மற்றையிருகப்பல்களிலொன்று நக்கவாரத்தீவாந்தரத்திலும், மற்றொன்று மகிந்ததீவம் அல்லது மகிலதீவமென்னுமிடத்திலும் சென்றடைந்தனவென மகாவம்மிசத்திற் சொல்லப்பட்டிருக்கின்றது. ஆனால் விஜயன் ஏறிவந்தமரக்கலம், இப்பொழுதுமாதோட்டம் என்றழைக்கப்படும் மாந்தையிலோ, அன்றித்திருத்தம்பலை என்னும் பெயருள்ள இடத்தையுடைய கீரிமலையிலோ, வந்தடைந்திருத்தல் வேண்டும் என்பது எமது துணிபு.† எனினும், பிற்கூறிய விடத்திலிறங்கியபடியாற்றான், "கதிரைமலையில் வசித்த நாகவாசனுடன் நட்புக்கொண்டு, இலங் விஜயன் வருகை

† இத்துணிபின் காரணத்தை எமது (Ancient Jaffna) என்னும் நூலில் காண்க

கையிற் பலவிடங்களிலுங் கிலமாய்க்கிடந்த கோயில்களைப் புதுப்பித்தும் புதிய ஆலயங்களைக் கட்டுவித்தும் வந்தான்'' என்னுங் கர்ன பரம்பரைக்கதை மயில்வாகனப் புலவரால் தமது யாழ்ப்பாண வைபவமாலையில் கொள்ளப்பட்டிருக்கின்றது. மூன்றாவது மாக்கலஞ் சேர்ந்தவிடம் மகிலதீவமென்று பிழையாகவரையப் பட்டது. அது மகிஷதீவமாகிய எருமைத்தீவாக விருக்க வேண்டும். அவ்விடத்திலிறங்கிய கலிங்கர் தாங்கள்

சிங்கைநகர் விட்டுவந்த நகராகிய சிங்கபுரத்தின்பெயரை அவ்விடத்துக்கிட்டுவழங்கி வந்த படியாற்றான், பிற்காலத்திலே அந்நகர் யாழ்ப்பாணத்தின் இராசதானியாய் வந்தபின், சிங்கைநகர் என்னும் பெயராலழைக்கப்பட்டது. இப்பெருநகர் அழிந்து மணலால் மூடப்பட்டிருக்குமிடத்தைப் பருத்தித்துறைக்குத் தெற்கே வல்லிபுரக்கோயிலுக் கணிமையில் இன்றுங் காணலாம்.

நாகர் இயக்கரின்சமயம்

விஜய குமாரன் வருவதற்குமுன் இலங்கையிலிருந்த நாகரும் இயக்கருஞ் சைவசமயிகளாயிருந்தும், இயக்க அரசனாகிய இராவணன் சிவபக்தனாயிருந்தும், இயக்கர்களுக்குள் பைசாசவணக்கமே யதிகரித்திருந்தது. இக்காரணத்தால் இயக்கன் என்னும் பதம் சிங்களத்தில் பைசாசம் என்னும்பொருளைக் கொண்டது. விஜயகுமாரனு மவனுடன் வந்த கலிங்கர்களுஞ் சைவசமயிகளே. அதனாலன்றோ விஜயன் இலங்கையின் வடகரையிற் கீரிமலைச்சாரலிலே பிற்காலத்தினரால் நகுலேச்சுரமென வழைக்கப்பட்ட திருத்தம்பலேச்சுரம் என்னுஞ் சைவாலயத்தையும், தென்கரையிலுள்ள தெய்வந்துறையிலே சந்திரசேகரன் கோயிலையும், கிழக்கே தம்பலகாமத்திலே திருக்கோணேசர் கோயிலையும், கதிர்காமமாகிய கதிரமலையிலே முருகவேளுக்கோராலயத்தையுங் கட்டுவித்ததுமன்றி, மாதோட்டத்திற் கிலமாயிருந்த திருக்கேதீஸ்வரர்

விஜயன் செய்த ஆலயப் பணி

கோயிற் றிருப்பணியையுந் திருத்தமுறச் செய்வித்தான். திருக்கேதீச்சுரமும் சலாபத்திலுள்ள முன்னீச்சுரமும் விஜயனுக்கு முன் உள்ள புராதன ஆலயங்கள். இராவண சம்மாரத்தின் பின் இராமபிரான் முன்னீச்சுரத்திற்றங்கி அங்குறையும் பெருமானை வணங்கிச் சென்றனனென ஓர் ஐதிகமுண்டு.

விஜயன், இவ்வாலயங்களைக் கட்டும் நோக்கமாகச் சென்ற காலத்திற்றான், இயக்ககுலக்கொடியாகிய குவேனியைச் சந்தித்து, அவளைமணந்து, அவள் துணைகொண்டு இயக்கவாசனை வென்று, தம்மன்னுவென்னுமிடத்தை இராசதானியாக்கி, இயக்கர்களுக்கு அரசனுயினன். பின் குவேனியை வெறுத்து, அவளையும் அவள் வயிற்றிற்பிறந்த இருகுழந்தைகளையும் விலக்கிவிட்டு, யாழ்ப்பாணத்துக்கதிரமலையிலரசாண்ட நாகவரசன் மகளை மணந்தான். குலனும் நலனுந் தெரியாத இவ்வியக்கர்கோனுக்குப் பாண்டியன் தன் மகளை மணம்முடிப்பித்தான் என்னும் சிங்கள இதிகாசக் கூற்று நம்புந்தகைமைத்தன்று. இதற்குப் பின் இலங்கையை அரசாண்ட பெரும்புகழ் படைத்த வென்றிசேர் வேந்தரும் பாண்டியனிடத்திற் பெண் எடுத்தாரில்லை! ஆனல் கதிரமலையிலுங் கழனியிலும் வசித்த நாகர்குலக்கலப்பே அதிகரித்துவந்தது. விஜயனுக்குப்பின் சில்லாண்டுகட்குள் இலங்கையரசர்கள், கலிங்ககுலம் நீங்க, நாகர்குலத்தவரானுர்கள். விஜயன் மணம்

அக்காலத்தில், இலங்கையில் வசித்த நாகரும் இயக்கரும் "எலு" வென்று இக்காலத்தில் பிழைபட வழங்கப்படும் "ஈழு" வென்னும் நிறைவற்றபாஷையே பேசிவந்தார்கள். அதனல் இலங்கைக்கு "ஈழம்" என்றும், "ஈழமண்டலம்" என்றும் பெயர் உண்டாயது. "ஈழம்" "சீழம்" எனமருவிச், "சிஹழம்" "சிங்களம்" எனமாறியது. "சீழம்" என்னும் பெயரிலிருந்தே பாஷை சிங்களநாம காரணம்

"சிழம்தீப்" "சோண்டிப்" என்னும் அரபிய நாமங்களும், "சிலாங்" "சிலோன்" என்னும் மேலைத்தேயத்தவரிட்ட பெயர்களும் வந்தன. "சிஹ" வென்னும் பாலிபாஷைச் சொல் "சிங்கம்" என்னும் பொருளையுடையதானபடியால், "சிஹழம்" சிங்களமாகமருவியது அதிசயமல்ல. விஜயன் மிருகேந்திரனாகிய ஒரு சிங்கத்தின் வழித்தோன்றலானபடியால், அவன் வழித்தோன்றினோரும் சிங்களவர் என்றழைக்கப்பட்டார்கள் என்னும் மகாவம்மிசக்கூற்று உண்மையுமின்றிச் சிங்களசாதியாருக்கோர் பெருமையுந் தராத்வெற்றுரையாதல் காண்க.

அநுராதபுரம்

விஜயனுக்குப்பின்னரசாண்ட அவன் குலத்தோன்றலாகிய பாண்டுவாசனுக்கு, மகதநாட்டிலிருந்து கொண்டுவந்த பெண்ணுடன் வந்த அரசிளங்குமரரில் ஒருவனாகிய அநுராதன் என்பான், அநுராதபுரத்தை இராசதானியாக்கினான். அவ்விடத்தையே பிற்காலத்தரசர்களும் இராசதானியாக்கியரசாண்டார்கள். அநுராதபுரத்தரசர்கள் யாழ்ப்பாணத்துக் கதிரமலையரசர்களுடன் நட்புரிமைகொண்டு விளங்கியதோடு மணவுரிமையும் படைத்து வந்தார்கள். தேவநம்பியதீஸ்ஸாவின் அன்னையும் மூத்தசிவ என்பவனின் இல்லக்கிழத்தியுமாகிய பெண் கதிரமலை நாகர் வமிசத்துதித்தவளே. "திஸ்ஸன்" "நாகன்" என்னும் நாகவமிசப் பெயர்கள், அக்காரணம்பற்றியே மூத்தசிவனின் பிள்ளைகளுக் கிடப்பட்டன.

நாகர்குலப் பெயர்கள்

இலங்கையிற் புத்த சமயம்

வட இந்தியாவிலே மகதநாட்டை அரசாண்ட அசோகனும் இலங்கைவேந்தனாகிய தேவநம்பியதிஸ்ஸனும் ஒரேகாலத்தவர்களே. புத்தசமயத்தை உலகமெங்கும் பரப்பவேண்டி அசோகன் செய்த பிரயத்தனங்களோ பல. அவன், சமயத்தினுண்மைகளைப் போதிப்பதற்காகப் பலபிக்குகளை நான்கு பக்கத்திலு

முள்ள தேசங்களுக்கனுப்பினான். பிரபலபிக்குவா மஹிந்தன்
யிருந்த அவன்மகன் மஹிந்தனென்போன் இலங்கை
க்குவந்து, தேவநம்பியதிஸ்ஸனையும், அவன் குடும்பத்
தையும், அவன்மந்திரி பிரதானிகளையுங், குடிசனங்க
ளையும் புத்தமதத்தினராக்கியதுமன்றி, அவர்களில
னேகரைப் பிக்குகளாக்கியும் விட்டான். பெண்களி
லுமனேகர் பிக்குணிகளாகவேண்டுமென்னும் ஆசையு
டையவளாய், அப்படிச் செய்விக்குமதிகாரம் தனக்
கில்லாமைகண்டு, அரசனிடஞ் சொல்லி அசோக
னுக்குத்தானாபத்திய மனுப்ப வேண்டினான். திஸ்ஸன்
அதற்கிணங்கித், தன் பிரதானி ஒருவனைப் பலதிரவியங்
களுடனனுப்பி, அசோகனின் நட்பை வேண்டியது
மன்றிப், புத்ததேவர்கீழிருந்து ஞானஒளியைப்பெற
மேலே தண்ணிழல்பரப்பி நின்ற வெள்ளரசின் கிளைக
ளில் ஒன்றும், தன்தேசத்துப் பெண்களிற் சிலரைப் பிக்
குணிகளாக்குவதற்கு அதிகாரமுடைய ஒருபிக்குணி
யையும் அனுப்பிவைக்கும்படி வேண்டினான். அவ்வே வெள்ளரசு
ண்டுகோளுக்கிணங்கி, வெள்ளரசின்கிளையொன்றைப் வரவு
பொற்கலத்திலமைத்துப், புத்தபிக்குணியாயிருந்த தன்
மகள் சங்கமித்தா என்பவளைப் பரிவாரங்களுடனும்
அனுப்பினான். அவர்கள் ஏறிவந்த கப்பல்கள் யாழ்ப் சம்புத்
பாணத்து வடகரையிலே இப்பொழுது சம்புத்துறை துறை
யெனப்படுஞ் சம்புக்கோவளத்தில் வந்திறங்கின.
அவர்களின் வரவேற்புக்காகத் தேவநம்பியதிஸ்ஸனும்
தன்பரிவாரத்துடன் வந்து, பாளையமடித்து, "சமுத்தா
சன்சாலை" என்னுங் கட்டிடமுமமைப்பித்துக் காத்
திருந்தான். அவன், அவர்கள் வந்திறங்கியபின், விழா
க்கொண்டாடிக் கோலாகலத்துடன் கதிரமலைவந்து, பூநகரி
அங்குத்தங்கிப், பின் பூநகரிவழியாகப் புறப்பட்டுப்
பதினான்காம்நாள் அநுராதபுரமடைந்தான். அக்
காலத்தரசர்கள் உலாப்போங்காலத்துப், பந்தரிட்டுத்

தோரணமமைத்துப், பூக்களினுலலங்காரஞ் செய்து அவர்களைவரவேற்குமிடப் இது வாதலால், இது முன் பூதூக்கி என்னும் பெயருடையதாய்ப், பின் பூநகரி யாய்விட்டது.

இன்னும் அவன், அநுராதபுரத்தில் நாட்டப் பட்ட வெள்ளரசின் வித்துக்களிலங்குரித் தெழுந்த முதலெட்டுக் கிளைகளுள் ஒன்றைச் சம்புகோவளத் தில் நாட்டினன். அதுவுமன்றிக் கடற்கரையில் ஒரு தாதுகற்பமும் அதற்கு அணிமையில் இப்போது திஸ்ஸ மளுவையென வழங்கப்படு மிடத்தில், திஸ்ஸமகா விகாரையென்னும் புத்த பள்ளியுங் கட்டுவித்தான். களிபுரத்துப் பருளா யென்னுமிடத்தில் மிகவும் முதிர்ந்த வெள்ளரசும் புராதனக் கேணி யொன் றும் இப்பொழுதுமிருக்கின்றன. கடற்கரையிலே கோ துமளுவையெனப்படும் போதிமளுவையிலும், அழிந்து போன கட்டிடங்களின் கற்களும் ஓடுகளும் ஆங்காங் குச் சிதறிக்கிடக்கக் காணலாம். கடற்கரையிலிருந்து திஸ்ஸமளுவைக்கு வந்த அகன்றவீதி இப்போது உப யோகமின்றியிருப்பதையும், அவ்விடத்திருந்து மாத கலுக்கூடாக, இராசமூருக்கடிமருங்காக, மாகையை ப்பிட்டிக் கணித்தாய்க், கதிரமலைக்கு வழிபோன அடையாளங்களையும் இன்றுங் காணலாம். தேவ நம்பிய திஸ்ஸன் கதிரமலையாகிய கந்தரோடையில் "பாசீனுவிகாரை" என்னுங்கோயிலையுங் கட்டினன். கதிரமலையரசரும் புத்தசமயிகளாய் அனேக புத்தபள் ளிகளையும், பிக்குகள் பிக்குணிகள் வசிக்கும் மடங்க ளையும், தாதுகர்ப்பங்களையுங் கட்டுவித்தார்கள். அழி ந்துகிடக்குங் கட்டிடங்களின் அடையாளங்களாலும், கண்டெடுக்கப்பட்ட கற்சிலைகள் கற்றூண்களினுலும், பாவிக்கிடக்கும் ஓடுகளின் துண்டுகளினுலும், கதிர மலை யென்னுமிப் பழையநகர் மிகவும்விசாலமானதும்,

புத்தபள்ளிகள்

பருளாய்

கதிரமலை

அழகிய வீதிகளையும் மாடமாளிகைகள் கூடகோபுரங்களையுமுடையதுமாய்க், கண்ணைக்கவரும் வனப்பு வாய்ந்ததாயிருந்திருக்கவேண்டுமென ஊகிக்கலாம்.

நாக இராசதானிகள்

அநுராதபுரத்தரசர்களின் ஆணைவலிமிக்க காலத்துத்தாம் திறைகட்டியும், அவர் வலிகுறைந்தஞான்று சுய அதிகாரத்தோடும் கதிரமலையரசர்கள் அரசுபுரிந்து வந்தார்கள். அநுராதபுரத்திலுங் கதிரமலையிலுமன்றி மேற்கே கழனியிலும், தெற்கே திஸ்ஸமகாராமையிலும், கிழக்கே கொட்டியாரத்துக் கணித்தான கிரிநுவரையிலும், மாத்தளைக்கு வடக்கே லேனதொறை என்னுமிடத்திலும் நாக இராசதானிகளிருந்தன. இவ்வரசர்கள் சம்பந்தங்களும் கலந்து செய்துவந்தனர்.

சிங்களரின் தோற்றம்

அநுராதபுரத்திலே கலிங்கவரசர்குலம் விஜயனிலிருந்து ஐந்து தலைமுறைகளுக்குள் அற்றுப்போக, கலிங்கரும் நாகரும் கலந்த மிசிரகுலத்தரசர்களே அதன்பின் அரசாண்டு வந்தார்கள். தமிழரசரும் பலமுறைகளில் அநுராதபுரத்தை வெற்றிகொண்டு அரசாண்டு வந்தார்கள். அதனால் தமிழ்க்குடிகளுமிலங்கையிற் குடியேறின. நாகரும் இயக்கரும் கலிங்கரும் தமிழருங்கலந்தே சிங்களர் ஆயினார்கள். இலங்கைக்குடிசனங்களைச் சிங்களர் என்னும் பெயரால் வழங்கத் தொடங்கியதுதொட்டு நாகர், இயக்கர், கலிங்கர் என்னும் நாமங்கள் வழக்கிறந்தன.

சிங்களப் பாஷை.

ஈழபாஷை, வடஇந்தியாவிலிருந்து வந்த புத்தசமயத்தைப் பற்றிய பாலி நூல்களின் பாஷைக்கலப்பாலும், தமிழ்ப்பாஷைக் கலப்பாலுங், கிறீஸ்துவுக்குப்பின் ஆயிரம்வருடங்களுக்குள், இலக்கணவரம்பு வாய்ந்த சிங்களபாஷையாயிற்று. யாழ்ப்பாணத்திலே முற்காலத்திருந்த நாகர், சிங்களபாஷைக்குத் தாயாகிய ஈழபாஷை பேசிவந்தபடியாற்றான், யாழ்ப்பாணத்திலுள்ள சில ஊர்களுங் காணிகளுமின்றுஞ்

சிங்களநா முடைய இடங்கள்

சிங்களப்பெயருடையனவாயிருக்கின்றன. அப்பெயர்கள் விஜயன் வரவுக்குமுன்னரே இடப்பட்டனவென்பதற்குச் சந்தேகமேயில்லை. கதிரகொடை என்னுஞ் சிங்களப்பெயர், தமிழிற் கதிரமலைஎன்றும், பின் பறங்கிக்காரர் காலத்திற் கந்தர்குடை என்றும், ஒல்லாந்தர் காலத்திற் கந்தரோடை என்றும் ஓடைக்குறிச்சி என்றுந் திரிந்து வருவதாயிற்று.

குலக் கலப்பு

இரண்டாம் நூற்றாண்டுத் தொடக்கத்தில் அநுராதபுரத்தில், முன்னர் வாசற்காரனுயிருந்து பின்னர் அரசனான சுபனென்பவனின்மகளை மணந்த வங்கானிக்கதிஸ்ஸனின்பிதா வாசவன் என்போன், வடக்கே (யாழ்ப்பாணம்) இருந்து வந்த இலம்பகன்னனென்று மகாவம்சிசங் கூறும். இலம்பகன்னர் என்னும்பதம், தோளிலே தட்டுங் காதணிகளையுடையவரென்னும் பொருளைத் தருதலால், அக்காலத்தில் கதிரமலை யரசர் தமிழருடன் கலந்து விட்டனரென்பதும், அப்பெயர் இழிபாக இடப்பட்டதென்பதுந் தோற்றும்.

கரிகாலனின் இலங்கை வெற்றி

இத்திஸ்ஸன் காலத்திலே சோழவரசனுகிய கரிகாலன் இலங்கைக்குப் படையெடுத்து வந்து வெற்றிகொண்டு, புத்தசமயிகளிறுற் போற்றப்பட்ட புத்த கமண்டலத்தைக் கைக்கொண்டதுமன்றிப், பன்னீராயிரஞ் சனங்களையுஞ் சிறைப்படுத்தி அவர்களைக் காவிரி யாற்றுக்கரையிலே தான் கட்டுவித்த அணைக்கட்டில் வேலைசெய்யும்படி விட்டான்.

கயவாகு பழிவாங்கி னமை

இத்திஸ்ஸன் மகனுகிய கயவாகு பழிக்குப்பழி தேடுவான் வேண்டிச் சோழநாட்டிற்குப் படையெழுந்து போய், சோழனை வென்று, தன்நாட்டுச் சிறைபினர் தொகையினிருமடங்கு சனங்களைச் சிறையாக்கி, அவர்களை இலங்கையின் பலபாகங்களிலுங் குடியேற்றினுன்.

சோழன் செங்குட்டுவன் தன் தலைநகராகிய வஞ்சியிலே கண்ணகிக்குக் கோயிலமைத்து விழாச் செய்த காலத்திலே, கயவாகுவையும் வரவழைப்பித்திருந்தபடியால், ஆங்குச் சென்ற கயவாகு கண்ணகித்தெய்வத்தின் அற்புதங்களைக்கண்டு, இலங்கைக்கு வந்தவுடன், அக்கண்ணகித்தெய்வ வணக்கத்தை உண்டாக்கிப் பெருவிழாச் செய்தான். யாழ்ப்பாணத்தில் முதலாவதாகக் கண்ணகிக்குக் கோயிலமைத்தவிடம் அங்கணாக்கடவை எனப்படும் (அங்கணா=அம்மன்). சிங்களநாட்டில் பத்தினிதெய்யோ எனவணங்கப்படும் தெய்வம் அக்கண்ணகியே. அங்கணாக்கடவைப்பூவலினருகே பன்னெடுங்காலமாக நின்றதும், ஒல்லாந்தர்காலத்து யானையால் உடைக்கப்பட்டதும், டக்டர் பவுல் பீரிஸ் அவர்களினால் சின்னாட்குமுன் கண்டெடுக்கப்பட்ட பாதங்களையும் தலையையுமுடையதுமாய கற்சிலை அக்கயவாகுவின் சிலைஎன ஊகிக்கலாம். கயவாகுவுக்குப்பின் அவன் மாமனும் யாழ்ப்பாணவரசனுமாகிய மகல்லக்கநாகன் இலங்கைக்கு அரசனாயினான். அதன்பின் கதிரமலையிலரசு செய்தவர்கள் இலங்கை அரசர்களுக்குப் பணிந்தேயிருந்தார்கள்.

கண்ணகித் தெய்வ வழிபாடு

பத்தினி தெய்யோ

இலங்கை யரசர் நாகர் குலமானது

மகல்லக்கநாகனுக்கு முன்னோ பின்னோ வளைவணன் என்னும் நாகவரசன் கதிரமலையிலரசு புரியுங்காலத்தில், கிள்ளிவளவன் என்னுஞ் சோழவரசன், யாத்திரை காரணமாக மணிபல்லவத்திற்கு வந்து, நாகவரசன் மகளாகிய பீலிவளை என்பவள் மேற் காதல்கொண்டு, முன்னாள் அருச்சுனன் நாககன்னியொருத்தியை மணந்தபிரகாரம் அவளை மணந்து, ஓர் ஆண்மகவைப்பெற்றான். பீலிவளை தான்பெற்ற மகனைக்கம்பளச்செட்டியென்னும் வணிகனிடங்கொடுத்து, அவன்தந்தையிடஞ் சேர்க்கும்படி கையடையாகக்கொடுத்தாள். அச்செட்டியேறிப் போந்த கப்பல் காற்றி

சோழர்-நாகர் கலப்பு

ஞலடிபட்டுக் கரையிலேற்றப்பட்டு உடைந்து பிள்ளை யுந்தவறிப்போனபடியால்,

"கெடுகலமாக்கள் புதல்வனைக்கெடுத்தது
வடிவேற்கிள்ளி மன்னனுக்குரைப்ப
மன்னவன் மகனுக்குற்றது பொறு அ
னன்மணியிழந்த நாகம்போன்று
கானலுங் கடலுங் கரையுந்தேர்வுழி",

தொண்டை மான்இளந் திரையன்

தொண்டைக்கொடியாற் சுற்றப்பட்டுக் கரையிலிருந்த புதல்வனைக் கண்டெடுத்துத், தொண்டைமான் இள ந்திரையன் எனப்பெயர்வகித்துத், தக்கபருவத்திலே தனதாசுரிமையிலொருபகுதியை அவனுக்குக் கொடுத்துக், காஞ்சிபுரம் என்னும் நகரிலிருந்தாசாளும் படி வைத்தான். அவனாசாண்டபூமி தொண்டை மண்டலம் எனப்பெயர்பெற்றது. இளந்திரையனுக் குப்பின் அரசாண்ட அவன் குலத்தவர்கள், அவனு டைய தாயின் தேசமாகிய மணிபல்லவத்தை விளங்க வைக்கும்படி, பல்லவரென்னுங் குலப்பெயரை வழங் கிச், சோழ, பாண்டிய, ஆந்திர, கலிங்க, ஈழதேசங்களை வெற்றி கொண்டு, கீர்த்திப்பிரதாபத்துடன் எழுநூறு ஆண்டுகளுக்குமேல் அரசாண்டிருந்தார்கள். யாழ்ப் பாணமும் அவர்கள் கொற்றைக் குடைக்கீழடங்கியி ருந்ததென்பதற்கு அங்கே வழங்கும் பல்லவராயன் கட்டு என்னும் ஊர்ப்பெயரும், நன்னி முதலிய ஆட் பெயரும், போத்தாயர் என்னுந் தெய்வப்பெயருஞ் சான்றுகளாகும்.

பல்லவர்

மேலைத் தேச வியா பாரவழி

கிறீஸ்துவுக்குமுன் ஒரு நூறுண்டு தொடக்கம் பின் நானூறுண்டுகள் வரைக்கும், மேலைத்தேசவாசிக ளாகிய கிரேக்கரும் ரோமரும் இந்தியா இலங்கைமுத லிய கீழைத்தேசங்களுடன் முக்கியமான வியாபா ரஞ்செய்துவந்தார்கள். கிரேக்க ரோமதேசங்களிலி ருந்துவரும் வர்த்தகர்கள் எகிப்திலே அலெக்ஸந்திரியா

நகருக்குக் கப்பல் மார்க்கமாகவந்து, எகிப்திற் கூடாக
ஒட்டைகளிலேவர்ந்து பிரயாணஞ்செய்து, செங்கடலின்
வடகரையிலேயிருக்கும் பெரிநயிசி என்னுந் துறை
முகத்தைச்சேர்ந்து, அதிலிருந்து வங்கமேறிக், கடற்க
ரையோரமாக இந்தியாவுக்கும் இலங்கைக்கும் வரு
வது வழக்கமாயிருந்தது. அரபியர்களே இம்மார்க்க
மாய், கிரேக்கருக்கு முன் வரத்தொடங்கியவர்கள்.
மன்னாரிலும் மாதோட்டத்திலுங் காணப்படும் பெ
ருக்குமரங்கள் அரபியரால் கொண்டுவரப்பட்டனவே.

கிறீஸ்துவுக்குப்பின் 50 ம் ஆண்டிலே அன்னியஸ்பு
ளொக்காமஸ் என்னும் ரோமநகரான் ஏறிவந்தமரக்
கலம் காற்றினல் அடிபட்டு அராபியாவிலிருந்துசமுத்
திரமார்க்கமாகக் குதிரைமலைவந்து சேர்ந்தது. அ
வன் குதிரைமலையிலிருந்து கதிரைமலைபோய், தன்தே
சத்தின் பெருமையைப்பற்றியும் அரசனின் மகத்து
வத்தைப் பற்றியும், அவனுடன் செய்யக்கூடிய வியா
பாரத்தின்பலனைப் பற்றியும் புகழ்ந்துகூறக், கதிரமலை
யாசனும் மகிழ்ந்து தன் அதிகாரியாகியவோர் ஆராச்
சியாரை அவனுடன் ரோமதேசத்தரசனிடம் தானு
பத்தியமாகவனுப்பினன்.

ரோம தேசத்துக்குத் தானு பத்தியம்

அக்காலத்தில் இலங்கையின் பிரசித்த துறைமு
கம் மாதோட்டம் என்னும் பெருந்துறையே. அதைப்
பிரதானதுறைமுகமாகக் கொண்டு வங்காளக்குடாக்
கடலுக்கூடாய்க் கீழைத்தேசங்களுக்குப் போகும்
மரக்கலங்களும், சீனதேசத்திலிருந்து வரும் மரக்க
லங்களும் யானையிறவுக்கடலுக் கூடாகப் போக்குவ
ரவுசெய்வதுண்டு. அக்கடலிலே இப்போது பூநகரி
எனப்படும் பூதூக்கியும், கல்முனை எனப்படும் தலைக்
கோடியும், நாவாந்துறையும், துறைமுகங்களாக
விருந்தன. நாவாந்துறையிலிருந்து சங்கடம் என்னுந்
தோணிகளிலே, முற்காலத்தில் ஆழ்ந்தகன்றுமிருந்த
வழுக்கியாறு வழியே கதிரமலைக்கு வியாபாரப் பண்

யாழ்ப்பாணப் பண்டைத் துறைமுகங்கள்

டங்களேற்றிச் செல்வதுண்டு. யாழ்ப்பாணத்திலுள்ள ஊர்காவற்றுறைக்கு இப்பொழுதுஞ் சங்கடநாவாந்துறை என்னும் பெயர் வழங்குவது நோக்கத்தகும். கதிரமலையே பலதேசவியாபாரங்களுக்கும் மத்திய

இறக்குமதி ஏற்றுமதி ஸ்தானமாயிருந்தது. துகிலும், மிளகும், முத்தும், பொன்னும், அகிலும், அரிசியும், கறுவாவும், இஞ்சியும், வைரக்கற்களும், சங்கும் இலங்கையிலிருந்து பிறதேசங்களுக்கு ஏற்றுமதி செய்யப்பட்ட பண்டங்களாகும். பொன்செய்பாவையும், வயிரமும், அம்பரும், கர்ப்பூரமும், பட்டும், சந்தனமும் பிறதேசங்களிலிருந்து இங்கே வந்தன.

கார்நகத் தொழிலும் பருத்தி விளைவும் மாந்தைப்பகுதியிலும் யாழ்ப்பாணத்திலும் பருத்தி அதிகமாக விளைவிக்கப் பட்டபடியால், துணியுமதிகமாக நெய்யப்பட்டது. "நோக்குநுழை கல்லா நுண்மைய பூக்கனிந் தாவுரியன்னவறுவை", "காம்புசொலித்தன்னவறுவை", "ஆவியன்ன அவிர்நூற் கலிங்கம்", "புகைவிரித்தன்ன பொங்குதுகில்", "கண்ணுழைகல்லா நுண்ணூற்கைவினை வண்ண அறுவை", "பாம்புபயந்தன்ன வடிவின் காம்பின் கழைபடுசொலியின் இழைமணிவாரா ஒண்பூங்கலிங்கம்", என்று புலவர்†களாற் பலபடப்புகழப்பட்ட மிகவும்மென்மையான ஆடைகள் நுண்ணிய நூலால்நெய்யப்பட்டன. ரோமதேசத்துப் பெண்கள் இத்துகில்களுக்கு மிகவும் விருப்புடையவர்களாயிருந்தபடியால், இத்துணிவியாபாரம் மேலைத்தேசங்களுடன் சிறப்பாக நடந்தது. நூற்று எஞ்சிய பருத்தி பிறதேசங்களுக்கும் ஏற்றுமதி செய்யப்பட்டது. அக்காரணம்பற்றியே

---

† பொருநராற்றுப்படை - 82 - 83, சிறுபாணாற்றுப்படை - 236, பெரும்பாணாற்றுப்படை - 469. புறநானூறு - 383, 398, மணிமேகலை - 28ம் காதை - 52 - 53. மேற்கூறிய நூல்களின் அடிகளைக்கொண்டு அறியலாம்.

யாழ்ப்பாணத்து வடகரைத் துறைமுகத்திற்குப் பருத்தித்துறை யென்னும் பெயரிடப்பட்டது. ஆங்கிலேய வரசாட்சி தொடங்கிய பின்னரும் மன்னார்ப் பகுதியிற் பருத்திச்செய்கை ஓர் ஐரோப்பியனின் மேற்பார்வையின் கீழ் நடத்தப்பட்டதானால், அக்காலத்துப் பருத்திச்செய்கையின் பெருக்கம் எத்துணையளவாயிருந்திருக்குமென்பதை ஒருவாறு ஊகித்தறியலாம். நூல்நூற்கும் இராட்டினங்களும் ஒவ்வொரு வீட்டிலு மிருந்தன. ஆயிரம் ஆண்டுகளுக்கு முன் பிறதேசங்களுக்குப் பருத்தியுந் துகிலும் ஏற்றுமதிசெய்த விந்நாடு, இப்போது தனக்குவேண்டிய புடைவைக்காகப் பிறதேசங்களை நோக்கிக் கைகூப்பி நிற்பது தற்கால நவீனநாகரீகத்தின் கெடுகாலப் பயனென்றே சொல்லவேண்டியது! அக்காலத்தில் பொன்னணிகளுடன் சங்குநகைகளும் பெரும்பாலும் அணியப்பட்டு வந்தன. பின்னாட்களில் சங்குநகைகள் புறக்கணித்தொதுக்கப்பட்டபடியால், நூற்றுக்கணக்கான கைத்தொழிலாளர் சீவனம் செய்யும் வருவாயற்றனர்.

பருத்தித் துறை

மகல்லக்கநாகனின் மகனாகிய கனிட்டதிஸ்ஸன் என்பவன் (கி. பி. 165-193) அநுராதபுரத்திலரசு செய்தகாலத்தில், கதிரமலையிலிருந்த பெரிய பள்ளியின் கட்டிடத்தைத் திருத்தியமைத்தான். வொஹாரிக்கதிஸ்ஸன் காலத்தில் (கி. பி. 215-237), அவன் மந்திரியாகிய முகநாகன் என்பவன், சுளிபுரத்தில் திஸ்ஸவிகாரையைச் சுற்றி ஒருமதில் கட்டுவித்தான். அரசனும் கண்ணகிக்கோட்டத்திற்கு நிவசரிச் செலவுக்கு வேண்டிய பொருள் விடுத்ததுமன்றி, நாகதீவதுணை திஸ்ஸமகாவிகாரை யென்னும் பள்ளிகளைச்சுற்றி மதில்களுங் கட்டுவித்தான். வொஹாரிக்கதிஸ்ஸனின் தம்பியாகிய அபயநாகன் என்பவன்,

யாழ்ப்பாணத்திற் புத்த ஆலயங்கள்

தனது தமையன் தேவியுடன் தான் கூடாவொழுக்கம் புரிந்தது வெளிப்பட்டமையால் பயந்து, வல்லுவெட்டித்துறைக்குப்போய், அங்குகப்பலேறி இந்தியா சென்று, தமிழ்ச்சேனையொன்றைத் திரட்டிப், பின் இலங்கைக்கு வந்து, தமையனை வென்றுகொண்டு, எட்டுவருடமரசாண்டான்.

இலம்பக் கன்னர்

அநுராதபுரத்திலரசாண்ட நாகவரசர்களிற் பின்னவனாகிய விசயன் என்பவனைக்கொன்று யாழ்ப்பாணத்திலிருந்து வந்த இலம்பக்கன்னராகிய சங்கத்திஸ்ஸன், சங்கபோதி, கோதபயன் என்னும் மூவரும் ஒருவர்பின்னொருவராக அரசாண்டார்கள். சங்கத்திஸ்ஸன் என்பவன் (கி. பி. 248-252) சம்புப்பழம் தின்பதற்காக, பாசினதீவாகிய யாழ்ப்பாணத்திற்குத் தனது அந்தப்புரப் பெண்களுடனும் மந்திரிபிரதானிகளுடனும் போகும் வழக்கமுண்டு. அவன் அங்குச் செல்லுங்காலமெல்லாம், அவனுக்குப்பந்தர் அமைத்து உபசாரம் செய்யவேண்டிய குடிகள், அப்படி நெடுநாளும் செய்ய ஆற்றாதவராய்ப் பழங்களிலே நஞ்சூட்டிவைக்க அவனுண்டிறந்தான். அவனுக்குப்பின் வந்த ஸ்ரீசங்கபோதி யென்பவனைக், கோதபயன் யாழ்ப்பாணத்திலிருந்து சேனையொன்றுடன் வந்து துரத்திவிட்டு அரசுபுரிந்தான்.

ஸ்ரீ சங்க போதியுங் தமனாலும்

ஸ்ரீசங்கபோதி வியாங்கொடைக்கு அணிமையிலுள்ள ஒரு பள்ளியிலொளித்திருந்தான். கோதபயனோ அவன் தலையைக் கொய்து வருபவனுக்கு ஆயிரம்பொன் பரிசுகொடுப்பதாகப் பிரசித்தஞ் செய்திருந்தான். இதையறிந்த கயவனொருவன் சங்கபோதியிடத்திற்குச் சென்று அன்புபாராட்டி, உண்டியுதவப்பெற்றுப், பின்தியாகங் கேட்டான். உடனே சங்கபோதி, கோதபயன் விளம்பரப்படி விலையைப்பெறுகவெனச்சொல்லித், தனது உடைவாளாற் சிரத்தைக்கொய்து கொடுத்தான். ஸ்ரீசங்கபோதி தனக்கு நூறாண்டுகட்கு

முன் குதிரைமலையிலிருந்து குமணனுடைய† வள்ளற்றன்மையைப் பின்பற்றினனென்றே நினைக்கவேண்டிக் கிடக்கின்றது.

குளக்கோட்டன் திருப்பணி

சகவருடம் 358 க்குச் சரியான கி. பி. 436-ல் குளக்கோட்டன் என்னும் ஓர் இந்தியவாசன் திருக்கோணேசர்மலைக்குச் சென்று, கோணேசர் கோயிலைப் பெருப்பித்துப் புதுக்குவித்து, அநேக மானியங்களைக் கோயிலுக்குச் சாதனஞ்செய்து, தம்பலகாமவயல் நிலங்களுக்குநீர்ப்பாய்ச்சும்பொருட்டுக் கந்தளாய் என்னும் பெருங்குளத்தையுங் கட்டுவித்தான். அக்காலத்தில் அநுராதபுரத்தில் அரசாண்ட பாண்டு என்னுந் தமிழரசன், சைவசமயிகளின் வேண்டுகோளுக்கிணங்கி, புண்ணிய தீர்த்த ஸ்தலமாகிய கீரிமலைக்கணித்தாயுள்ள விடங்களில் மீன்பிடித்துக் கருவாடாக உலர்த்தும் முக்குவர்களை அவ்விடங்களினின்றுந் துரத்திவிடும்படி, யாழ்ப்பாணம் போயிருந்தான்.

கிழக்குக்கரையில் முக்குவர் குடியேற்றம்

அவனாற்றுரத்தப்பட்ட முக்குவக்குடிகள் மட்டக்களப்புக்கு அணித்தாயுள்ள இலங்கையின் கிழக்குக்கரையிற் குடியேறினார்கள். அவர்களின் பிரதானிகளாகிய உஸ்மான், சேந்தன் என்பவர்களின் பெயர்கள் உஸ்மான்துறை, சேந்தன்களம் என்னுமிடப்பெயர்களோடு சேர்ந்து வழங்கப்படுகின்றன. குளக்கோட்டனின் பிரயத்தனங்களைப்பற்றிக் கேள்வியுற்ற பாண்டுவின் மனைவி, குளக்கோட்டனை அவணிருந்துந் துரத்திவிடும்படி மந்திரியை அனுப்பினாள். மந்திரி குளக்கோட்டனின் வேலைகளைப்பார்த்து அதிசயித்தவனாய், அவன்சேனையைக் கண்டுபயந்து, அவனைப்புகழ்ந்து திரும்பினான்.

---

† குமணனைப்பாடிய பெருஞ்சித்திரனார் தகடூர்வென்ற அதியமான் நெடுமானஞ்சி காலத்தவராகையாலும், அந்நெடுமானஞ்சியையும் சேரன் செங்குட்டுவனையும் பரணர் பாடியிருப்பதாலும், செங்குட்டுவன் முதலாங் கயவாகு காலத்தவனாகையாலும், குமணனுங் கயவாகு காலத்தவனே.

வன்னியர் அதிகாரம்

குளக்கோட்டனே திருக்கோணேசர் கோயிலுக்கு அதிகாரிகளாக வன்னியர்களைக்கொண்டுவந்து நியமித்தான் என்பது நம்பொனுக்கூற்றேயாம். பிற்காலத்தில் சோழ பாண்டிய சேனைகளுடன் வந்த போர்வீரராகிய வன்னியர் சிலர் இலங்கையிலே தங்கிக்கோயிலதிகாரத்தைக் கைப்பற்றியதுமன்றி, மன்னார்முதல் திருக்கோணமலைவரையும், யானையிறவு முதல் காட்டுத்தம்பளைவரையுமுள்ள பாந்ததேசத்தின் அதிகாரிகளாயுஞ் சிற்றரசர்களாயுமிருந்தார்கள். யாழ்ப்பாணத்தரசரினதுஞ் சிங்களவரசரினதும் அதிகாரங்கள் குறைந்தகாலத்திற்றான் இப்பகுதிகளிலரசுரிமை வகித்தார்கள். வன்னியரின் ஆட்சிக்குளிருந்தபடியால் அத்தேசம் வன்னி நாடெனப்பட்டது.

ஸ்ரீ நாகன் தோல்வி

இரண்டாம் அக்கிரபோதி அரசன் கதிரமலையில் ஒரு புத்தபள்ளி கட்டுவித்தான். சீலமேகவண்ணன் காலத்திலே (கி. பி. 614-623) கதிரமலையரசனாகிய ஸ்ரீ நாகன் என்பவன் இந்தியாவில் பல்லவவரசனாகிய சிங்கவிஷ்ணுவினுடைய உதவிகொண்டு அவன்சேனைகளுடன்வந்து சிங்களவரசனையெதிர்த்தான். அப்போரில் அவன் உயிரிழந்ததுமல்லாமல், அவன் படைவீரர்தாமும் பிடிக்கப்பட்டுப் புத்தபள்ளிகளுக்குச்சிறைகளாகவுமனுப்பப்பட்டார்கள். தான் ஒருகாலத்தும் இலங்கைக்குப் படைபெடாதிருந்தும், சிங்களவரசனை வென்றதாகக் காசாக்குடித் தாமிரசாசனத்தில் சிங்கவிஷ்ணுவால் வரையப்பட்டது இப்போரைக் குறித்தேயாம்.

சிங்களவரசர் உட்பகையுந் தமிழரின் உயர்வும்

அக்காலத்தில், சிங்கள வரசர்களுக்குள்ளே உட்பகைவிளைந்து தமிழ்ச்சேனைகளினுதவிகொண்டு அவர்கள் ஒருவரோடொருவர் இகலிப் போர்புரியலாயினார். இருபகுதியாரின் சேனைகளையுங் காப்பாற்றப் புத்தப்பள்ளிகளின் பொருள்களெல்லாங் கவரப்பட்

டன. என்றாலும், சின்னாளில் சிங்களவரசருடைய மந்திரி பிரதானிகள் தமிழரானதுமன்றி, அதிகாரத்திலுந் தமிழர் மேற்பட்டார்கள்.

இரண்டாங்காசியப்பன் (கி. பி. 652 - 661) இறந்தபின் அரசெய்திய தப்புலன் (கி. பி. 661 - 664) தமிழதிகாரிகளை நீக்கத்தொடங்கியபொழுது, டாத்தோப திஸ்ஸனின் மருகனாகிய ஆத்தடாத்தன் என்பவன் இந்தியாவுக்குப்போய்த், தமிழ்ச்சேனையுடன் வந்திறங்க, இலங்கையிலுள்ள தமிழரெல்லோரும் அவனுடன்சேர்ந்து, அரசுரிமையை அவனுக்குக்கொடுத்து, இரண்டாம் டாத்தோபதிஸ்ஸன் என மகுடஞ் சூட்டினார்கள். பின்னுஞ் சிலகாலத்தில் பொலன்னறுவையாகிய புலத்திநகரத்தில் முதல் அரண்மனைவகுத்த நான்காம் அக்கிரபோதியரசனிறந்தபின், பொத்தக்குட்டன் என்னும் தமிழ்ப்பிரதானியின் அதிகாரம் மேற்பட்டபடியால், இரு சிங்களவரசர்களுக்கு முடிசூட்டி, அவரை ஒருவர்பின் ஒருவராகப் பெயரளவில் மாத்திரம் அரசர்களாகவைத்துத், தானேயரசு செய்துவந்தான்.

மாணவர்மனின் இலங்கைவெற்றி

இரண்டாங் காசியப்பன் மகனாகிய மாணவர்மன் என்போன், சிங்களவரசர்களுக்குப் பயந்து சில காலம் யாழ்ப்பாணத்தில் மறைந்திருந்து, பின் இந்தியாசென்று, பல்லவ அரசனாகிய முதலாம் நாசிங்கவர்மனுக்குக்கீழ் உத்தியோகத்தமர்ந்து, அதிகாரியாயிருந்தான். இவன் நாசிங்கவர்மனின் படைத்தலைவனாயிருந்த சிறுத்தொண்டருடன் "தண்டுபோய் வடபுலத்து வாதாவித் தொன்னகரந்துகளாக்"ப் பொருது தன் வீரத்தைக் காட்டியபடியால், பல்லவ வரசனும் இவனுக்கு இருமுறை சேனைகளுதவி இலங்கை அரசனை வெல்லும்படி அனுப்பினான். இரண்டாம் முறையில், யாழ்ப்பாணத் துறைமுகமொன்றி

லிறங்கி, அத்தேசத்தை வெற்றிகொண்டு, அநுராத புரஞ் சென்று, இரண்டாம் ஆத்கடாத்தனையும் அவனுட னுதவிக்கு வந்த பொத்தக்குட்டனையும் வென்று, கி. பி. 668-ல் இலங்கையரசனாயினான். பல்லவர்களுக்கமைந்து சிற்றரசர்களாயிருந்த முத்தரையர் குலத்தவனாகிய பெரும்பிடுகு முத்தரையன் வைரன் மாறன் என்போன், மணலூரை வெற்றிகொண்டதெனச் செதுக்கிய கற்சாசனமொன்று செந்தலையென்னும் ஊரிலிருக்கின்றது. † அம்மாறன் மானவர்மனுக்குக் கொடுத்த பல்லவசேனைக் கதிபதியாய் வந்து, மணலூராகிய யாழ்ப்பாணத்தை வெற்றிகொண்டதை அச்சாசனங் குறிக்கும்.

"பேய்
† புண்ணளைந்து கையூம்பப் போர்மணலூர் வென்றதே
மண்ணளைந்த சீர் மாறன் வாள்"
எனச்சாசனத்திற் கண்டது.

இரண்டாம் அதிகாரம்.

கலிங்கர் காலம்

கி. பி. நாலாம் நூற்றாண்டு தொடக்கம் எட்டாம் நூற்றாண்டு முடியும் வரையுமிருந்த யாழ்ப்பாணத்தரசர், சிலகாலங்களிற் றனியரசாயுஞ் சில காலங்களில் அநுராதபுரத்தரசர்களுக்கு அடங்கியு மரசாண்டார்களென்பதும், முன்நாகராயிருந்து பின் சிங்களவரசரான மிசிரகுலத்தைச் சேர்ந்தவர்களென்பதும், நாடெங்குங் கிலமாய் விளங்கும் புத்தபள்ளிகளின்சான்றால் அவர்கள் புத்தசமயத்தைச் சேர்ந்தவர்களென்பதும் அறியக்கிடப்பதன்றி, அவர்கள் பெயர்களாதல், அவர்கள் அரசாட்சிசெய்த காலத்துண்டான விசேட வூர்ச்சம்பவங்களாதல் தெரியவில்லை. முறைக்குமுறை பல்லவ அரசர்களாலடிக்கப்பட்டு, அவர்களுக்குத் திறையுங்கொடுத்துவந்தவர்களாகவும் ஊகிக்கலாம். எட்டாம் நூற்றாண்டிலே பல்லவர்வலியும் அநுராதபுரத்துச் சிங்களவரசர் வலியுங் குன்றினபடியால், அவர்கள் யாழ்ப்பாணத்தைக் கவனியாது விட்டார்கள் போலும்! யாழ்ப்பாணத்திலும் சிற்றரசர்கள், சக்தியற்றோ அன்றி வழித்தோன்றல்களில்லாமலோ, அவர்கள் சந்ததி தலைகாட்டாதடங்கின. இடையிட்ட காலம்

இதையறிந்த கலிங்கவரசன் உக்கிரசிங்கன் என்போன், கி.பி. 785-ல் கதிரமலையிலிருந்த மணித்தவிசை யேறி, அதிலிருந்து இலங்கையின் வடபாகத்தை அரசு செய்துவந்தான். அவன் விஜயராசனின் வமிசத்தைச் சேர்ந்தவனெனவும், வடதேசத்திலிருந்து பெரும்படையுடன் வந்தான் என்றும் வைபவமாலை உக்கிரசிங்கன்

கூறும். ஆனால் அவன் கலிங்க தேசத்திருந்து வந்தவன்றானோ, அல்லது கதிரமலையின் விவரங்களை இலகுவிலறியக்கூடியதும், விஜயராசனுடன் வந்த கலிங்கர் குடியேறியதுமான அண்ணிய சிங்கபுரத்தலைவனோ என்று தெரியவில்லை. அவன் சின்னாட்களுக்குள் கதிரமலையை விடுத்துச் சிங்கைநகரைத் தன் இராசதானியாக்கியதே, பிந்தியதை உண்மையென ஒருவாறு நிலை நிறுத்தும்.

மாருதப்பிரவல்லிவரவும், அவள் மணமும்

அவன் கதிரமலையிலிருந்தரசாண்ட காலத்தில், மாருதப்பிரவல்லி என்னுமோர் அரசகன்னிகை இந்தியாவினொரு பகுதியினின்றுந் தன் பரிவாரங்களுடன், தீர்த்தயாத்திரை காரணமாகக் கீரிமலைக்கு வந்து, குமாரத்திபள்ளமென்னுமிடத்திற் பாளைய மடித்துக், கீரிமலையில் நீராடிக்கொண்டு, தன் பாளையத்துக் கணித்தாய்க் கந்தவேளுக்கொருகோயில் எடுப்பித்தாள். அப்படியிருக்கும்பொழுது உக்கிரசிங்கன் அவள்மேற்கொண்ட காதலினாலோ, அல்லது தன்னரச குடும்பத்தைப் பெருமைப்படுத்தும் நோக்கத்தினாலோ, ஓரிரவு அவள் கூடாரத்துட் புகுந்து, அவளைப்பலவந்தமாகத் தன் கதிரமலைக்கு எடுத்துச்சென்று, அவளைமணந்தான்.

மாவிட்டபுரம் கந்த கோட்டம்

அவளுடைய வேண்டுகோளுக்கிணங்கி, உக்கிரசிங்கன், மாவிட்டபுரத்தில் அவளால் தொடக்கிய கந்தவேள்கோட்டத்தைக் கட்டிமுடிப்பித்து, இந்தியாவிலிருந்து அக்கோயிலுக்கு வேண்டிய விக்கிரகங்களையும் பூசைசெய்யத் தில்லைவாழந்தணர்குடியில் பெரியமனத்துள்ளார் என்னும் விப்பிரனையுமழைப்பித்து, ஆனிமாசத்து உத்தர நாளில் கொடியேற்று விழாவையுஞ் செய்வித்தான்.

காங்கேயன் துறை நாம விளக்கம்

முன் புத்தசமயிகள் காயா யாத்திரைசெய்வதற்காகக் கப்பலேறுந் துறையாகவிருந்த காயாத்துறை, அல்லது காசாத்துறை என்பது, காங்கேயனென்னும் நாம

முடைய கந்தவேள் சிலை வந்திறங்கியபின்னர் காங்கேயன்துறை யென மாறிவழங்குவதாயிற்று. பெரிய மனத்துள்ளாரின் சந்ததியாரே இன்றும் மாவிட்டபுரக் கந்தவேள் ஆலய சொந்தக்காராயும் அருச்சகர்களாயுமிருக்கின்றார்கள்.

சிங்கைநகர் இராசதானியானது

இதற்குச்சிலகாலத்திற்குப்பின், உக்கிரசிங்கன், நாகவாசர்களுக்கு அநேகவாயிரவாண்டுகளாகத் தலைநகராகவிருந்த கதிரமலையைவிட்டுச் சிங்கபுரமாகிய சிங்கைநகரைத் தன் இராசதானியாகவுந் தலைநகராகவுஞ் செய்தான்.† தன்னினத்தவர்களுஞ் சனத்தவர்களுமாகிய கலிங்கர் அவ்விடத்திற் குடியேறியிருந்தபடியாலும், கடற்கரைத்துறைமுகமாகவிருந்தபடியாலும், தான் சிவவழிபாடுடையவனானபடியாலும், புத்தபள்ளிகள் நிறைந்திருந்தகதிரமலையிலுஞ் சிங்கைநகரே சிறந்ததெனநினைத்தான்போலும். அவ்விடத்தில் அவனரசு செய்யுங்காலத்தில், நரசிங்கன் என்னும் ஓர் ஆண்மகவும் செண்பகவதி என்னும் ஓர் பெண்மகவும் பிறந்தார்கள். மகனை இளவரசனாக்கினான். உக்கிரசிங்கன் இறந்தவுடன் இளவரசனாகியமகன் ஜெயதுங்கபரராசசிங்கன் என்னும் நாமத்துடன் அரசாண்டான்.

யாழ்ப்பாண நாம விளக்கம்

அவன் அரசியற்றும் நாளிலே யாழ்ப்பாடி என்னும் பாணகுலத்தானொருவன், பரிசில்பெறுவான் வேண்

---

†'சிங்கை நகர்' என்னும் பெயரை மயில்வாகனப் புலவரோ, அவருக்குப் பின் ஏடெழுதியவர் எவரோ, 'செங்கடகநகர்' என்று வைபவமாலையில் மாற்றிவிட்டனர். உக்கிரசிங்கன் காலத்தில் 'செங்கடக நகர்' என்னும் நகர் கனவிலும் அறியப்படாத தொன்று என்பதை அவர் அறியார் போலும். செங்கடகநகர், செங்காடன் நகர் என வாளாகூறும் ஜோன் வைத்தியர் அந்நகர், ஒன்றற்கொன்று திரிபடைதற்குச் சிறிதுஞ் சம்பந்தமில்லாத சிங்கைநகராகி, நல்லூராகிப் பின் கண்டியாவதற்கு அவர் கூற்றே ஆதாரம் போலும்.

டி அரசனவைக்களம்புக்கு, யாழ்வாசித்து, அதன் மாட்டுத் தனக்குள்ள போாற்றலைக் காட்டினான். அரசனும் அவ்வியாழினின்றும் எழுந்த கீதவின்பத்திலீடுபட்டுத், தன்தேசத்துத் தென்கோடியிலிருந்ததும், இப்போது கரையூர், பாசையூரென்றழைக்கப்படுவதுமாகிய மணல்மேட்டைப் பரிசிலாகக் கொடுத்தான். யாழ்ப்பாடியு முவகையுடனேற்றுத், தன்னூர்சென்று, தன்குலத்தார்களாகிய சிலபாணர்களைக் கொணர்ந்து, மேட்டைத் திருத்திக்குடியேற்றினான். அவனும் அவன்குலத்தாருங் குடியேறிய இடம் யாழ்ப்பாணம் என்றழைக்கப்பட்டது. பாணரிற்சிலபிரிவினர் மீன்பிடிக்குந் தொழிலுடையவர்களானபடியால், ஆங்குக் குடியேறியவர்களுமத்தொழிலையே செய்துவந்தார்கள். நெய்தல் நிலமாக்கள் வசித்தபடியால் இக்கிராமங்களுக்கு யாழ்ப்பாணப்பட்டினம் என்னும் பெயர் இடப்பட்டது. அவ்விடம், பின்னாளில் பிறதேசப்பிரயாணிகளின் கப்பல்கள்கட்டுந்துறையாகி, யாழ்ப்பாணத்துறை, யாழ்ப்பாணப்பட்டினத்துறை, பட்டினத்துறை என்ற பெயர்களாலழைக்கப்பட்டு, அப்பெயர் பின்பறங்கிக்காரர் கட்டிய நகரிக்காகி, ஈற்றில் குடாநாடு முழுவதற்குமுரித்தாய்விட்டது.

வரகுணன் வெற்றி

கி. பி. 823 தொடக்கம் 843 வரை இலங்கையிலரசாண்ட முதலாம் சேனன்காலத்தில், சின்னமனூர் தாமிரசாசனத்திற் கூறப்பட்டவனும், இராசஜிம்மனுக்குப்பின் மதுரையையாண்டவனுமாகிய வரகுணன் என்னும் பாண்டியன், இலங்கைக்குப்படையெடுத்துவந்து, சிங்கைநகரில் ஜெயதுங்கனை வென்று†.

† உதயேந்திரம் தாமிரசாசனத்தில் குறிக்கப்பட்டவனும், திருப்புறம்பயம் எறிந்தவனுமாகிய வரகுணன் இவனே. (தென்னிந்திய சாசனங்கள் 2ம் வலியூம், 3ம் பகுதி, 76ம் சாசனம்.)

தன்னாணைக்குள்ளாக்கி, பொலன்னறுவையைப் பாழாக்கி, புத்தபள்ளியிலிருந்த தங்கவிக்கிரகங்களையும், புத்தனின் பிக்ஷாபாத்திரத்தையும், ஜயபேரிகையையும் எடுத்து நகரத்தைக்கொள்ளைகொண்டும், சேனனிடம் திறைபெற்றுஞ் சென்றான்.

மாணிக்கவாசகரும் பெருந்துறையும்

இறையனார் அகப்பொருளில் உதாரணமாக எடுத்தாளப்பட்டிருக்குங் கோவைநூற்செய்யுள் ஒன்றில், † மணற்றியைவென்றவனாகச் சொல்லப்பட்டிருக்கும் பாண்டியன், இவ்வரகுணனேயென்பதும், மாணிக்கவாசக சுவாமிகள் திருக்கோவையாரிற் புகழ்ந்துபாடியிருக்கும் வரகுணனுக் § இவனே என்பதும், அதனால் மணிவாசகப்பெருமான் இவ்வரகுணன் காலத்தவரே என்பதுஞ் சில ஆராய்ச்சியாளர் கூற்று. எனினும் பல்லாவரம் சுவாமி வேதாசலம்பிள்ளை அவர்கள் பலதிற நியாயங்கள் காட்டி மாணிக்கவாசக சுவாமிகள் கி. பி. மூன்றும் நூற்றாண்டி லுள்ளவரென்று நிறுவியிருக்கின்றார். சுவாமிகள் எக்காலத்தவராயினுஞ்சரி, அவர் ஞானோபதேசம் பெற்ற பெருந்துறை மாதோட்டமே. ‡ சம்பந்தசுவாமிகளும் சுந்

---

† "மின்னேரொளிமுத்த வெண்மணன்மேல் விரை நாறு புன்னைப்
பொன்னேர் புதுமலர்த்தாய்ப் பொதிவண்டு முரன்று புல்லா
மன்னேரொழிய மணற்றிவென்றான் கன்னிவார் துறைவாய்த்
தன்னேரிலாத தகைத்தின்றி யான்கண்ட தாழ்பொழிலே.
52ம் பக்கம்

§ மன்னவன் றெம்முனை மேற்செல்லுமாயினு மாலரியே
றன்னவன்றேர் புறத்தல்கல் செல்லாது வரகுணனாம் [லா
தென்னவனேத்து சிற்றம் பலத்தான் மற்றைத் தேவர்க்கெல்
முன்னவன் மூவலன்னாளுமற்றோர் தெய்வமுன்னலனே.
செய்யுள் 306

‡ 'மாதோட்டம்' என்னும் பெயர் 'மாதொட்ட' வென்னுஞ் சிங்களப்பெயர்திரிந்த தமிழ் வடிவமே. மா = பெரிய, தொட்ட = துறை.

தமூர்த்தி சுவாமிகளும் இத்தலத்தை மாதோட்டமெனக் கூறியிருப்பினும், மாணிக்கவாசக சுவாமிகள் மாதோட்டம் எனப்பெயர்தரும் பெருந்துறை என்று அருந்தமிழ் மொழியால் கூறியிருக்கின்றார். தேவாரத்தில், "வங்கம்மலிகின்ற கடல் மாதோட்டநன்னகர்" எனவும், பினீசியர், கிரேக்கர், ரோமர் முதலிய மேலைத் தேசவணிகரின் கப்பல்களுக்கு உறைவிடமெனவும், இந்திய அரசர்களுக்கு வேண்டிய அரபிய, பாரசீய குதிரைகளைப் பெருந்தொகையிலிறக்கப்படும் புகழ்மலிந்த துறை எனவும், இம்மாதோட்டம் பொலிந்து விளங்கியிருக்கவும், இவைதமைப்புறக்கணித்து, மாணிக்கவாசகசுவாமிகள் ஞானதீக்கைபெற்ற பெருந்துறை இந்தியாவின் கரையிலென்றே சிலசாரார் கூறுவர்.

ஒன்பதாம் நூற்றாண்டுக்கு முன்னரே மாதோட்டக்கரை மண்நிறைந்து, துறைமுகமாம் உபயோகம் ஒழிந்து வந்தபடியாலும், ஊராத்துறையாகிய "கலா" என்னும்துறையே அக்காலத்துப் பிரசித்திபெற்று விளங்கியதாலும், மாணிக்கவாசகசுவாமிகள் காலமும் அதற்குமுந்தியேயிருக்கவேண்டுமென்பது ஒருதலை.

யாழ்ப்பாண வரசரின் கொள்கைப் பிழை

வரகுணனாற் ஜெயதுங்கவரசன் கொல்லப்பட்டமையாற்போதும், அவனுக்குப்பின் அரசாண்ட அவன்சந்ததியாரின் பெயர்கள் தெரியாது, யாழ்ப்பாணனுக்கு அரசனென்னும் பட்டங் கட்டிவைத்ததுமன்றிப், "பொன்பற்றியூர் பாண்டிமழவ" னென்போன் இந்தியாசென்று சோழவாசகுமாரனையோ, பாண்டியவரசகுமாரனையோ கொணர்ந்து, அவனுக்குக் கூழங்கைச் சக்கரவர்த்தி எனப்பெயருமிட்டு, நல்லூரில் முடியுஞ்சூட்டி வைத்தான் என்னும் புரட்டுக்கதையையுஞ் சரித்திராசிரியர்கள் கட்டிவிட்டார்கள்.

கி. பி. ஒன்பதாம் நூற்றாண்டுமத்திதொடக்கம் பதின்மூன்றாம் நூற்றாண்டுவரையும், ஜெயதுங்கவர

சன் சந்ததியாரே சிங்கைநகரி லரசாண்டு வந்தும், அவர்கள் இலங்கைச்சிங்களவரசருக்குக் கீழ்ப்பட்டோ அன்றிப் பலமுறையும் இலங்கையை வெற்றிகொண்டு சூறையாடிய சோழ, பாண்டியவரசர்களுக்குப் பணிந்தோ விருந்தார்களென்று துணியலாம். ஆனால் சோழவாசர் ஆட்சியின்பின் அவர்களுட் சிலரின் பெயர்கள் ஆங்காங்குச் சிங்கள சரித்திரத்திற் கேட்கப்படுகின்றன.

உக்கிரசிங்ஙன்வழித் தோன்றல்கள்

இலங்கை அரசனாகிய ஐந்தாந்தப்புலன் காலத்தில் (கி. பி. 917-929) பாண்டியனொருவன், சோழனுக்காற்றானாய்த் தன்தேசம்விட்டு இலங்கையரசனிடஞ்சரணடைந்தான். அவனுக்குப் படைத்துணைபுரியச்சேனை கூட்டுங்காலத்து, இலங்கையிலே உட்பகை உண்டாக்கிக் கலகந் தொடங்கியபடியால், பாண்டியன் தன்முடியையும் அரசஉடுப்பையும், இலங்கையில் விட்டு மதுரைக்குத் திரும்பினான். ஆனால் மூன்றாம் உதயன் காலத்தில் (கி.பி. 941-949) பாண்டியன் விட்டுச் சென்ற மணிமுடியும் உடுப்புங் கவர்தல் வேண்டிச், சோழபராந்தகன் படையெடுத்து இலங்கைக்குவந்து, சிங்கைநகர்அரசனைக் கொன்றும், சிங்களவரசனைப் புறங்கண்டும், மணிமுடியைக்

சோழவாசர்படையெடுப்பு

கைக்கொள்ளமுடியவில்லை. இவனுடைய இலங்கை வெற்றியைப் பற்றி "சோழவரசனின் கோபத்தை வாரிநீர் தணிக்கமுடியாமல் அவன் ஆயுதங்களாலுட லழிந்த சிங்களவரசன் பெண்கள் வாரியிறைத்த கண்ணீரே தணித்தது", என்று முதலாம் இராசேந்திர சோழனின் திருவாலங்காட்டுச் சாசனம் கூறும்.

அப்போரில் சிங்கள வரசனாகிய மூன்றும் உதயன் கொல்லப்படாதபடியால் அதில் உடலழிந்தவன், சோழப்படை ஊடறுத்துச் சென்ற யாழ்ப்பாணத்தாசனாயிருத்தல் வேண்டும். கி. பி. 945 ல் நடந்த இந்த யுத்தத்திற்குப் பின், பராந்தகன் "மதுரையுமீழமுங் கொண்ட" என்னும் பட்டத்தையுங் கொண்டான். இவன் பதவிக்குளத்†துக்கருகில் ஒரு நகர் உண்டாக்கி ஸ்ரீ உத்தமசோழனைச் சோழசிற்றாசனாக்கிப்போயினான்.

முதலாம் ராஜராஜன் வெற்றி

பராந்தகனுக்குப் பின் வந்த முதலாம் இராஜராஜன் என்னுஞ் சோழவரசன், நாலாம் மகிந்தன் காலத்திலே, அதாவது கி. பி. 995ல், இலங்கைமேற் படையெடுத்து, மகிந்தனை அவன் இராசதானியாகிய பொலன்னறுவையிலிருந்து துரத்தி, "பொருகடலீழத்தரைசர் தம்முடியும் ஆங்கவர் தேவியர் ஒங்கெழில் முடியும், முன்னவர் பக்கல் தென்னவர்வைத்த சுந்தமுடியும் இந்திரனாரமுங்" கவர்ந்து சென்றான்.

சோழவரச ஏகாதிபத்தியம்

முதலாம் இராஜேந்திரதேவன், கி. பி. 1014ல் இலங்கையை வெற்றிகொண்டு, மகிந்தனையு மவன் மனைவிமக்களையுஞ் சிறைப்படுத்தி, இலங்கையைச் சோழமண்டலத்திெனாருபகுதியாக்கி, மும்முடிச்

† இப்பதவிக்குளம் முதலாம் பராக்கிரமவாகுவின் காலத்தில் பெருப்பித்தாக்கட்டப்பட்ட பராக்கிரம சாகரம் ஆகும். அது வடமத்திய மாகாணத்தில், முல்லைத்தீவுக்குத் தெற்கேயும், கொக்குளாய்வாவிக்கு மேற்கேயுமுள்ளது.

சோழமண்டலமென்று இலங்கைக்குப் பெயர்வகித்து, பொலன்னறுவையைச் சோழ இராசதானியாக்கி, அதன் பெயரையும் ஜனநாதபுரம் அல்லது ஜனநாத மங்கலம் எனப்பெயர் மாற்றி, ஒருசிற்றரசனை அவ்விடத்திருத்திச் சென்றான்.

இலங்கையின் வடபக்கம் கி. பி. 941ல் சோழமண்டலத்திலொருபகுதியாயது. கி. பி. 1012ல் முழுஇலங்கையும் சோழமண்டலத்திற்குச் சேர்ந்தது. கி. பி. 1070ல்முதலாங் குலோத்துங்கன் சோழவரசு கட்டிலேறும் வரையும், இலங்கை சோழவரசரின் ஆட்சிக்குளடங்கியிருந்தது. சோழர் இலங்கையை யரசாண்டகாலம் 126 ஆண்டுகள் என்ப. சிங்கைநகர் அரசர்களும் சோழப்பிரதானிகளானார்கள்.

செம்பியன் பற்றுபெயர்க்காரணம்

அவர்களிருந்த பகுதிக்கும் செம்பியன்பற்று எனப்பெயரிடப்பட்டது. மாதோட்டத்திற்கு இராஜராஜபுரம் என்றும், கேதீச்சரமென்னுஞ் சிவாலயத்திற்கு இராஜராஜேஸ்வரமென்றும் பெயர்கள் மாற்றப்பட்டன. பொலன்னறுவை, மாதோட்டம், பதவிஎன்னுமிடங்களில் சோழவரசர்கள் சிவாலயங்களைக்கட்டினார்கள். வானவன் மாதேவி ஈஸ்வரம் என்னும் இராஜராஜன் தேவி பெயரால்

கிராமச் சபை, வேளாண்மை

கட்டப்பட்ட சிவாலயம் பொலன்னறுவையிலிருந்த சிவாலயங்களுளொன்று. சோழவரசர்கள், வரியறவிடுதற்கும் வழக்குவிளக்கத்திற்கும், நீர்ப்பாய்ச்சல் ஒழுங்குகள் கவனிப்பதற்கும், கிராமச்சபைகளை அமைத்தும், இடைவிடாது போருங்கலகமுமிருந்தும் வேளாண்மையிற்கண்ணுங் கருத்துமாயிருந்து, அது குன்றாதுசெழிக்கவேண்டிய ஒழுங்குகள் செய்தும் வைத்தார்கள்.

உள்நாட்டுக் கலகம்

இலங்கை முழுவதும் சோழ வரசாட்சிக்குள் அமைந்தும், சமாதானம் எப்பொழுதும் இருந்ததில்லை. சிங்கை நகர் அரசருஞ் சிங்கள அரசருங் கூடிச் சோழருடன் சமர்விளைக்க நேருங்காலங்களில்,

சோழவரசர் படையுடன் வந்து கலகம் விளைத்தாரைக் கொன்றும் வென்றுஞ் செல்வர்.

சோழனுக்கு விரோதமாய்ப் பாண்டியனுக்குத் துணைபோன, 11-ம் நூற்றாண்டிலிருந்த சிங்கைநகரரசர்

1. "மானாபரணன் பொன்முடி ஆனைப் [னும்,
பருமணிப்பசுந்தலை பொருகளத்தரிந்தான்" என்
2. "ஒருதனித்தண்டாற் பொருகடலிலங்கையர்
கோமான் விக்கிரமவாகுவின் மகுடமு,
முன்றனக்குடைந்த தெண்டமிழ் மண்டல
முழுவதுமிழந் தேழ்கட
லீழம்புக்க விலங்கேசுரனாகிய
விக்கிரமபாண்டியன் பருமணிமகுடமும்,
காண்டகுதன்னதாகிய கன்னகுச்சியினு
மார்கலியீழஞ்சீரிதென்றெண்ணி
உளங்கொள்தன்னாடு தன்னுறவொடும்புகுந்து
விளங்குமுடிகவித்த வீரசலாமேகன்,
பொருகளத்தஞ்சித் தன் கராக்களிறிழந்து
கவ்வையிற் றோடக் காதலியொடுந்தன்
தவ்வையைப் பிடித்து தாயைமூக்கரிய,
ஆங்கவமானம் நீங்குதற்காக
மீட்டும் வந்துவிட்டொழில் புரிந்து
வெங்களத்துலர்ந்தவச்சிங்கள வரைசன்
பொன்னணி முடியுங் கன்னரன்வழிவந்
துரைகொளீழத் தரைசனாகியசீர்
வல்லவமதனராஜன் மெல்லொளித்
தடமணிமுடியுங் கொண்டான்," என்றும்

மணிமங்கலத்திற் கண்டெடுத்த, முதலாம் இராஜாதிராஜனான சோழவரசனின், கி. பி. 1046-ம் வருடத்துச் சிலாசாசனத்திலும்,

3. தென்றிசைவயிற் போர்ப்படை நடாத்திக்
கார்க்கடலிலங்கையில் விறற்படைக்கலிங்கர்மன்

வீரசலாமேகனைக் காட்டுக்களிற்றொடு
மகப்படக்கதிர் முடிகவித்
திலங்கையிற் கிறைவன் மானாபரணன்
காதலரிருவரைக் களத்திடைப் பிடித்" தாய்,

என்று சோழ இராஜேந்திரதேவனின் 1055-ம் வருடத்து இன்னொரு மணிமங்கலசாசனத்திலும் † வரையப்பட்டிருக்கின்றது.

இரண்டாஞ்சாசனத்திற்சொல்லப்பட்ட விக்கிரமவாகுவும் விக்கிரமபாண்டியனுஞ்சிங்களவரசரென்றும், அவர்கள் கி.பி. 1038லும், 1042லும் இறந்தார்களென்றும், மகாவம்சத்திலிருந்து தெரிவதால், 1038ல் கொலையுண்ட விக்கிரமவாகுவுக்கு முன்னரே, மானாபரணன் 'பசுந்தலை' அரியப்பட்டானெனவும், விக்கிரமபாண்டியன் கொலையுண்ட 1042ல், வீரசலாமேகனுஞ் ஸ்ரீ வல்லபமதனராஜனும் மகுடமிழந்தனரெனவுந் துணியலாம். மூன்றுஞ் சாசனத்தால், முன்மகுடமிழந்த வீரசலாமேகனும், 1038க்கு முன் கொல்லப்பட்ட மானாபரணன் இருமக்களும், 1055க்கு முன் பிடிபட்டார்களென்று தெரியவருகின்றது. ஆகையால், இச்சாசனங்களிற் சொல்லப்பட்ட மானாபரணன், வீரசலாமேகன், ஸ்ரீ வல்லபமதனராஜன் என்போர், கலிங்கரென்றுங் கன்னியகுப்ஜத்திலிருந்து வந்தவர்களென்றுங் குறித்திருப்பதால், அவர்கள் சிங்கைநகர் அரசரென்றேதீர்மானிக்கலாம்.‡

---

† இவ்விருமணிமங்கலசாசனங்களையும். தென்னிந்தியசாசனங்கள் 3-ம் பிரிவு 1-ம் பகுதியிற் காண்க.

‡ சாசனத்திற் சொல்லியிருக்கும் கன்னக்குச்சியென்னுமூர் கலிங்கதேசத்திலுள்ள கன்னியகுப்ஜமென்றே சாசனப்பரிசோதகராகிய டக்டர் ஹல்ற்ஷ் எழுதியிருக்கின்றார். 'Ancient Jaffna' வென்னும் நூலின் 282ம் பக்கத்தில் வெளிப்படுத்தியிருக்கும் எமது அபிப்பிராயம் தப்பென்றும், ஹல்ற்ஷ் அவர்கள் கூற்றே உறுதியுடைத் தென்றும் இப்போது தோன்றுகிறது.

வையபவமாலைப் புனைந்துரை

இக்கலிங்கவரசர் பத்தாம் நூற்றாண்டிலும் பதினொராம் நூற்றாண்டிலும் சிங்கைநகரிலிருந்து அரசாண்டிருப்பதால், அவர்கள் ஒன்பதாம் நூற்றாண்டிலிருந்தரசாண்ட ஜெயதுங்கனின் வம்மிசத்தவர்களாகவே யிருக்கவேண்டும். ஆகையால்யாழ்ப்பாணன் அரசாண்டானென்பதும், பாண்டிமழவன்சோழவரசகுமாரனைக் கொணர்ந்தானென்பதும் பயனில் புனைந்துரைகளேயாம் என்பது தெளியக்கிடக்கின்றது.

வேளைக்கார வீரப்படை

பராந்தகச் சோழனுக்குப் பின் கந்தராதித்யதேவர், உத்தமசோழதேவர், இரண்டாம் பராந்தகன், முதலாம் ராஜராஜன், முதலாம் ராஜேந்திரன், முதலாம் ராஜாதிராஜன், இரண்டாம் ராஜேந்திரதேவன், வீரராஜேந்திரன் என்னும் எண்மர் சோழநாட்டை அரசாண்டார்கள். ஈற்றில் அரசாண்ட வீரராஜேந்திரன் காலத்திலே, இலங்கைக்கு இராசப்பிரதிநிதியாக அதிராஜேந்திரன் பொலன்னறுவையி லரசுசெய்திருந்தான். அவன்கீழ் வேளைக்காரர் என்னுந் தமிழ் வீரப்படை பொலன்னறுவையிலிருந்தது. வேளைக்காரர் என்பது, தங்களரசனுக்கு யுத்தகளத்தில் தீங்குவாராது வஞ்சினங்கூறி நான் மருங்குங்காத்து நிற்போர். அரசன் புறந்தரின், அல்லது போர்க்களத்தே யுயிர்விடநேரின், தாமுந் தம்முயிர் நீக்குபவர்.

முதலாம் விஜயபாகு இலங்கை அரசனாதல்

வீரராஜேந்திர னிறந்தபொழுது குலோத்துங்கனும் அதிராஜேந்திரனுஞ் சோழவரச சிங்காசனத்துக்கு உரிமைகூறி அமர்தொடங்கியபோது, அதிராஜேந்திரனுக்கு அவன் மைத்துனனாகிய இரண்டாம் விக்கிரமாதித்தன் என்னுஞ் சளுக்கிய வேந்தன் படைத்துணையாய் நின்றும், குலோத்துங்கனே வெற்றியடைந்து, அதிராஜேந்திரனைக்கொன்று முதலாங் குலோத்துங்கனென வரசனானான். அதிராஜேந்திரன் இறந்தபின்னர், குலோத்துங்கன் தன் தேசத்திலே

நடந்த சில இடையூறுகளால் இலங்கையைப் பற்றவசதியின்றி யிருந்தான். இதையறிந்து, இலங்கையின் தென்பாகத்திலே கரந்திருந்த விஜயவாகு, கி. பி. 1070-ல், பொலன்னறுவையை இராசதானியாக்கி, அங்கிருந்த சோழப்படையாகிய வேளைக்காரர் படையையுந் தனதாக்கி யரசாண்டான். இதை, சோழரை வென்று இலங்கையினின்றுந் துரத்தி, இலங்கை முழுவதையும் தன்னரசாக்கினனென மகாவம்மிசங் கூறும்.

சிங்கைநகர் அரசர்க்குஞ் சிங்களவரசர்க்குமுன்னடான சம்பந்தம்

கி. பி. 1038-ல் ராஜாதிராஜனென்னுஞ் சோழவரசனாற் கொல்லப்பட்ட மானாபரணனென்னும் சிங்கைநகர் அரசன் மகளாகிய திலகசுந்தரியை விஜயவாகு மணந்து, தன்பட்டத்தரசியாக்கினான். அவன் தன்சகோதரியாகிய "மித்ரா" என்பவளைத் திலகசுந்தரியின் சகோதரனுக்கு மணம்முடிப்பித்தான். முன் சோழரால் சிறையுண்டிருந்த நாலாம் மகிந்தனும் சிங்கைநகர் அரசகன்னிகையை மணந்திருந்தவனாபடியால், பொலன்னறுவை இராசகுடும்பத்தாருக்குஞ் சிங்கைநகர் அரசருக்கும் சம்பந்தமும் ஒற்றுமையுமதிகரித்தன. ஆகையால் சோழர்களுடன் நடந்த போர்களில் சிங்கைநகர் அரசர் சிங்களவரசருக்கு உதவிசெய்தார்கள்.

கருணாகரத் தொண்டைமான்

குலோத்துங்கன் சோழநாட்டிலே தன்னரசை நிலைநிறுத்தியபின், தன் தளகர்த்தனாகிய கருணாகரத்தொண்டைமானுடன் தண்டனுப்பி, இலங்கையையும் கலிங்கத்தையும் வெற்றிகொண்டானென அவன் சாசனங்கள்கூறும். இலங்கைப்போர் கலிங்கப்போருக்கு முந்தியதெனக் கலிங்கத்துப் பரணியாலறியக்கிடத்தலின், விஜயவாகு இறந்தபின், கி. பி. 1110ம் ஆண்டளவில், இலங்கைப்போர் நடந்ததெனத் தீர்மானிக்கலாம். கருணாகரன் இலங்கைக்குப்படை

யெடுத்து வந்தபொழுது, யாழ்ப்பாணத்தில் காரை வாய் வெள்ளைப்பரவை என்னுமிடங்களில் உப்பு அளவின்றி விளைந்து அழிந்துபோவதைக் கண்டு, அவ் வுப்பைச் சோழதேசத்துக்கனுப்புவதற்கு வேண்டிய பிரயத்தனங்கள் செய்தான். அவன் இனுவிலிலே மனைகோலியிருந்து, உப்பேற்றும் மரக்கலங்கள், காற் றின் உக்கிரத்திற்கிலக்காகாது ஒதுங்கிநிற்குந் துறை யாகத் தொண்டைமானாற்றையும் வெட்டுவித்து, இப் தொண்டை போது உரும்பராய்க் குறிச்சியிலிருக்குங் கருணாகரப் மானாறு பிள்ளையார் கோயிலையுங் கட்டுவித்தான்.

விஜயவாகுவுக்கு முன், சிங்கைநகரிலரசாண்ட மானுபரணன், கீர்த்திஸ்ரீமேகன், ஸ்ரீவல்லபமதனரா மானுபர ஜன் என்னும் மூவரும் முறையே சோழராற் கொல் ணன் லப்பட்டபின், விஜயவாகுவின் சகோதரி மகனாகிய மானுபரணன் பட்டத்துக்கு வந்து, விஜயவாகுவின் மகள் இரத்தினவல்லியை மணந்தான். அவனுக்கும் கீர்த்திஸ்ரீமேகன் ஸ்ரீவல்லபன் என இருசகோதரர்கள் உண்டு. விஜயவாகு இறந்தபின் விக்கிரமவாகுவுடன் பொருது, பின் சமாதானங்கொண்டு, விக்கிரமவாகு பொலன்னறுவையிலும், மானுபரணன் சிங்கைநகரி லும், மற்ற இருவரும் வேறிரண்டிடங்களிலும் அரசு புரிந்து வந்தார்கள். மானுபரணன் சூழ்ச்சியாற் போலும், பாலதீவிலிருந்த அவன் படைத்தலைவனா கிய வீரதேவனென்பான் படையெழுந்து வந்து விக் கிரமவாகுவின் நாட்டை யழித்துச்சென்றான்.

மானுபரணனுக்குப் பராக்கிரமவாகுவென்னும் முதலாம் புகழோங்கியவோர் புத்திரன் பிறந்தான்.† அவன் பராக்கிரம பிறந்தது சிங்கபுரத்தில் என்றே இராட்சதக்குளத்த வாகு ருகே அவனால் வெட்டப்பட்ட சாசனங்கூறும். இவ

† இதன் குறிப்பு மறுபக்கம் பார்க்க.

மையிலேயே பராக்கிரமவாகு வீரமுடையவனும், ஆளும் வலிமைபொலிந்தவனும் காணப்பட்டான். மல்யுத்தம், விற்போர் முதலிய கலைகளிற் பயின்று சிறப்புற்று வந்ததையோடு பிறகலைகளிலும் தேர்ந்த பாண்டித்தியம் படைத்து வந்தான். இவனுக்கு முன், சிங்கை நகர் அரசர் இராமேச்சுரத்திலாசாண்ட பிராமணகுலத்தாசருடன் சம்பந்தஞ் செய்து, ஆரிய வரசரெனப் பெயர் புனைந்து, உபவீதமுந்தரித்திருந் தார்கள். அதனைப்பின்பற்றிப் பராக்கிரமவாகுவுக் கும் உபநயனச் சடங்கு செய்யப்பட்டது. இதற்கு முன்னுமிலும் பின்னுமிலும் இலங்கையரசகுலத்தா ரெவரும் உபநயனச் சடங்கு செய்ததாகத் தெரிய வில்லை. இவன் சிறுவனாயிருந்தகாலத்தில், இவன் தந்தை இறந்தபடியால், சிறிய தந்தையாகிய கீர்த்திஸ்ரீ மேகன் அரசனானான். இக்கீர்த்திஸ்ரீமேகனே பராக்கிரமவாகுவின் தந்தையென இராஜாவளி கூறும். மானாபரணன் இறந்தபின் அவன் தேவியைக் கீர்த்தி

கீர்த்தி ஸ்ரீ மேகன்

பராக்கிரமவாகுவின் வம்சாவழி-

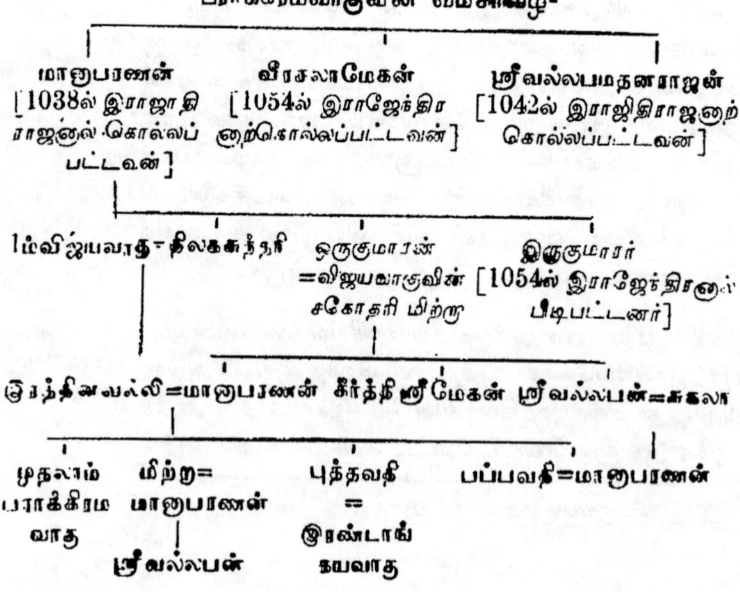

ஸ்ரீமேகன் வரைந்தானோ, அன்றி இக்காலத்தும் மேனாட்டுச் சிங்களவருள் வழக்கிலிருந்து வரும் பல சகோதர புருஷவாழ்க்கையைக் கைக்கொண்டொழுகி வந்தானோ தெரியவில்லை.

பாராக்கிரமவாகு தன்னோடொத்த வயதினரான வாலிபர்களைக் கூட்டி, யுத்தக்கலைபயிற்றுவித்து, அவர்களுடன் பனங்காமம் என்னுமிடத்திற் சிற்றரசனாயிருந்தான். அங்குறைந்த நாளில் இப்போது இராட்சதக் குளமென்னுங் குளத்தையும் பதுவிற்குளத்தையும் பெரிதாக்கி யமைப்பித்துப், பிந்திய குளத்திற்குப் பராக்கிரமசாகரம் எனப்பெயருமீந்தான். அவன் பராக்கிரமமும் வெற்றிப்பெருமையும் புகழும் எங்கும் விளங்கின. ஒருகால் அவன் தன் சிறியதந்தையைக் காணச் சென்றபொழுது, கீர்த்திஸ்ரீமேகன் தானே எதிர்கொண்டு வந்து, அவனைச் சங்கத்தார் வயலிற் சந்தித்து வரவேற்று, வெகு ஆடம்பரத்துடன் தன்னரண்மனைக்கு அழைத்துச் சென்றான். அக்காலத்திற் சிங்கைநகரிலிருந்து, குடத்தனை, நெல்லியான், மருதங்கேணி, வண்ணான்குளம், சங்கத்தார்வயல் வழியாகப் பொலன்னறுவைக்குப்போகும் பெருந்தெருவொன்றிருந்தது.

பாராக்கிரம வாகுவின் வாலிபப் பருவம்

பிரதான குளங்கள்

பண்டைப் பெருந்தெரு

பாராக்கிரமவாகு பெரும்படையொன்றைத் திரட்டி, இப்போது வன்னியென்றழைக்கப்படும் நாட்டைத் தனதாக்கினதுமன்றிப், பொலன்னறுவையிலிருந்தரசாண்ட தன் மைத்துனனாகிய இரண்டாங் கயவாகுவுடன் போருங்கொடுத்தான். கயவாகுவை வென்று இலங்கைமுழுதுக்கும் ஏகசக்கரவர்த்தியாகித், தன்குடிகள் வேளாண்மைத் தொழிலிற் சிறந்து பெருந்தனம்படைத்து நிறைவுடன் வாழவேண்டுமென, இலங்கை எங்கும் குளங்களையும் ஏரிகளையுங் கட்டுவித்துக், கால்வாய்களையும் வெட்டுவித்தவன்.

பாராக்கிரம வாகுவின் ஏகாதிபத்தியம்

நீர்ப்பாய்ச்சல்

"குடியுயாக் கோனுயரும்" என்ற அரசியல் ஞானத்தை நன்கறிந்தவன். பலபுத்தாலயங்களையும் சைவாலயங்களையுங் கட்டுவித்தவன். தான் சைவசமயியாயிருந்தும் தன்கீழ்வாழும் குடிகள் கைக்கொண்டொழுகுஞ் சமயநெறிகள் யாவுந் தழைத்தோங்கச் செய்தவன். "பராக்கிரமத்தாலும், நீதியாலும், தருமத்தாலும் உயிர்கள்மேல் அருளினாலும், குடிகளுக்கு வேண்டியதை யெல்லாம் நாடிச்செய்யும் ஊக்கத்தாலும், சோராமுயற்சியாலும் தனக்குநிகர் வேறில்லாதவன்".

ஆலயங்கள்

பெரும்படையொன்றை யனுப்பிப் பிரமதேசத்தையும் மலாய்நாட்டையும் காம்போஜத்தையும் வெற்றிகொண்டு திறைபெற்றவன். இலங்காபுரித் தண்டநாதன் என்போன் அவனுக்குப் படைத்தலைவனாக விருந்தான். அக்காலத்திற் பாண்டியவரசுக்குப் பராக்கிரம பாண்டியன் என்றும், குலசேகரபாண்டியன் என்றும், இரு உரிமையாளர் தோற்றினார்கள். பராக்கிரமவாகு இலங்காபுரித் தண்டநாதனுடன் ஒரு சிங்களப்படையை யனுப்பிப் பராக்கிரமபாண்டியனுக்கு தவிபுரிந்தான். சோழவரசனாகிய இரண்டாம் இராஜராஜன் குலசேகரபாண்டியனுக்குதவியானான். யுத்தத் தொடக்கத்தில், சிங்களப்படை சோழப்படையை வென்று, சோழவிராச்சியத்தை நிலைகுலையச் செய்தது. பின்பு பராக்கிரம பாண்டியன் இறக்கவே, அவன் மகன் வீரபாண்டியனுக்குத் தண்டநாதன் மதுரையில் முடிசூட்டி, தன் வெற்றியின் ஞாபகசின்னமாகப் பராக்கிரமபுரம் என்னும் நகரத்தைப் புதிதாயோரிடத்துண்டாக்கித் தம்மரசன் பெயரால் நாணயமுஞ்செய்து விட்டான்.

பராக்கிரம வாகுவின் கீழைத்தேச வெற்றி

இலங்கைப் படைவெற்றி

எனினும், பின்னொருமுறை சோழப்படைத் தலைவனான பெருமான்நம்பி பல்லவராயன் என்பவன் இலங்கைப்படையை முறியடித்தான். இதை "இலங்காபுரித்தண்டநாதன் உள்ளிட்டாரைக் கொன்று,

இலங்கைப் படைத் தோல்வி

இவர்கள் தலைகளை மதுரை வாசலிலே வைப்பித்து, பாண்டியனார் குலசேகர தேவர் மதுரையிலே புகு கைக்கு வேண்டுமளவும் பாண்டிய ராஜ்யத்துச் செய்வித்து இவரை மதுரையிலே புகவிட்டுப்பாண்டி நாடு ஈழநாடாகாது பரிகரித்துச்" சென்றதாக சோழ சாசனங்கள் † கூறும்.

ஸ்ரீவல்லப னின்சூழ்ச்சி

தொடக்கத்தில் இலங்கைப் படை வெற்றி பெற்றது, ஸ்ரீவல்லபனின் வஞ்சகச் சூழ்ச்சியாலென்று திருவாலங்காட்டுச் சாசனமொன்று கூறும். ஆகையால், சிங்கைநகர் அரசனாகிய ஸ்ரீ வல்லபன் பராக்கிரமவாகுவுக்குமுன் சோழச்சிற்றரசனாயிருந்தபடியால், சோழவரசன் வேண்டுகோட்கிணங்கிப் படைத்துணை சென்றான் என்பதும், சோழ வரசனும் இவன் பராக்கிரமவாகுவின் நெருங்கிய உறவினன் என்பதை அறியாது, இவன் துணையைப் பெற்றான் என்பதும், உற்றபோரில் வஞ்சகச்சூழ்ச்சியால் சோழப்படை புறங்கொடுத் தோடச் செய்வித்தான் என்பதுமே சாசனக்குறிப்பால் அறியத்தக்கது. இந்த ஸ்ரீ வல்லபன் பராக்கிரமவாகுவின் சிறிய தந்தையாவன்.

நயினாதீவுச் சாசனம

அந்நிய தேசங்களினின்றும், இலங்கைக்குத் தொற்றுநோய்கள் வந்து புகாவண்ணம் வேண்டிய சுகாதார ஒழுங்குகளைப் பராக்கிரமவாகு செய்வித்தான் என்பது, நயினாதீவில் அவனால் பொறிக்கப்பட்ட சாசனமொன்றால் தெரியக் கிடக்கின்றது.

முஸ்லீம்பிரயாணிகள் வரவு

கி. பி. ஒன்பதாம் நூற்றாண்டு தொடக்கம் மெஸொப் பொற்றாமியாவின் தலை நகராகிய பக்தாதுவிலிருந்து முஸ்லீம் பிரயாணிகள் இலங்கைக்கு வியாபாரங்கார்ணமாக வரத் தொடங்கினார்கள். எட்டாம்

† தென்னிந்திய சாசன பரிசோதகரின் 1923 - 1924-ம் வருடாந்த அறிக்கை, 104-ம் பக்கத்தையும், 1924-ம் வருடத்து 433-ம் சாசனத்தையும் பார்க்க.

நூற்றாண்டினரான சுந்தரமூர்த்தி நாயனார் "வங்கம் மலிகின்றகடல் மாதோட்டநன்னகர்" என்று மாந்தையைப் புகழ்ந்திருந்தும், மண்ணேறிட்டிருந்தபடியால் துறை உபயோகமருகிவந்தது. ஒன்பதாம் நூற்றாண்டளவில் கப்பல்கள் அத்துறைக்கு வருதல் முற்றும் ஒழிந்தது. முஸ்லீம்கள் வரத்தொடங்கிய காலத்தில் அவர்கள் நூல்களில் "கலா" என்று சொல்லப்பட்டிருக்கும் ஊராத்துறையே துறைமுகமாயிருந்தது.

ஊராத் துறை

'கலா' என்பது மரக்கலங்களுக்குறை விடமாகிய 'கலபூமி' ஈறுகெட்டுக்குறில்நெடிலாகிக் 'கலா' எனநின்றது. கலபூமி என்னும் பெயர் பிற்காலத்திற் களபூமி என்றாயிற்று-லகாரளகாரபேதம். பூமி என்னும் விகுதியையுடைய இடப்பெயர்கள் கலிங்கதேசத்திலே அதிகமுண்டு. கலபூமி என்பதும் கலிங்கர் யாழ்ப்பாணத்திற் குடியேறியபின் இடப்பட்ட பெயராயிருக்கலாம்.

துறைப் பெயர்

ஊராத்துறை என்பது ஊருதொட்டை (ஊரு=பன்றி, தொட்டை=துறை) என்னுஞ் சிங்களப் பெயரின் சிதைவேயாம். தமிழர் பிந்திக்குடியேறிய விடங்களில் 'தொட்டை' என்னுஞ் சொல்லைத் துறை என மாற்றி வழங்கினார்கள். அப்படியே 'பாணத் துறை' 'களுத்துறை' 'வெந்துறை' 'மாத்துறை' என்னும் பெயர்களும் சிங்களமும் தமிழும் கலந்த சொற்களாக வழங்கிவருகின்றன. ஆயினும் 'தொட்டை' முற்றாய் நீங்கவில்லை. மாத்துறை தொடங்கிப் புத்தளம் வரையுமுள்ள கரைப்பட்டினங்களில் குடியேறியிருப்பவரும், இப்போது சிங்களர் என அழைக்கப்படுபவருமாகிய கரையார் குலத்தவர், இம்மியேனுஞ் சிங்கள இரத்தக் கலப்பில்லாத, பின்வந்த நெய்தல் நிலத்துத் தமிழ் மக்களே.

கரையோரத்துத் தமிழ்மக்கள்

கடல்வழி

கப்பல்கள் ஊராத்துறையிலிருந்து யாழ்ப்பாணத் துறைக்குப்போய், யானையிறவுக்கடலூடாகச் செ

ன்று வங்காளக்குடாக்கடலில் வெளிப்படுவதுண்டு. பின் யானையிறவுக்கடல்வாய் மணலால் மூடப்பட்டு அடைபட்டபின், ஊராத்துறைக்கு வரும் மரக்கலங்கள் காங்கேயன்துறை வழியாக வெளிவந்தன. சுலைமான் (கி. பி. 851), அபுசாயித் (கி. பி. 916), மஸ்ஊடி (கி. பி. 956), எல்எதிரிசி (கி. பி. 11-ம் நூற்றுண்டு), எல்கஸ்வானி (கி. பி. 1275) என்னும் முஸ்லீம் பிரயாணிகள் யாழ்ப்பாணத்தைப் பற்றியு மாங்குள்ள அரசர்கள் வியாபாரங்களைப் பற்றியும் விரிவாக எழுதியிருக்கின்றார்கள். பிரயாணிகள் பேயர்

பத்தாம் நூற்றுண்டிலே, பார்சியாவின் அரசனுகிய டோபாக், தன் நண்பனுகிய ஓர் இந்திய அரசனை இலங்கையரசன் நிந்தித்தானென அறிந்து, அவனைத் தண்டிக்கும் நோக்கமாகத் தன்தளபதியான கர்ஷாஸ்ப் (Garshasp) என்பவனைப் பெருங் கடற் படையுடனிலங்கைக்கனுப்பினன் எனவும், கர்ஷாஸ்ப் கலாவில்இறங்கி அங்கிருந்து இருநாட்பயண தூரமுள்ள ஓரிடத்தில் வாகுவென்னு மரசனையும், அவனுடன்வந்த 16000 யானைகளையும், 20 இலக்கப் படைவீரர்களையும் கொண்ட பெரும் படையைச் சந்தித்து அவைகளை முறியவடித்து வெற்றிகொண்டானெனவும், அசேதி (Asedi) என்னும் பாரசீயன், கர்ஷாஸ்ப் நமா என்னுங்கிரந்தத்தில் எழுதியிருக்கின்றுன். படையின் தொகை எவ்வாறுயிருப்பினும் 'வாகு' யாழ்ப்பாணத்தரசன் என்பது தெற்றெனப் புலப்படுகின்றது. பத்தாம் நூற்றுண்டில் 'வாகு' என்னும் பெயருடன் இலங்கையரசரில் யாழ்ப்பாண மொழிந்தபிறவிடத்தில் எவருமிருந்திலர். யாழ்ப்பாணத்தையாண்ட கலிங்கவரசருக்கே அப்பெயர்களுண்டு. பாரசீயரின் படையெடுப்பு

மூன்றாம் அதிகாரம்.

ஆரியச் சக்கரவர்த்திகள் காலம்

ஆரியவரசர் தோற்றம்

கி. பி. எட்டாம் நூற்றாண்டுதொடக்கம் கலிங்கவரசனாகிய உக்கிரசிங்கனும் அவன் வழியினரும் சில காலம் தனியரசினராயும், சிலகாலம் சோழவரசுக்கும் பொலன்னறுவையரசுக்குங் கீழடங்கியும் சிங்கைநகரிலரசுபுரிந்து வந்தார்கள். இலங்கையிற் செங்கோலோச்சியமன்னருள் புகழ், வெற்றி, ஆளுகை, குடியோம்பல் முதலிய செங்கோன்மைகளால் ஒப்பாரும் மிக்காருமின்றித் தனியரசு நடாத்திய பராக்கிரமவாகுவும், அவன்பின் பொலன்னறுவையிலரசு செய்தார் சிலரும், சிங்கை நகரரசர் வமிசத்தினரே. அச்சிங்கைநகரரசர்கள் வேற்றரசர்களால் நாற்றிசையிலுந் தாக்கப்பட்டு இடருழந்தாரெனினும், நானூறு ஆண்டுகளுக்குள் ஆண்மையும் வலியுஞ் சிறக்க, வசியும் வளனும் பெருக, கடற்படையோடு தரைப்படைவலியுங்கொண்டு, இலங்கை முழுவதும் ஒரு குடைக்கீழ் ஆளும் ஆற்றல்படைத்திருந்தார்கள். அவர்கள் இராமேச்சுரத்துப் பிராமணவரச குடியிற்

ஆரியநாமக் காரணம்

சம்பந்தஞ்செய்தபின், † உபவீதம் அணிந்து, ஆரியவரசர் என நாமம்புனைந்து, இராமேச்சுரத்தைத் தந்தேயத்தினாளுகைக்குட்படுத்தி, அதனால் 'சேதுகாவ

---

† யாழ்ப்பாணக் கலிங்கவரசர் இராமேச்சுரப்பிராமண வமிசத்திற் சம்பந்தஞ் செய்தவரலாற்றைப் பற்றிப் போர்த்துக்கேய நூலாசிரியர் கைரோஸ் என்பவரின் இலங்கை வெற்றியைப்பற்றியநூல் 1ம் புத்தகம், 7ம் அதிகாரம் பார்க்க. அச்சம்பந்தத்தைக் கர்ணபரம்பரையாக வறிந்து பேட்டொலாச்சியுங் காசிச் செட்டியு மெழுதியிருக்கிறார்கள்.

லன்' எனப் புதுப்பெயர் புனைந்து, விடைக்கொடியுஞ் சேது லாஞ்சனையும் † பொறித்து, ஒருவர்பின்னெருவராகப் பராசசேகரன் செகராசசேகரன் எனச் சிங்காசனப்பெயர்கள் பூண்டு உலகம் போற்ற அரசு செலுத்திவந்தார்கள். சிங்காசனப் பேயர்கள்

விக்கிரமசோழன், இரண்டாங் குமாரகுலோத்துங்கன் என்னும் சோழ வரசர் காலத்திலே (கி. பி. 1118-1146) அவர்களரண்மனைப்புலவராயிருந்த புகழேந்திப் புலவர், கதிர்காம யாத்திரையின் பொருட்டு, இலங்கை வந்தஞான்று, சிங்கைநகர் அரசனைக்கண்டு, அவனைப்பாடி, யானையும் நிதியும் பரிசிலாகப் பெற்றுச் சென்றார். பெற்ற இபம் புலவர் வாயிலிலே கட்டப்பட்டிருப்பதை யறிந்த சோழனும் பாண்டியனும் அதனைப் பெறும் வண்ணம் புலவரிடம் போனகாலத்து, புகழேந்திப் புலவர் வரவு

"பாவலன் வாசலில் வந்திபம் வாங்கப் படிபுரக்குங்
காவலர் நிற்கும் படிவைத்தவா கண்டி யொன்பதினும்
மேவலர் மார்பினுந் திண்டோளி னுஞ் செம்பொன்மே
ருவினுஞ்
சேவெழுதும் பெருமான் சிங்கையாரிய சேகரனே"

எனத்தமக்குப் பரிசில் தந்த அரசன் பெருமை தோன்ற முன்னிலையாகவைத்துப் புகழ்ந்தும், அவ்வரசன் இறந்ததைக் கேள்விப்பட்டபோது,

---

† இச்சுதந்தரங்கள், இராமேச்சுரம் நிருமித்தகாலத்தில் இராமபிரானால் நியமித்த பிராமண வரசர்களுக்கு, அவரால் கொடுபட்டதென்று செகராசசேகரமாலைகூறும்.

"பூசனை செய்மி னீரெனக் கருணை புரிந்தவர் தங்களி லிருவர்
காசினி தாங்கும் படி வரங்கொடுத்துக் கமழ்செழுந் துளபமா
லிகையு
மாசறு சுருதி யாரியவேந்தென் றணிமணிப் பட்டமுங்கொடுத்
துத்
தேசறு குடையு மொற்றையும் வெற்றித் திகழ்விடைத் துவசமு
நல்க."

"ஆஆ விதியோ வடலா ரியர்கோமரன்
ஏஏ வலரா விறந்தநாள் - ஓஓ
தருக்கண் ணிலுங்குளிர்ந்த தண்ணளிதந் தாண்ட
திருக்கண்ணி னுஞ் சுடுமோ தீ" எனக்கவன்றுதனக்கு

அளி செய்த கண்ணைப் புகழ்ந்தும் பாடினர். புகழேந்திப் புலவர் பாடிய பாக்களிலிருந்து, பன்னிரண்டாம் நூற்றுண்டுத் தொடக்கத்திலேயே இச்சிங்கைநகராசர் 'சிங்கையாரிய வாசர்' 'பாராசசேகரன்' 'செகராசசேகரன்' என்னும் பட்டப்பெயர்களையும், விடைக்கொடி, சேதுலாஞ்சனை முதலிய வாசசின்னங்களையு முடையவர்களாயிருந்தார்கள் என அறியலாம்.

புதுவைச் சடையப்ப வள்ளல்

முதலாம் பராக்கிரமவாகு இலங்கைச் சக்கரவர்த்தியாய் வாழுன் (அதாவது கி. பி. 1164க்குமுன்) இலங்கையிலே கொடிய பஞ்சமுண்டாகச், சோழதேசத்திலே இரண்டாம் இராஜராஜசோழன் சபையில் இராமாயணம் பாடி அரங்கேற்றிய கவிச்சக்கரவர்த்தியாகிய கம்பரை ஆதரித்துப் புகழ் பெற்ற சடையப்ப வள்ளல் ஆயிரங்கப்பல்களில் நெல்லனுப்பிப் பஞ்சத்தைத் தீர்த்ததற்கு உவந்து, சிங்கைநகராசனுகிய பராசசேகரன்,

"இரவு நண்பக லாகி லென்பக லிருளரு விரவாகி லென்
இரவியெண்டிசைமாறிலென்கடலேழுமேறிலென்வற்றிலென்
மரபுதங்கிய முறைமை பேணிய மன்னர் போகிலென்ஞகிலெ
வளமையின்புறு சோழமண்டல வாழ்க்கை காரணமாகவே[ன்
கருதுசெம்பொனினம்பலத்திலோர் கடவுணின்று நடிக்குமே
காவிரித்திருநதியிலே யொருகருணைமாமுகிறுயிலுமே
தருவுயர்ந்திடு புதுவையம்பதி தங்குமன்னிய சேகரன்
சங்கரன் றருசடைய னென்றெருரு தருமதேவதை வாழவே"

என்னுங் கவியைப்பாடிச் சடையப்பவள்ளலுக்கனுப்பினனெனச் சோழமண்டல சதகம் கூறும்.

முதலாம் பராக்கிரமவாகு சிங்கையாசர் வமிசத்தைச் சேர்ந்தவன் என்பதைக் காட்டாது மறைத்

தற்கு மகாவம்மிசம் கையாண்ட வழிகள் எல்லாம் புகழேந்தி முதலிய நல்லிசைப் புலவர்கள் கூற்றால் வலி யற்றுப்போனதைக் காணலாம்.

கி. பி. 1215ல் கலிங்கவிஜயவாகு அல்லது கலிங்க மாகன் என்னும் அரசன் இலங்கை மேற்படை யெ ழுந்து, பொலன்னறுவையைப் பாழாக்கி, அங்கிருந்தர சாண்ட பாண்டியகுலத்தரசனைக் கொன்று, புத்தபள் ளிகளை யிடித்துப், புத்த பிக்குகளை அவ்விடத் திருந்து துரத்தி, வேறுமநேக கொடுந் தொழில்களைச் செய்து, பழிபாவத்திற் கஞ்சாதவனாய், கி. பி. 1236 வரையும் பொலன்னறுவையில் அரசாண்டிருந்தான் என்று மகாவம்மிசம் கூறும். இவனே சிங்கை நகர் ஆரிய அரசர்களுக்குள் முதலாவதாகச் சக்கரவர்த்திப் பட்ட மும் கீர்த்திப்பிரதாபமும் பெற்றவனானபடியால், விஜய காலிங்கச் சக்கரவர்த்தி எனப் பெயர் பூண்டான். இ தனை, அவன்பெயர் விஜயகூழங்கைச் சக்கரவர்த்தி எனவும், பாண்டி மழவனால் மதுரையிலிருந்து கொண் டுவரப்பட்ட சோழவரசகுமாரனெனவும், அவனால் நல்லூரிலே முடிசூட்டப் பெற்றவன் எனவும் வைபவ மாலை கூறும். 'காலிங்க' என்னும் பதத்தை மயில் வாகனப் புலவரோ, அன்றிப் பின்வந்தவர்களோ, எக் காரணத்தாலோ 'கூழங்கை' யென மாற்றி விட்டார் கள். கயிலாயமாலையில் இவ்வரசனைத்

ஆரியவரச ரின் சக்கர வர்த்திப் பட்டம்

'காலிங்க' வென்னும் பதம் 'கூழ ங்கை' யெ னமாறியது

"தென்னன் நிகரான செகராசன் தென்னிலங்கை
மன்னவனாகுஞ் சிங்கையாரியமால்" எனப் புகழ்ந்தி

ருப்பதால் இவனுக்குச் செகராசசேகரன் என்னும் பட்டப்பெயரிருந்ததாக விளங்குகின்றது. †

---

† மகா வம்மிசத்தில் கலிங்கமாகனைக் கலிங்க விஜயவாகு வென மறு நாமங் கொடுத்து வழங்கியிருப்பதால், யாழ்ப்பாண வைபவ மாலையில் விஜய கூழக்கைச் சக்கரவர்த்தி யெனச் சொல்லப்பட்டவன் அக்கலிங்க மாகனே. ஒரு தேசம் முழு

கலிங்கமாகன் கட்டிய கோட்டைகள்

இவன் பொலன்னறுவை, புலச்சேரி, கொட்டியாரம், கந்தளாய், கந்துப்புலு, குருந்து; பதவிய, மாட்டுக்கொணு, தமிழப்பட்டினம், ஊராத்தொட்டை, கொழுது, மீபாதொட்டை, மண்டலி, மன்னர் என்னுமிடங்களில் கோட்டைகள் கட்டினதாக 'நிகாய சங்கிரகம்' என்னுஞ் சிங்கள இதிகாசம் கூறும்.

அவன் காலத்தில்சாசனங்களில்கூறப்பட்ட இலங்கையரசர்

இவன் பொலன்னறுவையி லரசாளுங் காலத்தில் பராச [சேகர] ன் என்பான் ஒருவன் மாறவர்மன் சுந்தர பாண்டியன் "தஞ்சையு முறந்தையுஞ் செந்தழல் கொளுத்தி"ய காலமாகிய கி. பி. 1224ல், சோழனுக்குதவியாகச் சென்று "தலைபிடுங்கப்" பட்டானென்று தென்னிந்திய திருக்கோளூர்ச் சாசனங்கூறும். பின்னும் கி. பி. 1231ல், சேந்தமங்கலத்திற் சோழ சிற்றரசனயிருந்த கோப்பெருஞ் சிங்கன், சக்கரவர்த்தியாகிய மூன்றும் இராஜராஜனைப் பிடித்துச் சிறைப்படுத்திய பொழுது, சக்கரவர்த்தியின் உரித்தானவனும் ஹொயிசால வேளாள அரசனுமாகிய இரண்டாம் நரசிங்கன் படையெழுந்து சென்று, கோப்பெருஞ் சிங்கனையும் அவனுக்குப் படைத்துணைவனுய் வந்த இலங்கையரசனு யக்காலத்திருந்த பராக்கிரம வாகுவ

வதையும் தன் கீழ் அடிப்படுத்தி ஆளுந் திறமை பூண்டாலொழியச் சக்கரவர்த்தி யெனும் புகழ்ப்பட்டம் அரசடைய மாட்டார். பாண்டி மழவனற் கொண்டு வரப்பட்டு முடி சூட்டப்பட்ட கூழங்கையன் இலங்கை முழுவதையும் வென்று அப்பட்டத்தை யேற்குந் திறமை தன் காலத்திலேயே பெற்றான் என்பது நம்புந்தரத்த தன்று. விஜயகாலிங்கச் சக்கரவர்த்தியேஅவன் நாம மென்பதற்கு இஃதோர் சான்று; ஆகையால் அவன் கூழங்கைச் சக்கரவர்த்தியன்று. அவன், முன்னோரால் அடிகோலி வைக்கப்பட்ட படை வலியைக் கொண்டு இலங்கையை வென்றான் என்பதை ஏற்காது, கர்னபரம் பரையில் கீர்த்திப் பிரதாபம் பெற்றிருந்த இவனே முதல் யாழ்ப்பாணத்தரசனென, ஓர் ஆதாரந் தானுமில்லாது, மயில்வாகனப் புலவர் எழுதி வைத்த புரட்டுக்கதையை நம்பி, முயற்கொம்பு கொண்டு கடலாழம் பார்க்கும் பலர் இன்றும் உண்டு.

யுங் கொன்று, இராஜராஜனை மீட்டுஞ் சோழ சிங்காசனத்திருத்தினுன் என்று, திருவாண்டிபுரச் சாசனங் கூறும். முன்கூறிய பாராச(சேகர) னும் பராக்கிரமவாகுவும் விஜயகாலிங்கனுக்குக் கீழ்ச் சிங்கைநகரிலிருந்த சிற்றரசர்களே. இப் பராக்கிரமவாகுவைப் பற்றிப் போலும்,

"சென்று கரு நாடகரை யந்தரவல்லியிற் பொருது செயித்த வேந்தும், கன்றிவரு மதவேழக் காந்துணித்துப் போசலனைக் கடிந்த வேந்தும்" எனச் செகராசசேகர மாலைச் சிறப்புப் பாயிரத்திலே புகழப் பட்டிருக்கின்றது.

இரண்டாம் பராக்கிரம வாகு

கி. பி. 1236ல், தம்பதெனியாவை ஆண்ட இரண்டாம் பராக்கிரமவாகுவினுல் கலிங்கமாகன் பொலனறுவையினின்றுந் துரத்தப்பட்டானென்று மகா வம்மிசம் கூறும். இப் பராக்கிரமவாகுவுக்கு முன் அவன் தந்தையாகிய விஜயவாகுவே தம்பதெனியாவை ஓர் இராசதானியாக்கி, சிதறிக் கிடந்த சிங்களப் படையை ஒருங்கு கூட்டிப், புத்தபிக்குகளுக்கு அபயந் தந்து, புத்த சமயத்தையும் பரிபாலித்தான். விஜயவாகு, பராக்கிரமவாகு என்னும் பெயர்கள் யாழ்ப்பாணத்திலும் பொலன்னறுவையிலுமிருந்த கலிங்கவரசர்களின் பெயர்கள் போலத் தோற்றுவதாலும், பராக்கிரமவாகுவின் மகன் விஜயவாகுவின் காலத்தில் அவனுக்குக் கீழ் ஆரியப்படை ஒன்றிருந்ததாக அறியப்படுவதாலும், கலிங்க மாகன் என்னும் விஜயகாலிங்கச் சக்கரவர்த்தி தன் முழு மனத்துடனும் தன்னினத்தவனுகிய பராக்கிரமவாகுவைத் தென்னிலங்கையை அரசாளும்படி ஏவித், தான் வட இலங்கையை அரசாள நினைத்துச் சென்ருனோ, அன்றிப் பராக்கிரமவாகுவுக் குடைந்து தான் ஓடினுனோ எது சரி யென நிச்சயிக்க முடியவில்லை.

குலசேகர சிங்கையாரியன்

இலங்கை முழுவதையு மொரு குடைக்கீழாண்ட கலிங்கவிஜயவாகுவின் காலந் தொடக்கம், சிங்கை நகர் அரசர் 'ஆரியச்சக்கரவர்த்தி' என்னும் பட்டம் பூண்டார்கள். கி. பி. 1240ம் ஆண்டளவில் விஜய காலிங்கன் இறக்கவே, அவன் மகன் குலசேகர சிங்கையாரியச் சக்கரவர்த்தி பராசசேகரன் என்னும் பட்டத்துடன் அரசனானன்.

அந்தகக்கவி வீரராகவமுதலியார்

இவன் காலத்தில் அந்தகக் கவி வீரராகவ முதலியார் § என்னும் ஒரு வேளாளச் செந்தமிழ்ப் புலவன் அரச சபைக்கு வந்தானாக, அந்த அமையத்து வேட்டம் செல்வான் அம்பும் வில்லும் கையிற்றாங்கி நிற்குமரசன், அந்தகன்முன் வருதல் சகுனப் பிழை எனக் கண்டு, அப்புலவனைத் தான் காணாத வாறு திரை போடுவித்தான். புலவரோருகிய முதலியார்.

(1) "நரைகோட் டிளங்கன்றும் நல்வள நாடும் நயர்தளிப்பான்
விரையூட்டு தார்ப்புய வெற்பீழ மன்னனென் றே விரும்பிக்
கரையோட்ட மீதின் மரக்கலம் போட்டுன்னைக் காணவந்தால்
திரைபோட்டு நீயிருந் தாய் சிங்கை யாரிய சேகரனே"

(2) வாழு மிலங்கைக்கோ மானில்லைமானில்லை
ஏழு மாராமமு மீங்கில்லை - ஆழி
யலையடைத்த வெற்புயத்து வாகித்தா னின்கைச்
சிலையெடுத்த வாறேதுசெப்பு" என்ற விருகவியையோக் கூறினார். அந்தகனாயிருந்தும் தான் அப்போது வில்லைக் காத்திற் கொண்டிருந்த நிலையை அறிந்து பாடியவர் உண்மைத் தெய்வப் புலவரென மதித்து, அரசன் அவரை வணக்கத்தோடு வரவேற்று, உபசரித்து, வித்துவவுரிமை கொண்டு, தன்னரண்மனையிலிருந்து, 'ஆரூருலா' என்னும் அருந்தமிழ் நூலைப் பாடுவித்தான்.

ஆருருலா

§ இவ்வந்தகக் கவி வீரராகவ முதலியாரே யாழ்ப்பாடியென மயங்கி யாழ்ப்பாடி குருடனென மயில்வாகனப் புலவர் எழுதியதைப் பின் பற்றிப், பின் வந்த சரித்திரகாரரும் அக்கொள்கைக் கிணங்க முதலியாரின் கவிகளையுந் திரித்து விட்டனர்.

நூலைத் தன் சபையிலே யரங்கேற்றுவித்த காலத்தில் அரசன் பெரு மகிழ்ச்சியுடையவனாய்ப் புலவருக்கோர் பொற் பந்தம் (பந்தம்=முடிப்பு) ஈந்ததோடு பின்வருங் கவியையுங் கூறினான்.

"புவியோர் பெறுந்திரு வாரூருலாவைப் புலவர்க்கெல்லாஞ்
செவியே சுவைபெறு மாறுசெய் தான்சிவ ஞானவனு
பவியே யெனுநங் கவி வீரராகவன் பாடியநற்
கவியே கவியவ னல்லாத பேர்கவி கற்கவியே".

புலவரும் கேட்டு மகிழ்ந்து.

"பொங்குமிடி யின்பந்தம் போயதே யென்கவிதைக்
கெங்கும் விருதுபந்த மேற்றதே - குங்குமந்தோய்
வெற்பந்த மானபுய வீரபர ராஜசிங்கம்
பொற்பந்த மின்றளித்த போது" என்னுங் கவியைக் கூறினார். அக்காலத்தில், தமிழ்வாணரை ஆதரித்தும், தமிழ்ப் புலமை நிரம்பப் பெற்றும் யாழ்ப்பாண மன்னர் வந்தார்கள் என்பது அறியத்தக்கது.

யாவாநாட்டுச் சந்திரபாநு

கி. பி. 1247ல், இரண்டாம் பராக்கிரமவாகு காலத்தில், சந்திரபாநு என்னும் யாவகத்தலைவன் படையுடன் இலங்கையைச் சூறையிடும் நோக்கமாகவந்து, பராக்கிரமவாகுவின் தம்பியுடன் பொருது தோற்றான்.

சுந்தரபாண்டியன் வெற்றி

தோற்றவன் ஜடாவர்மன் சுந்தரபாண்டியனைப்புகலடைந்தான். பாண்டியன் 1256ல் பெரும்படையுடனுஞ்சந்திரபாநுவுடனும் இலங்கைக்குவந்து, பராக்கிரமவாகுவைவென்று, அவன் தேர், பொருள், சிங்காதனம், முடி, ஆபரணங்கள், குடைகள் முதலானவற்றைக்கவர்ந்து, தன் மீனக்கொடியைத் திருக்கோணமலையில் நாட்டி, மீனமுத்திரை அவ்விடத்தே பொறித்து,‡

‡ இப்போது திருக்கோணமலை பிறெடெறிக் கோட்டை வாசல் நிலைக் கல்லொன்றிற் பொறித்திருக்கும் மீன் முத்திரை சுந்தர பாண்டியன் வெற்றியின் உண்மையைக் காட்டும்.

அளவற்ற நிதியைத்திறையாகக்கொண்டு, யாழ்ப்பாணத்தரசனாகிய குலசேகரனையும் வென்று, அவன்திறைகொடுக்கமறுத்தபோது அவனைக் "கருமுகில் வேழக்காலிற்சேர்த்து" க் கட்டிக்கொண்டு திரும்பினான்.§

சோழவரசன் வெற்றி

சுந்தரபாண்டியன் படையெழுச்சிக்குமுன், சோழப்படையொன்று வடஇலங்கையைவெற்றிகொண்டதாக மூன்றாம் ராஜேந்திரசோழனின், கி.பி. 1253ம் வருட லேபகசாசனங் கூறும். அச்சாசனத்தில் வடஇலங்கையிலிருக்கும் 'வீராக்ஷதர்' என்றுகூறியிருப்பது யாழ்ப்பாணப்படையின் வீரத்தைக் காட்டுங்கருத்தென்க.

குலசேகரன் அரசியல்முறைகளில் அநேகதிருத்தங்களையும் மாறுதல்களையுஞ் செய்ததுமன்றித், தனக்கும் தன்குடிகளுக்கும் வருவரய் பெருகும்படி வேளாண்டொழிலை நன்னிலைக்குக்கொண்டுவந்தான்.

குலோத்துங்க சிங்கையாரியன்

குலசேகரனுக்குப்பின் அவன் மகன் குலோத்துங்கசிங்கைஆரியன் செகராசசேகரனென்னும் பட்டத்துடன் அரசனானான். இதுஇவ்வாறாகத், தம்பைநகரிலரசாண்ட இரண்டாம்பராக்கிரமவாகு கி.பி. 1271ல் இறந்தான். அவன்மகன் மூன்றாம் விஜயவாகு இருவருடங்களரசாண்டு தன்மந்திரி 'மிற்றா' என்பவனாற் கொல்லப்படவே, அவனுடைய சகோதரன் முதலாம் புவனேகவாகு ஆங்கிருந்த ஆரியப் படையினுதவிகொண்டு, மிற்றாவையும் அவனுக்குதவியாகவந்த

யாப்பாகுவில் இராசதானி

முனைசிங்கன்கூட்டத்தாரையும் சிங்களப்படையையும் வென்று, யாப்பாகுவில் இராசதானி அமைப்பித்து அரசாண்டுவந்தான்.

---

§ சுந்தர பாண்டியன் இவ்வெற்றி தனதென்று சிதம்பரம் சாசனத்திலும், ஜடாவர்மன் வீரபாண்டியன் தனதென்று திருக்கழுக் குன்றம் சாசனத்திலும் வரைந்திருக்கின்றார்கள்.

முத்துக்குளிப்பு

மன்னார்க்கடலில் முத்துக்குளிக்கும் உரிமை சிங்கைநகர் அரசருக்கே உரியதாயிருந்தது. ஆனால் குலோத்துங்கனுக்கும் புவனேகவாகுவுக்கும் அவ்வுரிமையைப்பற்றி விவாதம் உண்டாகிப் போர்மூண்டது.

யாப்பாது அழிவும் புத்ததந்தம்பறி போதலும்

குலோத்துங்கன் பெருங் கடற்படையுடன்வந்து, புவனேகவாகுவைவென்று, யாப்பாகுவை அழித்துப், புத்தசமயிகளாற் போற்றப்பட்டுவந்த புத்ததந்தத்தைக் கவர்ந்துஞ் சென்றான்.†

எகிப்து அரசனுக்குத் தூது

புவனேகவாகு சிங்கைநகர் அரசனுக்குக்கீழ் ஒரு சிற்றரசனாய்த் திறையிறுத்து அரசாண்டான்.என்றாலும், வேற்றரசனின் உதவிகொண்டு முத்துச்சலாபத்தைத் தான்கவரும் நோக்கத்தோடிருந்துவந்தான். அக்காலத்தில் எகிப்தில் அரசாண்ட மாமலூக்சுலுத்தானாகிய மெலெக் மன்சூர் காலயூன் என்னும் அரசனிடம், அவ யுத்தமன் என்னுந் தன்பிரதானியைப் பரிசுகளுடனும் பரிவாரத்துடனும் தூதாகவனுப்பி, அவ்வரசனின் உதவியைப்பெரிதும் வேண்டி., முத்துச்சலாபத்தைப்பற்றி மிகவும் விதந்து எழுதிக் கடிதமுமொன்றனுப்பினான். தூதன் கி. பி. 1283ல் எகிப்து இராசதானியாகிய கயிறோ நகரைச்சேர்ந்தான். புவனேகவாகு கி.பி. 1284ல் இறந்தமையால் அவனனுப்பிய தூதால் யாதும் பயன் உண்டாகவில்லை.

சிங்கைநகா அரசன்ஏகாதிபத்தியம்

அதன்பின் பன்னிரண்டு ஆண்டுகளாக இலங்கை எங்கும் சிங்கைநகர் அரசன் விடைக்கொடியே ‡ விளங்கியதென வைபவமாலை கூறும்.

---

† புவனேகவாகுவை வென்ற ஆரியச் சக்கரவர்த்தி, பாண்டியன் மந்திரி யென்னும் மகா வம்மிசக் கூற்றை, யாழ்ப்பாணவரசன் வெற்றியை மறுக்கும் ஆசையினால் மாத்திரம், சிலர் மெய்யென நம்புவர்.

‡ அக்காலத்தில் யாழ்ப்பாண வரசரின் கொடி விடைக்கொடியென வறியாது, வைபவ மாலையை ஆங்கிலத்தில் மொழி பெயர்த்த பிறிற்றோ அவர்கள் யாழ்க் கொடியெனக் கூறிப் போயினர்.

மார்க்கோ போலோ கூற்று

கி. பி. 1284ல் வெனிஸ் நகரத்துப்பிரயாணியாகிய மார்க்கோபோலோ என்பவன் சீனதேசத்திலிருந்து மேலைத்தேசத்திற்குப்போகும் மார்க்கத்தில், யாழ்ப்பாணத் துறைமுகமொன்றிலிறங்கியதாகவும் யாழ்ப்பாணத்தைப்பற்றியும் தன்பிரயாணநூலில் விபரமாகக் கூறியிருக்கின்றான். அக்காலத்தில் இலங்கைமுழுவதும் 'சந்தேமன்' என்னும் வட இலங்கை யரசனுடைய ஆட்சியிலிருந்ததென்றும், குடிகள் அரிசியும், எள்ளும், மாமிசமும், பாலும் உணவாகவுண்டார்களென்றும், கள்ளும் அகிலும் மலிந்து விளங்கி இருந்ததென்றும், அகில்வேறிடங்களினின்றுங் கொண்டு வரப்பட்டுக், கோளமென்னுந் துறையிலிருந்து பிறதேசங்களுக் கேற்றப்பட்டது என்றும், இக்கோளம்என்னுந்துறை முகத்திற்கே சீனாவிலிருந்தும் அரபியாமுதலிய மேலைத் தேசங்களிலிருந்தும், கப்பல்கள் வியாபாரகாரணமாக வருவதுவழக்கமென்றுங் கூறியிருக்கின்றான். முஸ்லிம் பிரயாணிகள் 'கலா'என்றதும், மார்க்கோ போலோ 'கோளம்' என்றதும் ஊராத்துறையேயாகும். கோளம் என்பது கோவளத்தின் சிதைவு. காரைதீவின் வடமேற்குமூலை இன்றுங் கோவளம் என்னும் பெயரால் வழங்குகின்றது. 'சந்தேமன்' என்னும் பெயர் 'செகராசசேகரன்' அல்லது 'சிங்கைஆரியன்' என்னும் பெயர்களில் ஒன்றாயிருத்தல்வேண்டும். செகராசசேகரனேயானால் குலோத்துங்கனே கி.பி. 1284லும் அரசாண்டிருந்திருத்தல்கூடும்.

விக்கிரம சிங்கை ஆரியன்

அவனுக்குப்பின் அவன்மகன்விக்கிரமசிங்கையாரியன் பரராசசேகரன் என்னும் பட்டத்துடன் அரசனானான்.

விக்கிரமன் காலத்திலே (கி.பி. 1292) மொன்றிக் கொர்வீனோ (MonteCorvino)என்னுமிடத்துள்ள யோவான் என்னுங்கிறிஸ்தகுரு யாழ்ப்பாணக் கடல்வழி

யாகப்பிரயாணஞ்செய்தபொழுது, அக்கடற்கரைகளில் ஆண்டுகள்தோறும் அறுபது மரக்கலங்களுக்குமேல் மோதுண்டுடைந்துகிடக்குமெனக் கூறியிருக்கின்றார். அக்கூற்றிலிருந்து இக்கடல்வழியாக எவ்வளவோ ஏராளமான மரக்கலங்கள் போக்குவரவு செய்தன என்பதும், முதலாம் பராக்கிரமவாகுவால் நயினை தீவில் வரைந்துவைக்கப்பட்ட மரக்கலச்சேதத்தைப் பற்றியசாசனம் ஈண்டைக்கெவ்வளவு சிறப்புடைய தென்பதும் அறிந்து மகிழத்தக்கதே. மரக்கலங்க ளின் பெருக் கம்

கி. பி. 1296ல், யாப்பாகுவில் போர்வலியிழந்த புவனேகவாகுவின் குமாரன் குலசேகர பாண்டியனை யடைந்து, தென்னிலங்கைச் சிற்றரசையும் புத்த தந்தத்தையும் தனக்குக் கொடுக்கும்படி சிங்கைநகர் அரசனாகிய விக்கிரமனுக்கு இயம்புமாறு இரந்தான். அவ்வண்ணமவனும் இயம்பவே, அதற்கிசைந்து விக்கிரமனால் கொடுக்கப்பட்ட சிற்றரசையும் தந்த தாதுவையும் பெற்றுக் கொண்டு, திறையிறுக்க வுடன்பட்டு, மூன்றும் பராக்கிரமவாகுவாக, யாப்பாகுவில் அரசனானான். பின்பு இத்திறை யளிப்பதற்கும் யாழ்ப்பாண வரசன் தாக்கிற்கும் பயந்து, சிங்கள அரசர் தங்கள் இராசதானியைக் குருநாக்கலுக்கும், தம்பதெனியாவுக்கும், மலையாணுடையதும் யாழ்ப்பாணத்திலிருந்து அதிக தூரமுள்ளதுமான கம்பளைக்கும் மாற்றி மாற்றி வந்தார்கள். எங்குச் சென்றாலும் சிங்கைநகர் அரசர்களுக் கடங்கியே யிருந்தார்கள் என்பதற் கையமில்லை. புத்ததந்தம் மீட்டமை; சிங்களவரசர் திறையிறுத்தமை

விக்கிரம சிங்கை யாரியன் காலத்திலே சில புத்த சிங்களவருக்கும் சைவ சமயத் தமிழருக்கும் மார்க்க காரணமாகக் கலகமுண்டாகிச், சிங்களர் தமிழரிருவரைக் கொன்று பலரைக் காயப்படுத்தினர்க ளென்று அரசன் அறிந்து விசாரித்து, அக்காலத்திற் றலைமை மார்க்க கலகம்

வகித்த புஞ்சிவண்டாவையும் அவனைச் சேர்ந்தோர் பதினெழுவரையும் சிரச்சேதஞ் செய்து, மற்றையோரைச் சிறைப்படுத்தினான். இதுபற்றிச் சிங்களர் அநேகர் ஊரைவிட்டு ஓடிவிட, எஞ்சியோர் வெறுப்புக் கொண்டிருந்த படியால், தன் உயிருக்கு மோசம் வருமோ என்ற அச்சத்துடன் அரசனிருந்தான்.

வன்னிநாட்டு அதிகாரிகள்

சோழ பாண்டிய சேனைகளுடன் வந்த வன்னியப் பிரதானிகள் பலர் இலங்கையின் செழிப்பையும் நீர்பாய்ச்சுங் குளங்களையுங் கண்டு, தங்கள் பரிவாரங்களுடன் நிலவளம் நீர்வளம் செறிந்த இடங்களிற் றங்கி, வேளாண்மை செய்து வந்தார்கள். நாட் பல கழியவே யாழ்ப்பாண, சிங்கள அரசரின் வலி குன்றிய காலங்களில், தாம் தாம் குடியிருந்த இடங்களைத் தாந் தாமே ஆளவேண்டுமென நோக்கங் கொண்டார்கள். பனங்காமம், குமாரபுரம், ஓமந்தை, தம்பலகாமம் முதலா மிடங்களி லவர்கள் நிலையிட்டனர். தம்பலகாமத்தில், தனியுண்ணாப் பூபால வன்னியன் என்பான் கோணேச்சுரக் கோயிலதிகாரத்தைக் கவர்ந்து, அவ்விடத்திற்கோர் அதிகாரியுமானான். அடங்காப்பற்று என்னுமிடத்தே வசித்த வன்னியர் பலமுறைகளிற் கலகம் உண்டாக்கி அரசர்களா லடக்கப் பெற்றபடியால், அவர்களிருந்த பகுதிக் கப்பெய ரிடப்பட்டது. வன்னிய அதிகாரிகள் தாமிருந்த இடங்களில் சைவ ஆலயங்களைக் கட்டிச் சைவசமயத்தைப் பரிபாலித்து வந்தார்கள்.

வரோதய சிங்கையாரியன்

விக்கிரம சிங்கை ஆரியன் கி. பி. 1302ல் இறக்கவே, அவன் மகன் வரோதய சிங்கை ஆரியன் செகராச சேகரன் என்னும் பட்டத்துடன் மகுடம் புனைந்தான். தன் தந்தையின் அரசாட்சியில் சமய காரணமாகக் குடிகளுக்குள்ளே கலகம் விளைந்த படியால், மேலும் அவ்வாறு நடவா வண்ணம் கட்டுப் பாடுகள்

அமைத்து யாவரையும் தத்தம் நெறி கடவாதொழுகுமாறு திட்டமுஞ் செய்தான்.

கி. பி. 1303ல், நாலாம் பராக்கிரமவாகு குருநாக்கலில் அரசு செய்தான். யாழ்ப்பாணத்தில் நடந்த கலகங் காரணமாக அவன் தன் இராசதானியைத் தம்பதெனிக்கு மாற்றினன் என்று 'குருநாக்கல் விஸ்தரய' என்னும் சிங்கள நூல் கூறும். நூற்றைம்பது மைல்களுக்கப்புறம் நடந்த கலகத்துக்காக அரசன் தனது இராசதானியை வேருேரிடத்திற்கு மாற்ற வேண்டிய அவசிய மின்மையால், யாழ்ப்பாணத் தரசன் திறை கொடுக்கும்படி நெருக்கிய நெருக்கத்திற்குப் பயந்தே இம்மாற்றம் உண்டாயிருக்க வேண்டும். சிங்கள இராசதானி மாற்றம்

கி. பி. 1310ல், மேற்கூறிய பராக்கிரமவாகுவின் சபையில் போஜ ராஜ பண்டிதன் என்னும் தமிழ் அந்தணப் புலவன் சரஜோதி மாலை என்னும் தமிழ்ச் சோதிட நூலை அரங்கேற்றினன். சிங்கள பாஷை இலக்கியச் செறிவு வாய்க்கப் பெருத படியால், அக்காலத்தில் தமிழ் இலக்கியங்களே சிங்கள அரச சபைகளில் அதிகமாக ஆதரிக்கப்பட்டு வந்தன. தமிழரசர்கள் எவ்வாறு சமஸ்க்கிருத பாஷையைப் போற்றி வந்தார்களோ, அதுபோலச் சிங்கள அரசரும் தமிழ்ப் பாஷையைப் போற்றி வந்தார்கள். சரசோதிமாலையுஞ்சிங்களவரசரின் தமிழ் ஆதரவும்

நாற்பது வருடங்களாக மதுரையில் அரசாண்ட மாறவர்மன் முதலாங் குலசேகர பாண்டியனுக்குச் சுந்தர பாண்டியன் எனப் பெயருடைய பட்டத்துத் தேவி மகனெருவனும், வீரபாண்டியன் எனப் பெயருடைய சோர புத்திரன் ஒருவனுமாக இரு மக்கள் உண்டு. தனக்குப்பின் பட்டத்திற்குத் தன் சோரபுத்திரனையே குலசேகர பாண்டியன் நியமித்தான். இச்செயல் கண்டு, ஆற்ருச் சீற்றங் கொண்ட சுந்தர பாண்டியன் தன் தந்தையை விண்ணுலகுக் கனுப்பித், பாண்டிய மன்னர் போநம்சிக்கைஅரசன் உதவியும்

தான் சிங்காசன மேறினன். ஆனல் வீர பாண்டியன் அவனை வென்று மதுரையினின்றுந் துரத்தி விட்டான். சுந்தர பாண்டியன் முஸ்லீம் அரசனின் உதவியை வேண்டி நிற்க, மாலிக் காபூர்என்னும் முஸ்லீம் படைத் தலைவன், கி. பி. 1310ல், உதவியாக அனுப்பப் பட்டான். அப்படைத் தலைவன் வந்து வீரபாண்டியனைச் சிம்மாசனத்தினின்றும்நீக்கிச், சுந்தரபாண்டியனைமறுபடியு மாசனுக்கிச்சென்ருன். முஸ்லீம்சேனை மதுரையைவிட்டகன்றவுடனே, வீரபாண்டியன் மீட்டுஞ் சுந்தரபாண்டியனை மதுரையினின்றுமகற்றினன். அவன்சிங்கைநகர் அரசனிடம் புகலடைந்து அவன் உதவியைவேண்டி நின்ருன். சிங்கைநகராசன் அன்று புரிந்த உதவியைப்பற்றி,

> "கோமாறன் காகமல மோடைபட்டங்குளமீது
> குலியக்கண்டு
> மாமாரி மதக்கலுழிக் கிளையானை செம்பொனு
> டன் வழங்கு வேந்தன்"

எனச் செகராசசேகரமாலைச் சிறப்புப்பாயிரத்திற் புகழ்ந்து கூறப்பட்டிருக்கின்றது. இந்நிகழ்ச்சி வரோதய சிங்கை ஆரியன் காலத்தில் நடந்ததென்றும், பாண்டியன் பெயர் சந்திரசேகரபாண்டியன் என்றும் வைபவமாலை கூறும். சிங்கை ஆரியன் படைத்துணைகொண்டு சுந்தரபாண்டியன் வெற்றிபெற்ற மதுரை அரசுப் நெடுநாள் நிலைபெறவில்லை.

பாண்டிய ஆட்சியின் வீட்சியும் முகம்மதியரின் தலையெடுப்பும்

கி.பி. 1313ல், சேர அரசன் படையொன்று திரட்டிப் பாண்டிய தேசத்தை வெற்றிகொண்டு, சிற்றரசர்கள் மூலமாக அத்தேசத்தை அரசாண்டான். அவன் ஆட்சியுஞ் சிறிதுகாலத்திலொழிந்தது. இக்கலகங்களை அறிந்த முகம்மதியர் படையொன்றையனுப்பிச் சேரசிற்றரசனைவென்று, கி.பி. 1365 வரையும் அரசாண்டார்கள்.

முகம்மதியரின்கொடுங்கோன்மையுங் குடிகளின்பரதேசப்போக்கும்

முகம்மதியர் சோழபாண்டிய தேசங்களிலரசாண்டகாலத்தில், குடிகளுக்கு வரியைக் கூட்டியதுமன்றி, உயர்குடிப்பிறந்த தலைவர் மரபிலுள்ள பெண்களையும் மறநெறியாற் கவரத்தொடங்கினார்கள். இவர்களின் தீச்செயலுக்கஞ்சிய அநேக வேளாண்டலைவரும் பிறரும் தென்னிந்தியாவை விட்டு இலங்கைக்கு வந்தார்கள். அக்காலத்திலும், பாளையக்காரர் அதிகாரிகளாய் வந்தகாலத்திலும் தாமாகப் பிறதேசம் போனகுடிகளைப், பாண்டிமழவன் சேர்த்து இலங்கைக்குக் கொண்டுவந்தான் என வைபவமாலை கூறும்.

வன்னியர் கலகம்

வரோதயன் பாண்டியனுக்குதவி புரிவான்வேண்டி மதுரை சென்றஞான்று, வன்னிய அதிகாரிகள் சிலர் கலாம் விளைத்து, வரோதயனுக்கு மாறாகச் சிங்களவரசன் உதவியை வேண்டினார்கள். அப்போதுள்ள சிங்களவரசன் தன்வலிக்குறைவால் வரோதயனுக்கு மாறாக அமர்செயமறுத்தான். வன்னியர் தம் முயற்சி பாழாயினமை கண்டு, இறுமாப்புக்குறைந்தவர்களாய், வரோதயனிடம் அடைக்கலம் புக்கு, அவன் இன்னருளைவேண்டினர். அரசனும் அவர்கள் செருக்கொழிந்தமை கண்டு அவர்குற்றங்களைப்பொறுத்தான்.

பிரையர் ஒடோறிக்கின் புகழுரை

இவ்வரசன்காலத்தில் (கி.பி. 1322) பிரையர் ஒடோறிக் (Friar Odoric) என்னும் கத்தோலிக்ககுரு இலங்கைக்குவந்து யாழ்ப்பாணத் துறையொன்றி லிறங்கினார். அவர் இம்மாகாணத்தரசனுக்கு ஏராளமான பொன்னும் வெள்ளியும் உலகில் மற்றெங்குமில்லா நன்முத்துக்களும் உண்டென்றும், அவ்வரசன்கழுத்திலே முந்நூறு பெருமுத்துக்களாலாக்கப்பட்டமாலையொன்றணிந்திருந்தான் எனவும், கையில் ஒருசாண் நீளமும் அகலமுமுள்ள இரத்தினக்கல்லாலாய மோதிரமொன்றுமிருந்ததென்றும், அது பெருஞ் சோதியுடையதென்றும், தந்நூலில் எழுதியிருக்கின்றார்.

தமிழ்ச் சங்கம்

இவ்வரசன், தமிழைவளர்க்கும் பெருவிருப்புடையவனாய், தன்தேசத்திலும் தென்னிந்தியாவிலுமிருந்து தமிழ்ப்புலவர்களையும் பண்டிதர்களையும் வரவழைத்துக் கழகமொன்றமைத்து, அவர்களால் புதிய நூல்களை ஆக்குவித்து வந்தான். அவனமைத்தகழகம் பின்வந்த அரசர்களாலும் பரிபாலிக்கப்பட்டுவந்தது.

மார்த்தாண்டசிங்கையாரியன்

வரோதயன் கி.பி. 1325ல் இறக்கவே, அவன்மகன் மார்த்தாண்ட சிங்கை ஆரியன் பரராசசேகரன் என்னும் நாமத்துடனரசனானன். அவன்காலத்தில், கி.பி. 1344ல், மாலைதீவிற்குடியேறியிருந்த ஆபிரிக்காதேயத்துத் தஞ்சியார்ஸ் நகரத்து முகம்மதிய பிரயாணியாகிய

இபின்பட்டுட்டாவின் புகழுரை

இபின்பட்டுட்டா(Ibn Batuta)வென்பான் அங்கிருந்து வருங்காலத்துண்டாய பெருங்காற்றின் உரத்துக்குத் தப்பவேண்டி (யாழ்ப்பாணப்) பட்டினத்துறையைச் சேர்ந்து, அங்கே ஆரியச்சக்கரவர்த்தியின் திரண்ட கடற்படையையும், கடற்கரையில் பிறதேசஏற்றுமதிக்காக அடுக்கப்பட்டிருந்த வியாபாரப்பொருள்களாகிய கறுவா அகில் முதலியவற்றையுங் கண்டு அதிசயித்தவனாய், அரசனிடஞ்சென்று, அவனால் நன்குவரவேற்கப்பெற்று, அவன் உதவிய நான்கு யோகிகளுடனும், நான்குபிராமணர்களுடனும், சிவிகையாளர்முதலிய பரிவாரங்களுடனும் புறப்பட்டு, ஆதம்மலைக்குப் போகும் மார்க்கத்தில், முதல்நாள் மூங்கில்களாற் செய்யப்பட்ட ஓடத்தால் ஓர் ஆற்றைக் கடந்தார்களென்றும், பின் மன்னார் மண்டலம், சலாபத்துறை முதலிய வழியாய்க் கோனார் என்னும் இலங்கைச்சக்கரவர்த்தியின் கோநகரையடைந்து, அவணிருந்து இரத்தினபுரி மார்க்கமாய், ஆதம்மலைமேற்சென்று கடவுளைத்தொழுது, பின் மறுபுறமாகவிறங்கித், தென் சமுத்திரக் கரையிலிருக்கும் தேவிநுவரையைச்சேர்ந்தார்கள் என்றும், ஆங்குள்ள மிகப்பெரிய இந்துஆலயத்தில், ஓராள் உயரமான தங்கவிக்கிரகமும், ஆயிரமந்தணர்

களும், யோகிகளும், 500 தேவதாசிகளுமிருந்தார்களென்றும், தந்நூலில் எழுதியிருக்கின்றான். அவன் கடந்தஆறு பூநகரிக்கடலென்பதும், அம்மூங்கில்லோடம் அக்காலத்திலிருந்த சங்கடம் என்பதும், அவன்கூறிய இலங்கைச்சக்கரவர்த்தி பின்னாற் கூறப்படும் அளகைக்கோனார் என்பதும், கோகர் என்பது அளகைக்கோன் நகராகிய ஜயவர்த்தனபுரக்கோட்டையென்பதும்† வெளிப்படை. இப்பரதேசப் பிரயாணியின் அகன்ற விரிவுரையினால், சிங்கைநகர் ஆரியச்சக்கரவர்த்திகள் அற்றைநாட் படைத்திருந்த வலி அரண் படை முதலியவற்றின் பெருக்கங்களை எளிதினறியலாம்.

குணபூஷண சிங்கையாரியன்

மார்த்தாண்டனும் கி.பி. 1347ம் ஆண்டளவி லிறக்கவே, அவன்மகன் குணபூஷணன், செகராசசேகரன் என்னும் பட்டத்துடன் முடிசூட்டப்பெற்றும், தக்கபிராயமற்றவனாயிருந்தபடியால், அவன் அன்னையே இராச்சியபாரத்தை ஏற்று, அரசியலை முறைபிற

† எமது 'Ancient Jaffna' என்னும் நூலிற் காணப்படும் இவ்வாராய்ச்சியின் முடிவின் பின்னும், இபின்பட்டூட்டா (Ibn Battuta) இறங்கிய விடம் புத்தளமென்றும், அவன் முதற் கடந்த ஆறு வத்துளோயா வென்றும், அவன் சொல்லிய சலாவத்துறை கள்ளச்சலாபமென்றும், கோகர் குருநாக்கல் என்றும் நம்புவோர் இன்றும் உண்டு. வத்துளோயாவை மூங்கிலோடத்தாற் கடந்தால், அதற்குப் பின் சந்திக்குமாயவன் ஆறு முதலிய ஆறுகளைத் தான்கடந்தது எவ்விதமென்று இபின்பட்டூட்டா சொல்லாவிட்டதென்னே? சலாபத்துறை கள்ளச்சலாபமாவதெப்படி? கள்ளச்சலாபந் துறையா? அவன் கோகரிற் கண்டவரசனைக் கோனார் எனக் குறித்திருப்பதால், அளகைக் கோனாரையே கருதியிருக்கவேண்டும். அப்படியன்றாற் 'கோகர்' 'குருநாக்கல்' ஆவதெங்ஙனம்? அவனிறங்கிய புத்தளத்தில் ஆரியச்சக்கரவர்த்தியின் கடற்படை நின்ற காரணம்யாது? ஆரியச்சக்கரவர்த்தி அங்குபோன நியாயமென்ன? இவைகளொன்றையும் யோசியாது ஆராய்ச்சியின்றி ஆங்கிலேயர் ஒருவர் மனோரச்சியத்தின்படி எழுதிப்போன சரித்திரத்திரிபுகழ்தான் உண்மையென ஏற்குந் தன்மை யாது பற்றியோ?

ழாது நடாத்திவந்தாள். இவ்வரசன் தன்காலத்தில் ஆந்திரநாட்டினின்றுங் காஞ்சியினின்றும் நுண்ணிய கைத்திறனமைந்த காருகவினையாளரைக் கொணர்ந்து வண்ணார்பண்ணையிற் குடியேற்றி வைத்தானென வோர் ஐதிகமுண்டு.

மாரிஞோல் லியின் புக ழுரை

கி.பி. 1348ல், ரோமாபுரிக் கத்தோலிக்க சபைத்தலைவராகிய போப் அவர்கள் சீனதேயச் சக்கரவர்த்தியிடமனுப்பிய தானுபத்தியத் தலைவனாகிய யோவான்தேமாரிஞொல்லி (John de Marignolli) என்பவன் போகும்வழியிற் கோவளத்திலிறங்கி, அவனாற் 'சபா' வென்றழைக்கப்பட்ட யாழ்ப்பாணநாட்டரசியைக்காணச் சென்றதாகவும், ஆங்குள்ள இப்போது கீரிமலையென்றழைக்கப்படும் மலையே எலியாஸ் தீர்க்கதரிசிக்கும், கிறீஸ்து பிறந்தபோது தரிசிக்கச்சென்ற சன்னியாசிகளுக்கு முறைவிடமாயிருந்ததென்றும், அம்மலையடிவாரத்தில் நிலத்தினின்று ஊற்றெடுத்துக் கடலுட் பாயும் திவ்விய அருவிநீரைத் தான்பருகியதாகவும், பலகாலும் அரசியைத் தரிசித்ததாகவும், அச்சீமாட்டி செய்த பெரு விருந்தொன்றிற் றானுமுடனிருந்துண்டதாகவும், பதினொரு மாசங்களாகத் தான் அனுபவித்த வயிற்றுளைவுநோயை அவ்வரசியின் வைத்தியப்பெண் சுலபமானமருந்தாற் சுகப்படுத்தியதாகவும், தங்கத்தாலாக்கிய கலாபமும் நுண்மைவாய்ந்த துகில்கள் நூற்றைம்பதும் உபகாரமாக அரசியாற் றனக்குக் கொடுக்கப்பட்டதாகவும், பின் அவற்றை வேருவலை (Beruwela) யென்னுமிடத்தில் கோயாஜூவான் என்னுங் கடற்கொள்ளைக்காரன் பறித்துக்கொண்டானென்றுங் கூறியிருப்பதோடமையாது, வாய்ப்புடைத்தான இடங்களிலெல்லாம் அவ்வரசியைப்புகழ்ந்தும்,வியந்தும், அவள்மாட்டுத் தனக்குள்ள நன்றியறிதலையும் பாராட்டிப்பாராட்டிக் கூறியிருக்கின்றான்.

கி.பி. 1375ல் வரையப்பட்ட 'கற்றலன்மாய்ப்' (Catalan map) என்னுமிலங்கைப்படத்தில் வடஇலங்கையிற் பெண்ணரசு நடந்ததாக வரையப்பட்டிருக்கின்றது. பெண்ணரசு வைபவமாலையிற்கூறப்படாதிருப்பினும், அதனுண்மை மேற்கண்ட மாரிஞொல்லி உரையால் வெளிப்போந்தமை காணலாம். கற்றலன்-படமும் பெண்ணரசும்

குணபூஷணன் தன்பெயர்க்கேற்பத் தந்தையினுஞ் சிறந்தோனாய், கல்வி, கமத்தொழில், கைத்தொழில் என்பனவற்றை வளம்பெறப் பெருக்கிக் குடிகளின் பாதுகாப்பிற் கண்ணுங்கருத்துமுடையோனாய் நெடுங்காலமாண்டு, தன்மகன் விரோதய சிங்கைஆரியனுக்குப் பரராசசேகரன் என்னும் பட்டத்துடன் அரசியற் பொறுப்பையீந்து முடிசூட்டிவைத்தான். விரோதய சிங்கையாரியன்

இவன் அரசாட்சி சின்னாளளவினதோடு குழப்பங்களும் சண்டைகளும் அதிகமாயின. வன்னிப் பிரதானிகள் சிங்களப்பிரஜைகளைத் தூண்டி, யவர்களுதவியுடன் கலாம்விளைத்தார்கள். அரசன் தன்படையுடன் சென்று, கலகத்தையடக்கி, வன்னிநாட்டைக் கொள்ளைகொண்டு, வன்னியர்செருக்கறுத்து, அவர்களுக்குத்துணைபுரிந்த சிங்களரையுந்தனதடிப்படுத்தித் தண்டித்தான். பின் இக்கலகத்திற்றனக்குத்துணையாய் நின்ற ஓமந்தைச் சிறுபிரதானிக்குச் சிற்றரசபட்டமும் வரிசைகள்பலவும் நல்கி அவனை ஏனைவன்னிய பிரதானிகளுக் கதிகாரியாம்பதவியுமீந்தான். வன்னியர் குழப்பம்
இவ்விருத்தாந்தத்தைப்பற்றி,

"பாய்மாவு நிதிக்குலமும் பட்டமுநீ டரசுரிமைப்
பதியுமிக்க
தேமாலை புனைபுயத்தோ மந்தையர்கோன் றனக்
களித்த செங்கைவேந்தன்"

எனச் செகராசசேகரமாலைச் சிறப்புப்பாயிரத்திலிவன் புகழப்பட்டிருக்கின்றான்.

விரோதயன்மரணம் கி.பி. 1380ம் ஆண்டளவில், ஒருநாள் இரவு போசனமுண்டு பள்ளியறை புகுந்த இவ்விரோதயன், மறுநாட்காலையில் தன் சப்பிரகூடமஞ்சத்தின்மேலே பிணமாகக் காணப்பட்டான். எவரோ ஒருவர் இவனைக் கொலைபுரிந்திருக்கவேணும் என ஐயுற்றும், போதிய சான்றுகள் ஏற்படாமையால் அது ஒப்புக்கொள்ளப்படாது போயிற்று.

ஜெயவீரசிங்கையாரியன் அப்பால் இவன்மூத்தமகனுகிய ஜெயவீரசிங்கையாரியன், செகராசசேகரன் என்னும் பட்டத்துடன், அரசனுனன்.

அளகைக்கோனுர் கம்பளையிலே, மூன்ரும் விக்கிரமவாகு என்னுஞ் சிங்கள அரசனுக்கு மந்திரியும் படைத்தலைவனுமாயிருந்து பின்பு பிரபுராசாவெனும் பதவிபெற்றவனும், வஞ்சிநகரத்து மலையகுலத்தைச் சேர்ந்தவனும், சிங்களஇதிகாசங்களிலே அளகேஸ்வரன் என்றும் அளகைக்கோனுர் என்றுங்கூறப்படுபவனுமாகிய இவன், கி.பி. 1340ம் வருடந் தொடங்கித் தற்காலம் "கோட்டா" எனவழைக்கப்படும் ஜயவர்த்தனபுரம் என்னுமிடத்தை யரண்படுத்திவந்தான். அக்காலத்தில் சிங்கள அரசர் வலிகுன்றிச் சிங்கைநகராசருக்குத் திறைகட்டி வாழ்ந்தவர்களானபடியால், அவர்களுக்குத் துணைபுரிவதாக வஞ்சகம்பேசித், தான் நன்னிலைபடைந்தவுடன் சிங்களவரசைக்கவர்ந்து யாழ்ப்பாணவரசர் செருக்கையுந் தணிக்கவேண்டுமென்னுபாவுடன் ஜயவர்த்தனகோட்டையை வலிபொருந்துமாறு அமைத்துவந்தான்.

கோட்டையின்சிறப்பு கோட்டையைச்சுற்றி அகன்ற ஆழ்ந்தவகழி வெட்டுவித்துக், கற்களால் உயர்ந்த மதில் எழுப்பி, அம்மதில் உச்சியில் நின்று கற்பாறைகளைவைத்து உருட்டவும் அம்புகளை எய்யவும் நெருப்புப்பந்தங்களைவீசவுந்தக்கபொறிகளை அமைப்பித்து, விஷ்ணு, இலட்சு

மணன், விபீஷணன், கந்தகுமாரன் என்ற தெய்வங்களுக்கு நான்கு திசைகளினுமாலயங்களமைப்பித்து, அவ்வாலயங்களில் விழாக்களும் பூசைவழிபாடுகளும் சிறப்பாக நடைபெறற்குரிய ஒழுங்குகள் இயற்றி, நகரைப் பல்வளமும் வனப்புஞ் சிறக்க அமைத்துப் பல குடிகளையுமங்கு இருத்துவித்தான்.

இபின் பட்டுட்டா கி.பி. 1344ல் அவனிடஞ் சென்றபோது, தான் இலங்கைச்சக்கரவர்த்தியென்று அப்பரதேசிக்குப்பொய்யுரை பகர்ந்தான். கி.பி. 1348 ல் முன்கூறிய மாரிஞொல்லி, ஜயவர்த்தனபுரத்திற்குச் சென்றபோது, அவ்விடம் நன்றாகவரண்செய்யப்பட்டகோட்டையாயிருந்தது. அந்நாட்டொடக்கம் சிங்களவரசர் கம்பளையிலும் வேறிடங்களிலும் இராசகாரியமைத் தாசியல் நடாத்திஞலும், இவனுந்தன்கோட்டையைச்சுற்றியிருந்த பிரதேசத்திற்குத் தானே அரசனெனச் செருக்கிநடித்தான். தன்வலிமிகுந்திருப்பதைக்கண்டு, கி.பி. 1386ல், சிங்கைநகர் அரசஞல் இவனிடம் திறைவாங்கும்படி யனுப்பப்பட்ட ஏவலாளர்களைத் தூக்கிக்கொன்று, திறையுமிறுக்காது விட்டான். அளகைக் கோனின் பெருமிதம்

இக்கொடுஞ் செயலைப்பற்றிக் கேள்விப்பட்ட செகராசசேகரன் ஆற்ருெணுச் சீற்றங்கொண்டவஞய், இந்தியாவிலிருந்து உதவியாகத் திரண்டபடையொன்றை வருவித்துத், தன் சேனைகளையுங் கூட்டி, ஒருலட்சம் எண்கொண்ட சேனையை யிருகூருக்கி, ஒருகூற்றைக் கடல்மார்க்கமாகவும் மற்றதை வன்னி மாத்தளைவழியாற் கம்பளைக்கு மனுப்பி, ஜயவர்த்தனக் கோட்டையையும் கம்பளையையும் ஒரே சமயத்திற்றுக்கும்படி ஏவிஞன். கரைமார்க்கமாய்ச்சென்ற படை மாத்தளைக்குட்புக்கதை யறிந்த கம்பளையரசஞகிய புவனேகவாகு, அப்படைக்கெதிர்நிற்கவஞ்சி, றயி செகராச சேகரன் படையெடுப்பு

கமம் என்னுமூர்புக் கொளித்தனன். கடற்படையோ நீர்கொளும்பு, கொளும்பு, பாணந்துறை என்னுமிடங் களிலிறங்கித், தெமற்றக்கொடையென்னு மிடத்தே பாளையம் வகுத்து, அவணிருந்து பாணந்துறைவரையும் பெருகியதுமன்றி, வத்தளை நீர்கொளும்பு சலாபம் என்னுமிடங்களையும் முற்றுகின்றது. சிங்கள இதிகாசங்கள் இப்படையைப்பற்றிக் கூறுங்கால், அது பெருக்கத்தாலும் ஆர்ப்பாலும் சமுத்திரத்தை ஒக்குமெனவும், விஷப்படல்களையும் காடகசாலைகளையும் உடைத்தாயிருந்ததென்றும், அளகேஸ்வரனால் காற்றிடைப்பட்ட துரும்புபோல் சிதறடிக்கப்பட்டதெனவும், உயிர்தப்பிய சேனுவீரர் தம்மூர் செல்லாவண்ணம் கொளும்பிலும் பாணந்துறையிலும் நின்ற அவர்கள் கப்பல்கள் அழிக்கப்பட்டனவென்றும், மாத்தளை சென்ற படையைக், கோழமையுடைய அவ்வூர் அரசன் பெண்போற் பயந்து ஓடினும், மலைநாட்டுவாசிகள் தாங்களே ஒருங்குகூடி கள்ளிரவிற்சென்று தங்கள் ஈட்டிகளுக்கிரையாக்கினர்கள் என்றும், அளகேஸ்வரனே வெற்றிக்கொடி நாட்டினன் என்றுங் கூறும். ஆனால் இக்கூற்று உண்மையன்றெனஎண்ண இடமுண்டு. யாதிலாலெனின்,

அளகேஸ்வரன்வென்றானென்னுஞ் சிங்களஇதிகாசக் கூற்று

கோட்டகமசிலாசாசனம்

சிலகாலத்திற்குமுன் கேகாலைப்பகுதிக் கோட்டகம என்னுமூரிற் கண்டெடுக்கப்பட்டு, இப்போது கொளும்பு நூதனசாலையில் வைக்கப்பட்டிருக்கும் சிலாசாசனமொன்றில்,

"கங்கணம்வேற் கண்ணிணையாற் காட்டினார் காமர்வளைப்
பங்கயக்கை மேற்றிலதம் பாரித்தார்- பொங்கொ
சிங்கைநக ராரியனைச் சேரா வனுரேசர் [லிநீர்ச்
தங்கள் மடமாதர் தாம்" என்னும் வெண்பா

பொறிக்கப்பட்டிருக்கின்றது. இச்சாசனத்தின் துணை

சிங்கைநகர் அரசனின் வெற்றி உறுதிப்படல்

கொண்டே சிங்கைநகர் அரசன் வெற்றி பெற்றான் என்பதும், இச்சிலை அவ்வெற்றியின் ஞாபகசின்ன மென்பதும், உள்ளங்கை நெல்லிக்கனிபோற் றெள்ளி திற் புலப்படக்கிடக்கின்றது. அன்றியுமிச்சாசனம், பொறிக்கப்பட்ட எழுத்துக்களின் வடிவத்தால், பதினான்காம் பதினைந்தாம் நூற்றாண்டில் ஆக்கப் பட்டதொன்றெனவும் விளங்கக்கிடக்கின்றது. பழமைப் பரிசோதகராகிய எச்.சி.பி.பெல் (H.C.P. Bell) அவர்களும் இச்சாசன எழுத்து பதினைந்தாம் நூற் றாண்டினதேயென்றனர். அளகேஸ்வரன் காலத்தில் நடந்த விப்பெரிய யுத்தமேயன்றி வேறொன்று அக் காலத்தாவது பின்னாவது அவ்விடத்திலே நடந்த தில்லை. ஆகையால் அப்போரிலே யாழ்ப்பாணத்தர சனே வெற்றி கொண்டான் என்பதும், அளகேஸ்வர னிறந்தானென்பதும், சிங்கள அரசர் திறையீந்து வந் தார்களென்பதும் வெளிப்படை.

சேகராச சேகரமென் னும்வைத்தி யமும் சோ திடமும்

யாழ்ப்பாண வைபவமாலையிற் கூறப்பட்ட செக ராசசேகரன் என்பான் இச்ஜெயவீரனே. இவனே செகராசசேகரம் என்னும் வைத்திய நூலையும் செகராச சேகரமாலை என்னுஞ் சோதிட நூலையுங் கரிவையா வின்கணக்கதிகாரம் என்னுங் கணிதநூலையுமியற்று வித்தவன். வைத்திய நூலில், சர்ப்பசாஸ்திரப்பிரிவின் 8ம்பாட்டில் "இலங்கைவேந்தர் சிரிய பொன்றிறை யளக்கச் செங்கோலோச்சுஞ் செகராசசேகரமன் சிங் கைபேவமாரியர்கோன்" என இவன்புகழப்பட்டிருக் கின்றான்.

தக்ஷிணகை லாசபுரா ணம்

தக்ஷிணகைலாசபுராணமும் இவன்காலத் திற்றானேயாக்கப்பட்டது. மூன்றாங் கைலாயம் என வழங்கப்பட்ட கைலாயநாதர் கோயில் நல்லூரிலமைக் கப்பட்டபின்னர் இயற்றப்பட்ட நூலாயின், இக்கோ யிலே தக்ஷிணகைலாயமெனக் கூறப்பட்டிருக்கும்."

யாழ்ப்பாணத்தரசர் பலருள்ளும் இச்செயவீர னே நடுநிலைதவறாச் செங்கோற் சிறப்பாலும், படைக்

அரசர் பெயர்களின் மயக்கக் கூற்று

திறத்தாலும், செந்தமிழறிவாலும் சிறந்தவன். 'செகராசசேகரன்' என்னும் பட்டப்பெயர்புனைந்த மற்றைய வரசர்களின் பெயர்கள் வழக்கிறந்தொழிய, இவன் பெயரோ கிரிதீபம்போல்ஓங்கிப் புகழ்ச்சிக்குரியதாய் நிலவி நின்றதால், பிற்சரித்திரகாரர் செகராசசேகரன் ஒருவனே என்றெழுதிப்போந்தார். இவனுக்குப்பின் வந்த குணவீரசிங்கையாரியன் பரராசசேகரன் என்னும் பட்டம்புனைந்ததால், இவனை முந்திய செகராசசேகரனுக்குத் தம்பியென்றும் அந்நாமமுடையோனுமொருவனேயென்றும் பின்வந்த சரித்திரக்காரர் மயங்கிக்கூறினர்.

நாணகங்கள்

சிங்கையாரியவரசர் விடையும் பிறையும் பொறிக்கப்பட்ட நாணகங்களை, இதற்குமுன்னிருந்தே வழங்கிவந்தாலும், இவ்வரசன்காலத்திலடிக்கப்பட்ட நாணகங்கள் அச்சு உருவத்தில் விளக்கமாகவும் அழகாகவும் இருக்கின்றன.

கம்பண்ண பாண்டிநாட்டை வெற்றிகொளல்

கி.பி. 1365ல், விஜயநகரச் சக்கரவர்த்தியின் மந்திரி கம்பண்ண உடையார் என்னும் நாய்க்கன் மதுரையையரசாண்ட முகம்மதிய அரசர்களை வென்று பாண்டிநாட்டிற் கரசனானான். பாண்டியவரசர் குறுநிலவேந்தராகி அவனுக்குத்திறையீந்து சண்பையிலும் கொற்கையிலும் வசித்தார்கள். ஒருகால் யுத்தம் நேர்ந்துழி தமிழ் அதிகாரிகள் தன்னுடன் சேர்ந்து துணைபுரியாது விடுவார்களோ என்ற அச்சத்தால், கம்பண்ணநாய்க்கன் மதுரை தஞ்சை ஜில்லாக்களிலிருந்த தமிழ் அதிகாரிகளையும் தலையாரிகளையும் நீக்கி, தெலுங்கப்பாளையக்காரர்களை ஆங்காங்கமைத்தான்.

வேளாண்குடிகள் இலங்கைக்கேகுதல்

இம்மாற்றங்களாற் றம்பதவிகளையிழந்த தமிழ் வேளாண்டலைவர்கள் தங்களடிமை குடிமைகளுடன் பாண்டிய சோழ பல்லவதேசங்களை நீங்கி, இலங்கைக்கு வந்தார்கள். தென்னிந்தியாவில் முகம்மதியர் அரசாண்டகாலத்திலும் நாய்க்கவரசர் அரசாண்

டகாலத்திலும் இந்தியாவினின்றும் வந்து கோட்டை யரசனைச்சரணடைந்து, இப்போது சிங்களவெள்ளாளராகமாறியிருக்குமவர்களை நீக்கி, யாழ்ப்பாணத்திலே வந்துகுடியேறிய வெள்ளாளர்களைப்பற்றியே கயிலாயமாலை கூறும். அவ்வேளாண்டலைவரில்:—

யாழ்ப்பாணத்திற் குடியேறியவேளாளர் மரபினர்

1. பாண்டிநாட்டுப் பொன்பற்றியூர்வேளாளன் மழவனும், தம்பியும், மைத்துனன் 'செண்பகமழவனும், திருநெல்வேலியிலும்,
2. காவிரியூர்(பழைய காவிரிப்பூம்பட்டினம் அழிந்துபோகப் பின்உண்டாய சிற்றூர்) புறவழுந்திதேவன்மகன் நரசிங்கதேவன் மயிலிட்டியிலும்,
3. வாவிக்கை வேளாளன் செண்பகமாப்பாணனும் அவனுறவினனாய சந்திரசேகரமாப்பாணனும், காயில்நகர் வேளாளன் பூப்பாணனும், கனகராயன் செட்டியும், தெல்லிப்பழையிலும்,
4. கோவலூர் வேளாளன் பேராயிரமுடையான் இணுவிலிலும், கச்சூர் வேளாளனாகிய நீலகண்டனும், அவன் சகோதரர் நால்வரும், பச்சிலைப்பள்ளியிலும்,
5. சிக்காமநகர் வேளாளனாகிய கனகபூபன் அல்லது கனகமழவனும் அவன் துணைவர் நால்வரும் புலோலியிலும்,
6. கூபகாட்டு வேளாளன் கூபகராஜேந்திரனும் புண்ணியபூபாலனுந் தொல்புரத்திலும்,
7. புத்தூர் வேளாளன் தேவராஜேந்திரன் கோயிலாக் கண்டியிலும்,
8. கவிச்சக்கரவர்த்தி கம்பர் பெருமான் இயற்றிய ஏரெழுபது என்னும் நூலுக்குத் தலைவனாகிய தொண்டைமண்டல வேளாளன் மரபில் வந்து மண்ணாடு கொண்டமுதலி இருபாலையிலும்,
9. சேயூர் இருமரபுந்துய்ய தனிநாயகம் நெடுந்

தீவிலுமாகக், குடியேறினார்கள். இத்தலைவர்கள் தத்தம் தேயங்களிற் பெருஞ்சிறப் பெய்திய பெருமக்கள் ஆனதால் சிங்கைநகர் அரசரும் அவர்களை நல்வரவேற்று வேண்டிய சன்மானஞ்செய்து ஆதரித்துவந்தார்கள்.

பள்குடிகள்

முதலாவதாக இவ்வேளாளத் தலைவர்களே யாழ்ப்பாணத்திற்குப் 'பள்ளர்' என்பவர்களை அடிமைகளாகக் கொண்டுவந்தவர்கள். எவ்வெவ்வூர்களில் பள்ளடிமைகளும், குடிமைகளும் வேளாளரின் வாசஸ்தானங்களைச் சுற்றிவசிக்கின்றார்களோ, அவ்வவ்வூர்களிலே வேளாள அதிகாரிகள் குடியேறினார்களென்றுதுணியலாம்.

ஐந்தாம் புவனேகவாகு

கி.பி. 1390ல், விஜயநகர் அரசனாகிய முதலாம் விருப்பாக்ஷனோ, அன்றி அவன் பிரதிராஜாவாக மதுரையையாண்ட கம்பண்ணநாயக்கனோ அனுப்பிய படையொன்று யாழ்ப்பாண அரசனுதவியோடு இலங்கையைவென்று, கோட்டையையாண்ட ஐந்தாம் புவனேகவாகுவென்னும் குமார அளகைக்கோனைப்பிடித்து, அவன் சகோதரர் நான்குபேர்களைக்கொன்று, திறைபெற்றுமீண்டது. இவ்விலங்கை வெற்றியைப்பற்றி விருப்பாக்ஷனுடைய ஆரியூர்ச் செப்பேட்டிற் கூறப்பட்டிருக்கின்றது.

குணவீர சிங்கையாரியன்

ஜெயவீரன் கி.பி. 1410ல் இறக்க, அவன் சகோதரன் (மகன் எனவுங்கூறுவர்) குணவீரசிங்கையாரியன் பரராசசேகரன் என்னும் பட்டத்துடன் அரசனானான். இராமேச்சுரக்கர்ப்பக்கிரகம் கி. பி. 1414ல் கட்டுவித்தவன் இவனே. திருப்பணிக்கு வேண்டிய கருங்கற்களை, திருக்கோணமலையில் வெட்டுவித்து அங்கனுப்பினான். இப்பிரதிட்டையைப்பற்றியசாசனமும் வேறுசிலவும் கோயிற்கர்ப்பக்கிரகச் சுவர்களிற் பதிக்கப்பட்டிருந்தன. இற்றைக்கு ஐம்

இராமேச்சுரக் கர்ப்பக்கிரகம்

பது அறுபது வருடங்களுக்குமுன் இராமநாதபுரச் சேதுபதிக்கும் கோயிற்பிராமணர்களுக்கும் பிணக்குண்டாகியபோது, இருபகுதியாரும் தத்தமக்குச் சார்புறச் சாசனங்களைத் திருத்தியும் அழித்தும் வந்தபடியால், இச்சாசனமுஞ் சிதைந்தழியலாயிற்று. **கற்சாசன அழிவு**

இப்பராசசேகரனும் தமிழை வளர்ப்பதற்கு வேண்டிய முயற்சிகள் செய்தான். பரராசசேகரம் என்னும் மிகச்சிறந்த வைத்தியநூல் இவன்காலத்தில் எழுதப்பட்டது. இவன் கி.பி. 1440ல் இறக்க, இவன் மகன் கனகசூரிய சிங்கை ஆரியன் செகராசசேகரன் என்னும் பட்டத்துடன் அரசனானான். **பரராசசேகரம்** **கனகசூரிய சிங்கையாரியன்**

கோட்டை அரசனாகிய ஆறும் பராக்கிரமவாகு சபைக்கு, மலையாள தேசத்திலிருந்து பணிக்கன் ஒருவன் வந்தான். அவனை அரசன் உபசரித்து, அவன் தேகவலியிலும் வாட்போர்த் திறத்திலுமீடுபட்டவனாய்க், தன்குலத்தினளாகிய ஒருகன்னிகையை அவனுக்கு மணம்முடிப்பித்தான். இப்பணிக்கனுக்குச் செண்பகப் பெருமாள் (சப்புமல்குமாரய) ஜெயவீரன் (அம்புலகலகுமாரய) எனவிருகுமாரர்கள் பிறந்தார்கள். பராக்கிரமவாகு தனக்குப் புத்திரர் இல்லாமையால் இவர்களைத் தனது தத்தபுத்திரர்களாக வைத்து வளர்த்துவந்தான். புத்திரரிருவரும் தேகவலியிலும் ஆண்மையிலும் ஆயுதக்கலைகளிலும் வல்லுநர்களாய் வந்தார்கள். இஃதிங்ஙனமாக, பராக்கிரமவாகுவின் மகள் உலகுடையதேவி ஜெயவீரன் என்னும் மகனை யீன்றாள். இந்நிகழ்ச்சி பராக்கிரமவாகுவின் எண்ணங்களை மாற்றிவிட்டது. தானிறந்த பின் தத்தபுத்திரர்களி லொருவன் இராச்சியத்துக்கு வரின், தன் பேரப்பிள்ளைக்கு அரசபதவி இல்லாது போய்விடும் என்ற அச்சத்தால், பராக்கிரமவாகு அவ்விருகுமாரர்களையு மகற்றவேண்டுமென எண்ணினான். **ஆறும்பராக்கிரமவாகுவின் தத்த புத்திரர்** **பராக்கிரமவாகுவின் மனமாற்றம்**

செண்பகப் பெருமாளின் வன்னி வெற்றி

எண்ணி, வன்னியர்களை அடக்கி வருமாறு செண்பகப்பெருமாளையும், கண்டியிலிருந்தரசாளும் கன்னரப்பிரதிராசனை வென்று அக்கரையாளும்படி அவன் தம்பி ஜெயவீரனையும் அனுப்பினன். வன்னிசென்ற செண்பகப்பெருமாள், வன்னியர்களை அடக்கித்திறையுடன் மீண்டான். இவ்வெற்றியால் மகிழ்ந்த பராக்கிரமவாகு, யாழ்ப்பாண வாசனையும் வென்றுவரும்படி, தக்கபடையுடன், செண்பகப்பெருமாளை மீட்டு மனுப்பினன். அவனப்படையுடன் பூநகரி வழியாகச் சென்று யாழ்ப்பாண வரண்களையுந் துறைமுகங்களையுங்கைப்பற்றினன். கனகசூரியனும் கொண்டைக்காரத் தமிழர், பணிக்கர், வடக்கர், வலமுனிவரிசையோர் முதலிய பெருங் கடல்போன்ற சேனையுடன் செண்பகப்பெருமாளை எதிர்த்தான். செண்பகப்பெருமாளோ கண்டோர் நடுங்கும் கருங்குதிரைமேல் விவர்ந்து, தன் சேனவீரர்களுக்கு உற்சாக வார்த்தைகள்கூறிக் கொண்டே, எதிரி படையுட் புகுந்து இடசாரி வலசாரி சுழன்று, ஆயிர மாயிரமான தொகையினரைத் தலைதுணித்துத், தமிழ்ச்சேனையைப் புறங்கொடுத்தோடச் செய்தான்.

செண்பகப் பெருமாளின் யாழ்ப்பாண வெற்றி

கனகசூரியன் உயிர்தப்பிக் கரந்துறைதல்

போர்க்குடைந்த கனகசூரியன் தன் குடும்பத்தாருடன் இந்தியாவுக்கோடித் திருக்கோவலூரிற் கரந்துறைவானயினன். செண்பகப்பெருமாள் யாழ்ப்பாணத்தலைநகருட்புகுந்து, மதங்கொண்ட களிறெனக் கண்டாரைக் கொன்று, அந்நகர் ஆவணங்களெல்லாம் இரத்தவெள்ளம் பாய்ந்தோடும் ஆறுகளாக்கி, நகரில்விளங்கிய மாடமாளிகைகளையெல்லாம் இடிப்பித்துத் தரைமட்டமாக்கினன். பின், அநேகமதிகாரிகளைச் சிறைப்படுத்தி, அவர்களுடன் ஜயவர்த்தன கோட்டைக்கு மீண்டான். சென்ற விடமெங்குய் வெற்றிக்கொடிநாட்டிய பெருமாளைப் பராக்கிரமவாகு களிப்பால் "ஆரிய வேட்டையாடும் பெருமாள்"

சிங்கைநகர் அழிவு

எனப்புகழ்ந்து, யாழ்ப்பாணத்தையே யரசுபுரியுமா றனுப்பினான். பராக்கிரமவாகுவின் கபடசிந்தையை யறியாத செண்பகப்பெருமாள் யாழ்ப்பாணம்போய்ப் பழைய தலைநகர் பாழாய்விட்டமையினால் நல்லூரிலே, கி. பி. 1450ல், ஒரு புது நகரெடுப்பித்துச், சிறீசங்கபோதிபுவனேகவாகு என்னும் சிங்களநாமத்தோடு பதினேழுவருடங்களாக வரசுசெய்துவந்தான. இவன் யாழ்ப்பாணத்தை வென்ற புகழ் சிங்களநாடெங்கும் பரவிப் போனந்தத்தை விளைவித்தது.

செண்பகப் பெருமாள் நல்லூரை இராசதானி யாக்கல்

இவ்வெற்றியைப் புகழ்ந்து கோகில சந்தேசவென்னும் குயிற்றூதுப் பிரபந்தம் ஒன்று தங்காலைக் கணித்தான முல்கிரிகல வென்னும் விகாரையிலிருந்த பெரும் புகழ்படைத்த சிங்களப் புலவர் ஒருவராற் பாடப்பட்டது.

கோகில சந் தேசவென் னுஞ்சிங்கள நூல்

இவ்வரசனே நல்லூர்க் கந்தசுவாமி கோயிலைக் கட்டுவித்தவன். அக்கோயிற் கட்டியத்தில் இன்றும் இவன் 'சிறீசங்கபோதிபுவனேகவாகு' வெனப்புகழப் படுகின்றான். இவன் சைவசமயியாயிருந்தும் புத்த சமயத்தையும் பரிபாலித்து வந்ததோடு இருசமயத்தவர்களையுஞ் சமாசநிலையிற் பாவித்து வந்தான். இவன் அநேகம்புத்தகோயில்களையுங் கட்டினான். மாவிட்டபுரக் கோயிலாதீனப் பிராமணர் ஒருவர் இவ்வரசனுக்கு விருந்தளித்ததாகவும், அவ்விருந்தைப்புகழ்ந்து பின்வரும் தமிழ் வெண்பா ஒன்றை அரசன்பாடியதாகவும் ஓர் ஐதீகமுண்டு. அவ்வெண்பா வருமாறு:-

நல்லூர்க் கந்தசுவாமி கோயில் அமைப்பு

அரசனுக்கு விருந்து

"சின்ன மனத்தான் செயும் விருந்துச் சாற்றரிசி
அன்னதனை விண்ணோர் அறிந்திருந்தால் - முன்ன [சே
வெற்பதனைக் காவியுய்த்து வேலைகடைந் தேயுலைத
லற்பமெனத் தள்ளுவரோ யாம்".

செண்பகப் பெருமாள் சிங்களநாமத்துடன் அரசனானாலும், அவன் பிதா தமிழ்ப் பிரதானியானமையினா

லும், அக்காலத்துச் சிங்களர் இலக்கிய அறிவைப் பெறுவதற்குச் சமஸ்கிருதம் தமிழ்என்னு மிருபாஷை களிலுள்ள நூல்களைக் கற்றபடியாலும், தமிழிலும் இவன் பாண்டித்திய மடைந்திருக்கலாம்.

ஆறும்புவ னேகவாகு

கி.பி. 1467ல் கோட்டையை யாண்ட ஆறும் பராக்கிரமவாகு தன்பேரன் ஜெயவீரனுக்கு இலங்கை யரசையீந்து முடிசூட்டிச் சிலநாளிலிறந்தான். இதைக்கேள்வியுற்ற செண்பகப்பெருமாள் என்னும் புவனேகவாகு யாழ்ப்பாணத்தை விட்டுக் கோட்டை சென்று, ஆங்கரசனாயிருந்த சிறுவனைக் கொன்று, ஆறும் புவனேகவாகு வெனக் கோட்டைக் கரசனானன்.

விஜயவாகு

புவனேகவாகு கோட்டையரசனாகவே, யாழ்ப் பாணத்திற்கு விஜயவாகு என்னும் சிங்களவனொருவன் அரசனாக அவனால் நியமிக்கப்பட்டான். இச் சிங்கள அரசன் அரசுபுரிகையில், கனகசூரியன் தன்

கனகசூரியன் அரசு

புத்திரர்களுடனுஞ் சேனைகளுடனும் யாழ்ப்பாணம் வந்து, விஜயவாகுவுடன் போர்முனைந்து அவனைக் கொன்று தான் அரசனாகி, நல்லூரிலிருந் தரசாண்டான். தன் பழைய ராஜதானியாகிய சிங்கைநகா ழிந்து காடாய்ப்போனதால், நல்லூர்பலவளங்களாலுஞ் செறிவுற்றிருத்தலைக் கண்டு அதனையே புதுக்

நகர்ச் சிறப்பு

குவான்விழைந்து, இராசவீதிகளும் அரண்மனைகளும் அவற்றைச் சூழ்ந்த குதிரைப்படை யானைப்படைக் கொட்டாரங்களும், நறுமணங்கமழுஞ் செவ்விய மலர் பொலிந்திலங்குஞ் சிங்காரவனமும், பட்டாலும் பருத்திநூலாலும் நுண்ணிய தொழில்புரிமக்க ளிருக்கைகளும், பலவகை அணிகலஞ்சிறந்த சாளரங்களோடு கூடிய மாளிகைகளும், தச்சர், கொல்லர், ஓவியக்காரர், தட்டார், இரத்தினவணிகர், புலவர், இசைநூல்வல்ல பாணர், இவர்களுக்கு வெவ்வேறிருக்கைகளும், உயர்குடிவணிகர்வாழ் மாளிகைமறுகுகளும்,

வேதமோதுமந்தணர் மந்திரங்களும், உழுவித்துண்ணுங்காணியாளரோங்கியமாடங்களும், மருத்துவர், சோதிடர் வைகும் வளமனை வீதிகளும், உழுவித்துண்போர்க் குதவிபூண்டு உழுதுண்டு வாழ்வார்குடிகளுமாகிய இவைகளை வேறுவேறு தெருக்களிலமைப்பித்து, இந்திரன்நகரோ குபேரன்நகரோ எனக்கண்டார் வியப்புறக் கவின் பொலிந்திலங்கும் நல்லூரை நல்லூராக ஆக்கினான்.

சிங்கைப் பரராசசேகரன்

கனகசூரியனுக்குப்பின் அவன் முதற்குமாரன் சிங்கைப்பரராசசேகரன் என்னும் நாமத்தோடு கி.பி. 1478ல்அரசனானான். இவனே சிங்கையெனும் பெயரை முதன்முதல் தலைப்பெயராக வமைத்தவன். இவன் தந்தையினுஞ்சிறந்தவனாய், நகருக்குவடபாலில் சட்டநாதர் திருத்தளியையும், குணபாலில் வெயிலுகந்தபிள்ளையார் ஆலயத்தையும், தென்றிசையில் கைலாயநாதர் கோயிலையும், குடதிசையில் வீரமாகாளிஅம்மன் திருப்பதியையுங் கட்டுவித்துத் தன்தலைநகரை முன்னையினுமணிபெறவிளங்கவைத்தான். கந்தசுவாமிகோயிலுக்கணிமையில் ஓர் ஏரி அமைப்பித்து, யமுனாநதியின் திவ்விய தீர்த்தத்தைக் காவடிகளிற் கொணர்வித்து அவ்வேரிக்குள்ளே பெய்வித்து, அதனை (யமுனாரி), யமுனையேரி எனப்பெயர் தந்தழைத்தான்.

நகர்எல்லைப்புறஆலயங்கள்

யமுனாரி

இரண்டாவது தமிழ்ச் சங்கம்

முன் செண்பகப்பெருமாள் வெற்றிகொண்டபோது சிதைந்த தமிழ்ச்சங்கத்தைப் பின்னரும் நிறுவவேண்டிப் புலவர்களையும் தமிழ்வித்துவான்களையும் ஒருங்குசேர்த்து, முன்போற் கழகம் நிறுவி, வித்துவான்களுக்கு வேண்டிய சன்மானங்கள் செய்து, தமிழ்மொழியைப் பொன்போற்போற்றி வளர்த்து வந்தான். இவன் அவையில், இவன் மைத்துனனாகிய அரசகேசரி என்னுந் தென்மொழி வடமொழிக்கரைகண்ட வித்வசிகாமணி இரகுவம்சம் என்

அரசகேசரியும் இரகுவம்சமும்

னும்நூலொன்றை, வடமொழியிலிருந்து பெயர்த்துத் தமிழ்மொழியிலாக்கி, அரங்கேற்றினன். அதுவுமன்றிப் பரராசசேகரன் உலாவும் இவன்காலத்திலேதான் யாக்கப்பட்டதென எண்ணவிடமுண்டு.

பரராசசேகரன் உலா

பரராசசேகரன்புத்திரர்

இவ்வரசன் பட்டத்துத்தேவி இராசலக்ஷ்மி அம்மாள்வயிற்றில் சிங்கவாகு, பண்டாரம் எனவிருபுத்திரர்களும், அரசகேசரியின் சகோதரியும் இரண்டாம் தேவியுமாகிய வள்ளியம்மையிடம் பரநிருபசிங்கனென ஒருமகனும், மூன்றாந்தேவி மங்கத்தம்மாள் வயிற்றில்சங்கிலி என்றொருமகனும் பிறந்தார்கள் என்ப. ஆனால், போர்த்துக்கேயர் நூல்களைக்கொண்டு, 'வக்கிரதுக்குறி பண்டாரம்' 'சியங்கேரி' எனவிருபெயர்கள் மாத்திரம் அறியக்கிடக்கின்றன.

சங்கிலியின் உண்மைப் பிறப்பு

மயில்வாகனப்புலவர் தமது வைபவமாலையில், இச்சங்கிலிக்கும் போர்த்துக்கேயர் யாழ்ப்பாணத்தைக் கைப்பற்றியபோது பாலியவரசனின் பரிபாலகனாகவிருந்த சங்கிலிக்கும் சரித்திரமலைவுண்டாக எழுதியிருப்பதால், இச்சங்கிலி பரராசசேகரன் வைப்பாட்டி மகனல்லவெனத் துணியவிடமிருக்கிறது. போர்த்துக்கேயர் தம்சரித்திர நூல்களிலிச்சங்கிலியைச் செகராஜசேகரன் என்ற பெயரால் குறிப்பிட்டிருக்கின்றனர்.

சுபதிட்ட முனிவரின் தீர்க்கதரிசனம்

இப்பரராசசேகரன் காலத்தில், திரிகாலவுணர்ச்சியுடைய சுபதிட்டமுனியென்னுமருந்தவர் ஒருவர் அரசசபைக்குவந்து, அரசனைக்கண்டு, அரசனுக்குப் பின் அவன் மகன் சங்கிலியே கபடமாக இராச்சியத்தைக்கவர்ந்து அரசாள்வானென்றும், பின் அவன் பறங்கிகளாற் கொல்லப்பட, அவர்களே 40 வருடங்களாகக் கொடுமையுடனரசாள்வார்களென்றும், ஒல்லாந்தர் அவர்களையகற்றி 120 வருடங்களுக்குமேல் அரசாண்டு சைவசமயத்தைப் பாழாக்கித் தங்கள்

சமயத்தைப் பரப்பி, "மின்மினி வீழ்ந்தக்கினியின் மாய்ந்த கொள்கையென வவன் குலமும்நாசமாக", இந்திரேசு(ஆங்கிலேயர்)என்னும் வேறோர் மேலைத்தேயத்தார் வந்து அரசுசெய்வாரென்றும், அவர்களும் 79 வருடங்களாக நீதியுடனரசுசெய்து, பின் குடிகளை வருத்தி வரியையேற்றிக் கோலோச்சுவார்கள் என்றும், அவர்களரசாட்சி முடிவாகுங்காலங்களிற் சில மடைந்த சிவாலயங்கள் கட்டப்படும் என்றும், அவ்வாங்கிலேயரிடமிருந்து பிராஞ்சியரு மொல்லாந்தரும் இராச்சியதைக்கபடமாகக்கவர்ந்து கொளும்பிலிருந்தாசாள்வார்களென்றும், பின் வாலசிங்கன் என்னும் ஒருவனுக்கு ராச்சியத்தை ஒப்படைத்துப் போவார்களென்றும், பராசசேகரன் சந்ததிக்கு ராச்சியம் ஒருபோதும் மீண்டுவராதென்றுங் கூறி மீண்டார், என்னுங் கர்னபரம்பரைக்கதையைப் பீடிகையாகக் கொண்டு வைபவமாலைக்காரர்வரைந்துள்ளார். ஆனால் சரித்திரவாராய்ச்சியோடொட்டிப் பார்ப்பின் திருக் கோணேச்சுரக் கோயிற் பிராகாரத்திலேயுள்ள கல்வெட்டொன்றில், அக்கோயிற்றிருப்பணியைப் பறங்கிகள் பிரிப்பாரென்றும் அதன்பின் அக்கோயில் கட்டுப் படமாட்டாதென்றும், அத்திருப்பணியைப் பற்றிப் பின்வரு மரசர்கள் எண்ணமாட்டார்கள் என்றும் வரையப்பட்டிருந்ததென, கி. பி. 1624ல் திருக்கோணேசர் கோயிலையிடித்து அக்கற்களைக் கொண்டே கோட்டையொன்றியற்றிய கொன்ஸ்தாந்தீனுதேசா (Constantino de Sa) என்னும் போர்த்துக்கேய படைத்தலைவன் எழுதியிருக்கும் கூற்றால் புலனாகின்றது. மேற்கூறிய கோயிற் பிராகாரக்கல்வெட்டில்:-

திருக்கோணமலைச் சாசனம்.

"முன்னே குளக்கோடன் மூட்டுந்திருப்பணியைப்
பின்னேபறங்கி பிரிக்கவே - மன்ன" என அமைத்து

வாசிக்கக்கூடியதாகவும், பின்னிரண்டடி அஃதின்றி

கீர்க்கதரிசனவிபரீதம் முங் கிடக்கின்றன†. இவற்றை உற்றுப்பார்த்து நிரப்பி உறுப்பாக்கிப் பொருள்காணுது,

"முன்னுட் குளக்கோட்டன் மூட்டுந்திருப்பணியைப்
பின்னுட்பறங்கி பிடிப்பனே—பொன்னுரும்
பூனைக்கண் செங்கண் புகைக்கண்ணனுண்டபின்பு
தானுந்தமிழாய் விடும்" எனயாரோ ஒருவர் வெண்

† திருக்கோணமலைக்கல் நிலையில் இப்போது தெளிவாக விருக்கும் எழுத்துக்களாவன:-

னனேகுள
காடமுடடு
ருப்பணியை
னனே பறங்கி
ககவே மனன
னபொணு
னயயறற
தேவைத
ணு
கள

போர்த்துக்கேய தானைத்தலைவன் எழுதியபிரகாரஞ் சாசனத்தைப் பின்வருமாறு வெண்பாவாக முற்றுவிக்கலாம். அவ்வாறுஅழிந்துபோன வெழுத்துக்கள் அடைத்துக்காட்டப்பட்டிருக்கின்றன.

(மு)ன்னேகுள(க்)
(கோ)காட(ன்)மூட்டு(ந்)
(தி)ருப்பணியை(ப்)
(பி)ன்னேபறங்கி(பி)
(ரி)க்கவே மன்ன(வ)
(பி)ன் பொண்ணு(த)
(த)னையயற்ற(வழி)
(த்)தேவைத்(து)
(எண்)ணு(ரேபின்)
(னரசர்)கள்.

முன்னே குளக்கோடன் மூட்டுந் திருப்பணியைப்
பின்னே பறங்கி பிரிக்கவே - மன்னவபின்
பொண்ணு ததனை யியற்றவழித் தேவைத்து
எண்ணுரே பின்னரசர்கள்.

[இவ்வெண்பா வண்ணார்பண்ணை செ. வை. செல்லையா வென்னுந்தமிழ்ப்பண்டிதரால் நிறைவேற்றி உதவியது.]

பாவாக்கிமுடித்துவிட, இதைக்கண்ட மயில்வாகனப் புலவர் இதற்கோாகலவுரையாக முன்சொன்ன மொழிகளைத் தீர்க்கதரிசனமென நினைத்து தந்நூலில் எழுதினாோ, அன்றி முனிவர் ஒருவர் பாராசசேகானுக்குப் பின் நடக்க விருக்குஞ் செய்திகளை அருள்வசத்தாற் கூறினரோ என்பது மறைந்துகிடக்கும் பாராசசேகரன் உலாவெளிப்படும்வரையும் இஃதெனவொன்றை உறுதிப்படுத்த முடியாமலிருக்கின்றது. எனினும் இப்பொருட்செறிவுடையதோர் தீர்க்கதரிசனம் பறங்கிக்கார் இலங்கைக்கு வாமுன்னிருந்த தென்பதற்குத் திருக்கோணமலைக் கோயிற்பிரகாரக் கல்வெட்டே சான்ருய் நிற்பதன்றிப் பறங்கியாாலும் ஒப்புக்கொள்ளப்பட்டது.

பறங்கியர் காலத்துத் தீர்க்கதரிசனம்

முதன்முதல் யாவாரோக்கிப் பிரயாணமாகவந்த ஒல்லாந்தர்கப்பல் இலங்கையைக் கடந்துசெல்ல ஆறு மாசங்களுக்குமுன், பறங்கியர் இலங்கையின் பெரும் பாகத்தைப் கைப்பற்றுவாரென்றும், அவர்கள் நீலக் கண்களையுடைய வொருசாதியாரால் அவணின்றுந் துரத்தப்படுவாரென்றும், பர்ஞை ங் கார்டோசோ (Fernao Cardozo) வென்னும் பறங்கியொருவனுக்கு ஒருயோகீஸ்வரர் சொன்னதென்றும், கி. பி. 1591ல் பூர்த்தாடு யாழ்ப்பாணத்தைப் பாழாக்கிய காலத்தில் வேட்டைக்குப் போயிருந்த பறங்கிவீரன் ஒருவனுக்கு "நீங்கள் யாழ்ப்பாணத்தைக் கைக்கொண்டு சிலவருடங்களுக்குள், உங்களிலும் வெள்ளையான இன்ளுெரு சாதியாரால், நீங்கள் துரத்தப்படுவீர்கள்" என்று காட்டிவிருந்தவொரு யோகீஸ்வரர் சொன்னுரென்றும், மாத்துறையிற் பறங்கித் திஸ்ஸாவை உத்தியோகமாகவிருந்த தொமிங்கு காவல்லோசாங் (Domingos Carvalho Cao) என்பவனுக்கு, அவனுக்குக் கீழ் உத்தியோகமாகவிருந்த வயதுசென்ற வொருசிங்கள

அதிகாரம் தங்கள் பழைய நூல்களில் அவ்வண்ணமாகவே யிருப்பதாகச் சொன்னாரென்றும், அக்கதை இலங்கையிலும் ஏனையவிடங்களிலும் பரவியிருந்ததென்றும், போர்த்துக்கேய சரித்திராசிரியராகிய கைரோஸ் (Queyroz) எழுதியிருக்கின்றார்.

சரித்திரமாற்றமும் இடைச்செருகலும்

ஒல்லாந்தர்காலத்திலேயே மயில்வாகனப் புலவர் தம்வைபவமாலையை எழுதினாராகலானும், அந்நாள் ஒல்லாந்தர் காலமுடிவையும் பின்வரும் ஆங்கிலேயர் காலக்கணக்கையும் தம் மனோபாவனையால் எழுதியிருக்கமாட்டாராகலானும், மேற்கண்டவெண்பாவின்ஈற்றடியிலுள்ள குறிப்புக்கள், வெள்ளியம்பலத்தம்பிரான் செய்த திருவிளையாடல் போல், ஏடெழுதியவர்க ளிடைச் செருகலாக விருக்கலாமென்பது துணியக்கிடக்கின்றது.

இளவரசு

பராசசேகரன் முதியோனானபின் தனதுமூத்த மகனாகிய சிங்கவாகுவைப் பிரதிராசாவாக்கி, இராச்சியத்தை நடாத்தும்படி செய்தான். தானே யரசுரிமை பெறவேண்டுமென நினைத்திருந்த சங்கிலி ஒருசமயத்தில் சிங்கவாகுவை நஞ்சூட்டிக்கொன்றான். இச்சம்பவம் சங்கிலிதான் செய்தானென்பது யாருக்கும் புலப்படவில்லை. பின்பு அரசன் தனதிரண்டாம் புத்திரனாகிய பண்டாரத்தை இளவரசனாக்கி இளைய புத்திரன் சங்கிலியோடும் தென்னிந்திய திருத்தலங்களைத் தரிசிப்பான்வேண்டி யாத்திரைபோனான். யாத்திரையில் சங்கிலி செய்த குறும்பால், அவனுந் தந்தையும் தஞ்சாவூர் அரசனாற் சிறைப்படுத்தப்பட்டார்கள். பரநிருபசிங்கன் இதைக்கேள்விப்பட்டுக் கனன்றவனாய், ஒருபடையுடன் சென்று தந்தையையுந் தம்பியையுஞ் சிறைமீட்டுவந்தான். பரநிருபசிங்கன் அருஞ்செயற்காகமகிழ்ந்த தந்தை கள்ளியங்காடு, சண்டிருப்பாய், அராலி, அச்சுவேலி, உடுப்

தஞ்சையிற் சிறையும் மீட்சியும்

பிட்டி, கச்சாய், மல்லாகம் என்னுமேழுகிராமங்களைக் கொடுத்து அவற்றினதிபதியாக்கினான் என்று வைபவமாலை கூறுகின்றது. இவ்வேழுகிராமங்களும் ஒருசேர ஓரிடத்ததாயின், அதனாளுகையைத் தன்மகனுக்கு நல்கி அதிபதியாக்கினானென்பது நம்பத்தக்கதாகும். ஆனால் போர்த்துக்கேயர் யாழ்ப்பாணத்தைப்பற்றியபின் இவ்வேழுகிராமங்களுக்கும் ஏழு அரசகுடும்ப மக்களை அதிபதிகளாக்கியபடியால், அக்கிராமங்கள் அவர்களுக்குத் தந்தைவழிவந்த உரிமைப் பொருள்கள் என்பதைக் காட்டவே இக்கதை எழுந்தது போலும். ஏழூர்க்கதை மயக்கம்

பரநிருபசிங்கன் வைத்தியத்தில் தேர்ந்தவன் இவன் வைத்தியத்திறனைப்பற்றிக் கேள்வியுற்ற கண்டியரசன், தன்தேவிக்குற்ற நோயைக் குணப்படுத்த வேண்டியிவனையங்கு வருமாறுவேண்ட, இவனுமங்குச்சென்று, அவ்வரசியின் வயிற்று நோயை ஒரே மருந்திற் குணமாக்கி, அநேகவெகுமதிகளுடன் திரும்பினான். பரநிருபசிங்கன் கண்டிசென்றதை யறிந்த சங்கிலி, புவராசனாகிய பண்டாரத்தைக் கொன்று, தனது தந்தையையும் புறக்கணித்துக், கி.பி. 1519ல் இராச்சியத்தைக் கைக்கொண்டான். பரராசசேகரன், சங்கிலியிடத்துண்டான அன்பின் பெருக்கால் அவன் செய்த துரோகத்தையும் பொருட்படுத்தாது, ஒன்றுமறியான்போல் வாளாவிருந்தனன். கண்டியினின்றும் பரநிருபசிங்கன் மீண்டுவந்தபின், அவண் நடந்த வரலாறுகளையறிந்து, சீற்றங்கொண்டவனாய்த், தனக்குரித்தாய வரசுரிமையை நிலைநாட்ட முயன்றான். காரியத்திற் கண்ணோட்டங்கொண்ட கபடசிந்தையனாகிய சங்கிலி தமையன் பிரயத்தனங்களைக் கண்டு, அவனிடம்போய் இதமான வார்த்தைபேசி நடித்து, "வன்னியர்களின் சூழ்ச்சிகளால் பண்டார மிறந்தான், உனது நன்மைகருதியே நான் இராச்சியத்

பரநிருபசிங்கனின் வைத்தியத்திறமை

சங்கிலி சூட்சியாற் கவர்ந்த வரசு

தைக்கைக்கொண்டேன், உனது ஆலோசனைப்படியே நான் இராச்சியத்தை நடத்துவேன், உனது சொற்றவறாது கீழடங்கி ஒழுகுவேன்," என நயவார்த்தைகள்பலகூறித், தமையனை இணங்கச்செய்து, செகராசசேகரன் என்னும் பட்டந்தரித்துத், தானே அரசாட்சிப்பொறுப்பை ஏற்றான். ஏற்றசிலநாட்களில் படைத்தலைவர்களை இன்சொற்களாலும், கைலஞ்சத்தாலும் தன்பக்கலாக்கி, அதனால் தன்வலி பெலப்புற்றிருப்பதையறிந்து, தானே தனியரசன் எனச்செருக்குற்று ஆட்சிபுரிவானாயினான். படைகள் சங்கிலி மயக்கிற் கட்டுண்டதைப் பரநிருபசிங்கன் அறிந்து, மூண்டெழும் கோபத்தையும் வெட்கத்தையுமுள்ளடக்கிச், சங்கிலியை வெற்றிகொள்ளும் காலத்தை எதிர்பார்த்திருந்தான்.

பரநிருபசிங்கன்வலியடக்கம்

சங்கிலியின் படைத்தலைவர்களில் அநேக வன்னியர்களும் மறவர்களுமிருந்தார்கள். மறவர்கள் குடியேறியிருந்தவிடம் மருட்சி (மறவர்+ஆட்சி) யென்றழைக்கப்பட்டது. இப்போது அது வடமருட்சி தென்மருட்சி எனவிருபிரிவுகளாகிவிட்டது. வீரமாணிக்க தேவன் என்னும் மறவர் படைத்தலைவன் ஒருவன் பருத்தித்துறையிலிருந்தான். அவன் இல்லக்கிழத்திக்கு மக்களின்மையால் 'றன்எத்தனு' என்னுஞ் சிங்களப்பெண்ணொருத்தியை மணந்து ஐந்து குமாரர்களைப்பெற்றான். † அவர்கள் வசித்த குறிச்சிகள் இன்றுமவர்கள் பெயர்களாலழைக்கப்படுகின்றன. வீரமாணிக்கன் வந்திறங்கியதுறை அவன் பெயராலே யின்றும் வழங்குகின்றது. காப்பிட்டி வன்னியன் காப்பிட்டியிலும், காக்கைவன்னியன் ஊராத்துறையிலுமிருந்தார்கள். இப்படைத்தலைவர்

மறவர்

† குண்டசாலைவிகாரையிலுள்ள சிங்களநூலொன்றிற் கண்டது.

களின் மெய்காப்பாளர் பெரும்பாலுங் கத்திகட்டிகளென்றழைக்கப்பட்ட சாணார்களாகும். பிற்காலத்தில் இச்சாதியாரின் சேவை வேண்டப்படாதுபோனதால், இவர்கள் இப்போ மாகையப்பிட்டி எனக்கூறுஞ் சாணாக்குப்பத்திலும், சான்றான் போக்கிட்டி எனுஞ்சாணான் போக்கிட்டியிலும், பண்டத்தரிப்பிலும், செக்காராய் எண்ணெய் வாணிபத்தோடு உழவுதொழிலையுங் கைக்கொண்டு நடத்திவருகின்றார்கள்.

சாணார்

சங்கிலி சிங்களவரை வெளிப்படுத்தியது

பின் அதிகாரத்திற் கூறியபடி, சங்கிலி கி. பி. 1542ல் மன்னாரிலே கிறீஸ்தவர்களை வாளுக்கிரையாக்கியபின், யாழ்ப்பாணத்திற் பலகலகங்களுக்குங் காரணாயிருந்த புத்தசிங்களரையு மகற்றவேண்டிக், குறித்த தவணைக்குள்ளே தனது இராச்சிய எல்லைக்கப்பாற் செல்லுமாறு கட்டளைசெய்து, அவர்கள் பள்ளிகளையு மிடித்துத்தள்ளினான். அநேக சிங்களக்குடிகள் வன்னிப்பிரதேசத்திற்கும் கண்டிநாட்டிற்குஞ் சென்றார்கள். செல்லமுடியாதவர்கள் தமிழ்த்தலைவரானோரிடம் அடிமைகளாக விருக்கவுடன்பட்டார்கள். இவ்வாறு நின்றோர் கோவியரும் நழுவிகளுமாவர். கோவியர், கொவியர் (Goviyas) எனப்படுஞ் சிங்களவேளாளர்களே (கொவி=வேளாண்மை). இதனாற்றான் மற்ற அடிமைகளுக்குந் தலைவர்களுக்குமிடையேயுள்ள சில உரிமைவழக்கங்களினும் பார்க்க விசேடித்த ஒரு வழக்கம் இவர்களிடத்துண்டு. கோவியர் மணவினைக்காலங்களில், எசமான் அவர்கள் வீட்டில் உணவுண்டலும், எசமான் வீட்டுப் போசனபந்தியில் அக்கோவியர்தலைவனுக் கிடங்கொடுப்பதும், இன்றும் யாழ்ப்பாணத்தில் நடக்கும் வழக்கம். மற்றைய சிறையாளர்களாகிய அடிமைகள் இழிகுலத்தவர்களானபடியால் அவர்களுக்கிச்சுதந்தரமில்லை.

கோவியர்

நளவர்

நளவருஞ் சிங்களமரமேறிகளே. சிங்களமரமே

றிகள் காலில் தளைபோடாது மரங்களில் ஏறிப் பின் இறங்குப்போது நழுவிவருகின்றபடியால், நழுவரெனப்பட்டு, அப்பதம் நழவராய் நளவராயிற்று. † தளைபூட்டியேறும் வழக்கம் தமிழர்களுக்குள் மாத்திரமிருந்தது. இனி வடமருட்சியிலுள்ள

தனக்காரர் தனக்காரர் என்போருஞ் சிங்களக்குடிகளே. அரசனுடைய யானைகுதிரைகளுக்குப் புல்லளித்தல் அவர்கள் தொழில் (சிங்களத்தில், தன=புல்லு). அதனாற் போலும் அவர்கள் யாழ்ப்பாணத்திலிருந்துந் துரத்தப்படவில்லை. பெண்கள் தாமுடுக்குஞ் சேலையின் உள்தொங்கலைத் தோளிற்போடுவதுஞ் சிங்கள வழக்கமே. சிலவருடங்களுக்குமுன் கோவியருக்குள்ளும் நளவருக்குள்ளும் அப்பழக்கம் இருந்ததும் இன்றுந் தனக்காரருக்குளிருப்பதும் அறியத்தக்கது.

சிலபழக்க வழக்கங்கள் தலைமயிரைவளர்த்துக் கொண்டையாகப் பிடரியில் முடிப்பதும், மாடுகளுக்குச் சாதிக்குறிசுடுவதும் சிங்களரான பழையநாகரின் வழக்கமே. இவ்வழக்கங்களைப் பிற்காலத்தமிழருமனுசரித்தனர். ஆண்கள் கன்னத்திற் குடும்பிகட்டுவதும் பெண்கள் மார்புக்குக் குறுக்காய்ச் சேலைகட்டுவதும் மலையாளதேய வழக்கங்களாம்.

யாவகர் குலோத்துங்க சிங்கை ஆரியன் பதின்மூன்றும் நூற்றுண்டில் யாப்பாகுவையழித்த பொழுது சிறையாகப் பிடிக்கப்பட்டயாவகர் சாவகச்சேரியிலும் சாவாங்கோட்டையிலுமிருந்தார்கள். சங்கிலி அவர்களையும் நாட்டினின்றுந் துரத்திவிட்டான். ‡

---

† ழகர, ளகர ஒலிஒற்றுமையினால்.

‡ சாவகச்சேரியிலும், சாவாங்கோட்டையிலும் முகம்மதிய யாவகர் இருக்கவில்லையென்பதும், அங்கிருந்தோர் ஜைனசமயச்சாவகரே யென்பதுஞ் சிலர் கொள்கை.

நான்காம் அதிகாரம்.

ஆரியவரசர் இறுதிக்காலம்.

பதினைந்தாம் நூற்றாண்டுமுடிவிலும், பதினாறும் நூற்றாண்டிலும் யாழ்ப்பாணத்தை ஆண்டவரசர்கள் தம்முன்னோர்போலப் படைவலியும் திடவலியும் படைத்தவர்களாயிருக்கவில்லை. அதனால் வன்னியிலுந், திருக்கோணமலையிலும், மட்டக்களப்பிலும், பாணமயிலும் இருந்த அதிகாரிகள் சிற்றரசர்களாகிச் சுயவரசாட்சி செய்துவந்தார்கள். தென்னிலங்கையிலும், கோட்டையரசனாகிய ஒன்பதாம் பாராக்கிரமவாகுவும், கண்டியரசனாகிய விமலதர்மனும் வலிகுறைந்தவர்களாயிருந்தார்கள். தம் முன்னோர் தேசாபிமானங் கொண்டு குடிகளின் செல்வாக்கைக் கருதிக் கட்டுவித்த குளங்களையும், சமயாபிவிருத்திக்குக் கட்டிய கோயில்களையும் அழிந்துபோகவிட்டுத், தமக்குள் என்றுங் கலகம் விளைத்துக் கொண்டிருந்தபடியால், குடிகளுக்கு வேண்டிய உணவுப்பொருள்கள் வேற்று நாட்டிலிருந்து வரவழைக்கப்பட வேண்டியிருந்தது. நாட்டுவளச் சீர்கேடும் அன்னியநாட்டுஉணவுப் பொருள் வருகையும்.

இலங்கையின் வியாபாரம் முழுவதும் முகம்மதியர் ஆட்சியிலிருந்தது. அதுவுமன்றி அராபியதேசந்தொடங்கிச் சீனதேசம் வரையும் அவர்களே வியாபாரம் நடாத்தினர்கள். முஸ்லிம் வியாபாரம்

கி. பி. 1498ல் வாஸ் கோ தே காமா (Vasco de Gama) என்னும் போர்த்துக்கேயன் ஆபிரிக்காவின் நன்னம்பிக்கை முனையைச் சுற்றிவந்து, இந்தியாவைக் போர்த்துக்கேயர் கோவைக்கு வருதல்

கண்டுபிடித்தபின், போர்த்துக்கேயர் கோவைநகரிற் புகுந்து, அதை உறுதிப்படுத்தி வியாபாரத்தொழில் நடத்தத் தொடங்கினும், வியாபாரத்திற் சிறப்புற்ற முகம்மதியரின் வியாபாரக்கப்பல்களைச் சூறையாடிப் பொருள்பறித்தலையே விசேஷமாகக் கைக்கொண்டனர். பெரும்பாலும் அவர்கள், வியாபாரம், சமயவிருத்தி, கடற்கொள்ளையாகிய இம்மூன்றுக்குமாகவே கீழைத் தேசங்களில் பிரயாணம்பண்ணினார்களெனத் தெரிகிறது. யுத்தப் படைகளையும் சமயபோதகர்களையுமுடன் கொண்டே வந்தார்கள். அவர்கள் முன்வியாபாரநோக்கமாகக் கட்டியவர்த்தகசாலைகள் பின்கோட்டைகளாகமாறின. அக் கோட்டைகளிற்றாபித்த பீரங்கிகளினால் மற்றைய வியாபாரிகளையடக்கித் தாங்களே வியாபாரத்திற் சிறந்தார்கள்.

போர்த்துக்கேயர்வியாபாரம்

முன்மலாய்நாடு சுமாத்திரா முதலியதேசங்களிலிருந்து வாசனைத்திரவியங்கள் ஏற்றி, யாழ்ப்பாணக் கடல்வழியாய்ப் பாரசீய குடாக்கடலுக்குப் பிரயாணஞ் செய்துவந்த முகம்மதியரின் கப்பல்கள் அப்போது போர்த்துக்கேயரின் சூறைக்கப்பல்களுக்கு அஞ்சி, இலங்கையின் தென்பாகமாய் மாலைதீவுகளைச் சுற்றிச் செல்வதாயின. இவ்வாறுவழிமாறிப் போக்குவரவு செய்யுங் கப்பல்களைக் கொள்ளையடித்தற்காகப் போர்த்துக்கேயரால் அனுப்பப்பட்ட தொம் லோறென்சு தே அல்மேதா (Dom Laurenco de Almeyda) என்பவன் கி. பி. 1505ல் காலியைச்சேர்ந்தான். அந்நாள் முகம்மதியருக்கும் சிங்களவருக்கும் அங்கேநடந்த வியாபாரத்தை அவன்கண்டுகூறியதில் பேராசைகொண்டு, தாமே அவற்றைப் பெறவேண்டுமென்னும் நோக்கோடு பறங்கியர் இலங்கையைப் பிடிக்கமுயன்றார்கள் போலும்.

இலங்கை வியாபார ஆசை

பறங்கிப் பேர்

இந்தியாவிலுள்ள ஐரோப்பியர் பறங்கிகள் (Feringhees) என்றழைக்கப்பட்டார்கள். இலங்கை

யிலும் முதல் வந்த ஐரோப்பியராகிய போர்த்துக்கே யருக்கும் அவர்களுக்குப் பின்வந்த ஒல்லாந்தருக்கும் அந்நாமமே வழங்குவதாயிற்று.

கி. பி. 1518ல் ஜயவர்த்தன கோட்டையிலரசு செய்த பராக்கிரமவாகுவின் அனுமதியுடன் கொழும்பில் ஒருவர்த்தகசாலையைப் போர்த்துக்கேயர் கட்டினார்கள். பராக்கிரமவாகுவேயன்றி, அவன்பின்வந்த ஏழாம் விஜயவாகுவும் ஏழாம் புவனேகவாகுவும் ஆண்மையும் அரசியற் சூழ்ச்சிகளுமற்ற ஏழைகளாயிருந்தார்கள். தங்கள் வர்த்தகத்தை நிலைநாட்டச் சாலைகள் கட்டுதற்கு அரசனிடம் போர்த்துக்கேயர் உத்தரவுபெற்றதையும், அவர்களச்சாலைகளில் யுத்தப் படைகளையிருத்தி யரண்செய்வதையும், அறிந்த முகம்மதியர் தங்களுக்கு மோசம்வருமென அறிந்து, அரசனையுந் தம்பக்கலாக்கி அவன்படைகளையுஞ்சேர்த்து இருமுறைகளில் போர்த்துக்கேயரைத் தாக்கினார்கள். எனினும், அச்செருக்களில் போர்த்துக்கேயரே வெற்றி கொண்டமையால், ஆண்டுகள்தோறும் கறுவாவும், வயிரக்கற்களும், யானைகளுந் திறையாக அவர்களுக்குக் கொடுப்பதாகப் பொற்றகட்டில் வரைந்து ஓர் உடன்படிக்கையைக் கோட்டை அரசன் கொடுத்தான்.

போர்த்துக்கேயர் வர்த்தக சாலை

கோட்டை அரசனின் திறைஉடன்படிக்கை

கி. பி. 1534ல், கோட்டையரசனாகிய ஏழாம் விஜயவாகுவின் இளைய புத்திரனான மாயாதுன்னை தன் குடும்பத்தார் போர்த்துக்கேயருக்கடங்கி நடப்பதைக் கண்டு மனவெறுப்புடையவனாயிருக்கையில், பிதா தன்னையும் தன்னுடன்பிறந்தார்களையும் நீக்கிச் சிற்றன்னை பிள்ளைக்கு முடிசூட்ட வெண்ணியிருப்பதையறிந்து சினத்தவனாய்த் தன் துணைவர்களுடன் யாழ்ப்பாணஞ் சென்று, சங்கிலியாசனுதவியை நாடினான். சங்கிலி உதவிசெய்ய உடன்பட்டு ஒரு

மயாதுன்னையின் சூழ்ச்சி

படையையுதவ, அதனைக்கொண்டு கண்டியரசன் கொடுத்த சேனையையுஞ்சேர்த்துக்கொண்டு, ஜயவர்த்தன கோட்டை சென்று, அவண் மூண்ட போரில் தந்தையைக் கொன்று, மூத்ததுணைவனை ஏழாம் புவனேகவாகுவெனக் கோட்டைக் கரசனுக்கினுன். மாயாதுன்னை சீதாவக்கையென்னு மிடத்திலும், மற்றெருசகோதரன் றயிகமத்திலு மாசாண்டார்கள். கோட்டைநகர்ப்புதிய அரசன் தந்தையினும் இராசதந்திரங்கள் குறைந்தவனும், பறங்கிக்காரரை மென்மேலும் பிரியப்படுத்தும் நோக்கமுடையவனும், தன்தேசத்திற்குஞ் சமயத்திற்கும் பெருந்துரோகியாயு மிருந்தான். இக்காரணங்களால் அவன் தம்பியாகிய மாயாதுன்னை பகைத்தான். மாயாதுன்னை பச்சிமரக்காயன் என்னும் முகம்மதிய வியாபாரியின் கப்பல்களுடனும் காளிக்காட்டு (Calicut) அரசன் உதவியபடையுடனும், கி. பி. 1536ல், 1538ல், 1540ல் மூன்றுமுறை கோட்டையைத்தாக்கியும், பறங்கியர்கள் உதவி கோட்டையரசனுக் கிருந்தமையால் தோல்வி அடைந்தான். மூன்றும்முறை தோல்வியடைந்தபொழுது, பறங்கியர் கேள்விப்படி, பச்சிமரக்காயன் முதலிய முகம்மதிய தலைவர்களின் தலைகளை வெட்டிக்கொடுத்து, அவர்கள் செய்த நன்றியையும் மறந்து, சமாதானம் பெற்றுன்.

மயாதுன்னை தமையனுடன் சமர் செய்தமை

பதுமைக்கு முடிசூட்டல்

ஏழாம் புவனேகவாகு, தன்குடிகளின் அன்பை முற்றுயிழந்தவனாய்ப், பறங்கியரே தனக்குற்ற துணையாளர் என எண்ணித், தன் பேரப்பிள்ளையைப் பட்டத்திற்குரியவனுக்கும்படி பறங்கிகளை வேண்டினுன். அவர்கள் உடன்படவே, தன் பேரப்பிள்ளையைப்போலத் தங்கத்தால் ஓர் உருவமைப்பித்துப் பண்டிதன் என்னுமொருவனிடமீந்து, போர்த்துக்கல் அரசனு லவ்வுருவுக்கு முடிசூட்டுவிக்குமாறு, லிஸ்

பொன் நகரத்திற்கொரு தானுபத்திய மனுப்பினுன். அவ்வரசனும், இந்நவீனவேண்டுகோட் குடன்பட்டு, கி. பி. 1541ல் அப்பதுமைக்கு வேண்டியவரிசைகளு டன் தொன்ஜுவான் என்னும் நாமமீந்து முடிசூட்டி ஞன். இப்போப்பிள்ளேயே பின் தொன்ஜுவான் தர்மபால னென்னுமரசனுக வந்தான்.

சுதேச அரச குடும்பத்தாரோ ஏனையரோ கிறீஸ்த வாகுஞ் சமயத்தில், பறங்கிக்குருமார் தங்கள் சாதிப் பெயர்களை அவர்களுக்கு மகிமைப்பெயர்களாக இருக் குமாறு கொடுத்து மகிழ்வித்துவந்தனர். எபிரோயபெ யர்களினுலும் 'தொம்' 'டொன்' பட்டங்களினுலும் அவர்கள் மற்றையோரிலும் பார்க்க எப்படி மேன் மைப்படுவார்கள் என்பதை இருபகுதியாரும் ஆலோ சித்தாரில்லை! எய்ப்புப் பட்டம்

இவ்விதம் தான் செய்த நன்மைக்கோர் பிரதியுப காரமாகக் கிறீஸ்தகுருமாரை இலங்கைக்கனுப்பித் தன் சமயத்தைப்போதிப்பிக்கவும் பாப்பவும் அனுமதி கொடுக்கும்படி போர்த்துக்கல் அரசன் இலங்கையாச னைக் கேட்டான். இலங்கையாசன் அதற்இணங்கவே, கிறீஸ்தபாதிரிகள் கடலோரமாக விருக்கும் ஊர்க ளிலே கோயில்கள் எழுப்பித்தங்கள் சமயத்தைப் பரப்பிவரலாயினர். கிறீஸ்தசமயம் பாப்பல்

பிரான்சிஸ் சவேரியார் (Frances Xavier) என் னுங் கத்தோலிக்ககுரு தென்னிந்தியாவிலே பரதவர் களுக்குச் சுவிசேஷ சேவைசெய்து வருங்கால், தன் பெயரையுடைய பரதவக்குரு ஒருவரை மன்னருக்க னுப்பி, அங்கிருந்த கடையர்கள் 600 பேரைக், கி. பி. 1543ல், கிறீஸ்தவர்களாக்குவித்தார். அதைக்கேட்ட சங்கிலியரசன், கி. பி. 1544ம் ஹு மார்கழிமாசத் தில், மன்னருக்குச் சென்று கிறீஸ்தவரை ஒவ்வொரு வனையுஞ் சிரச்சேதம் செய்யுமாறு ஆணைசெய்தான். மன்னூர்க் கிறீஸ்தவர்கள்கொலை

பரதவக்குருவாக வந்த பிறுன்சிஸ்கு சவேரியும் உயிர்

பிறன்சிஸ்து சவேரியார் யாழ்ப்பாணம்வருதல்

நீத்தனர். இதையறிந்த மகாகுருவாகிய சவேரியார் போர்த்துக்கேயச் சேனையொன்றை யனுப்பி, யாழ்ப்பாணவரசனின் அகங்காரத்தை யடக்குமாறு செய்த எத்தனங்களெல்லாம் பயன்பெறு தொழியவே, பின்புதாமே யாழ்ப்பாணஞ் சென்று, தம்மதத்தைப் போதிக்கச் சங்கிலி அரசனிடம்உத்தரவு கேட்டார். அரசன் அவ்வேண்டுகோளை மறுக்கவே, கோவையரசப்பிரதிநிதியுடன் சங்கிலியரசன் உறவாடும் வழிகளை யமைத்து, அதற்கு ஒரு தூதனை அரசன்பாற் பெற்றுக்கொண்டு கோவைநகருக்குச் சவேரியார் சென்றார். சென்றும் பயனொன்றும் உண்டாகாமை கண்டு, அவர் இந்தியாவை விட்டு நீங்கிச் சீனதேயத்தை யடைந்து அங்கே சமாதியாயினர்.

சங்கிலியரசன் மனத்திடனை யறிந்த பறங்கிகளுங் கத்தோலிக்க குருமார்களும் சில காலமாக யாழ்ப்பாணத்தை மறந்திருந்தனர்.

நெடுந்தீவிற் கோரோசனை

கி. பி: 1543ல் சவேரியாரின் விருப்பத்தை நிறைவேற்ற வேண்டிப், போர்த்துக்கேய படைத்தலைவனாகிய மாட்டின் அப்போன்சோ தே சௌசா (Martin Aponso deSousa) என்பவன் யாழ்ப்பாணத்தரசனுக்கு விரோதமாகப் படையெடுத்து வந்தபொழுது, அவன் மரக்கலங்கள் காற்றுற் சிதறுண்டு, பசுக்களின் பெருக்கத்தால் பசுத்திவு (Ilhas das Vacas) எனப் போர்த்துக்கேயரால் அழைக்கப்பட்ட நெடுந்தீவிற் சேர்ந்தன. அங்கே அவர்கள் பிடித்து வெட்டிய ஆடுகளில் ‡ கோரோசனை யிருக்கக் கண்டார்கள். அது தொடக்கமாக வங்காளத்திலிருந்து வரும் பறங்கிக் கப்பல்கள் கோரோசனை யெடுப்பதற்காக நெடுந்தீவிற் றங்கிப் போகும்வழக்க முண்டாயது.

---

‡ கோரோசனையுள்ள ஆடுகள் பறங்கிகள் கண்ணுக்குத் தான் புலப்பட்டன போலும்.

நெடுந்தீவில் மாட்டின் அப்பொன் சோவந்திறங் கிய செய்தியை யறிந்த பாநிருபசிங்கம், அவனிடஞ் சென்று, சங்கிலியரசனே இராச்சியத்தினின்றும் நீக்கித் தன்னை யரசனுக்கினல், தான் போர்த்துக் கேயருடைய வியாபாரம், சமயவிருத்தி முதலியவற்றிற்கு வேண்டிய உதவி புரிவதாக வாக்களித்தான். அப்பொன் சோ அதற்குடன் பட்டவனுக நடித்துப் பாநிருபசிங் கனிடமிருந்து முத்துக்களைக் கவர்ந்ததுமன்றி, அதற்குப்பின் னங்கு வந்த சங்கிலிக்குந் தான் படையெடுத்து வந்ததாக அச்சுறுத்தி, 5000 பர்தாங்கு† அளவினதான திரவியத்தையும் அவனிடம் பற்றிக்கொண்டு ‡ சென்ருன். எவ்விதத்தானும் பணவருவாய்க்குரிய வழிகளைத் தேடிப் பணம் தொகுப்பதே தேசாதிபதி முதல் சேவகனீருகவுள்ள எல்லாப் பறங்கியர்க்கு முள்ள அவாவாகும்.

மாட்டின் அப்போன் சோவைப் பாநிருபசிங்கம் சந்தித்தல்

---

† பறங்கியர் காலத்து நாணகங்களாவன:-

1 பர்தாங்கு	=	2 செருபிம் (xeraphim)
(pardao)	=	5 சக்கரம்
	=	6 லாறிம் (larim)
	=	10 பொற்பணம்
	=	30 வின்றெம் (vintem)
	=	100 மா
	=	150 பெரிய காசு
	=	540 றீஸ் (ries)

இப்பர்தாங்கு யாழ்ப்பாணப் பர்தாக்கு;- இலங்கைப் பர்தாங்கு இதின் அரைவிலை - 1634 க்குப் பின் இந்நாணகம் வழக்கொழிந்து போக, இலங்கைப் பர்தாங்கே 3 லாறிமுக்காகப் பாவிக்கப்பட்டது.

1 பதக்கு = 5 லாறிம்.

‡ 5000 செருபிமும் இரண்டு யானையும் வருடாவருடங் கொடுப்பதாகப் பொருத்தஞ் செய்து கொண்டு, இரண்டு வருடத் தொகையை ஒரே முறையில் பெற்றுச் சென்றதாக கைரோஸ்பாதிரியார் கூறுவர்.

திருக்கோணமலையில் வர்த்தகசாலைக்கேத்தனம்

கி.பி. 1542ல் திருக்கோணமலையில் ஒரு வர்த்தகசாலையை நாட்ட நூனே அல்வாறெஸ் பெறேரு என்பவனுக்கு உத்தரவு கொடுக்கும்படி, கண்டியரசனாகிய விக்கிரமவாகு பறங்கித் தேசாதிபதியாகிய மாட்டின் அப்பொன்சோ தே சௌசாவைக் கேட்டான். 1543ல் மிகேல் பெறேருவைக் கொழும்பிலிருந்து படையுடனனுப்பியும் வர்த்தகசாலைநிறுவ முடியவில்லை. பின்னும் பலமுறைகளிற் கண்டியரசன் கடிதங்களும் பரிசுகளுமனுப்பியும் பணமின்மையால் பறங்கியர் செய்யாது விட்டனர். ஆனால் திருக்கோணமலைக்குப் படையெடுத்துப் போகுஞ் செலவிற்காகக் கண்டியரசன் அனுப்பிய 10,000 தங்கநாணகங்களும், வைரக்கற்களும், 1544ல், யாழ்ப்பாணத்திற் பறிபோயின.

கோட்டை அரசகுடும்பத்தில் கிறிஸ்தசமய நுழைவு

கோட்டையரசன் குமாரர் மூவர்களுடன் அந்திரே தே சௌசா என்னும் பறங்கி நட்புக்கொண்டு, அவர்களைக் கிறிஸ்தவர்களாக்க முயலுகையில் மூத்தவனிறக்க, மற்றை இருவருடனும் கோவை சென்று, தொம் ஜுவாம், தொம்லூவிஸ், என்னும் நாமங்களுடன் ஞானஸ்நானஞ் செய்வித்து,† அவ்விருவரில் முன்னோனுக்கு யாழ்ப்பாணத்தரசைக் கொடுக்கவேண்டுமெனத் தன்னரசனைப் பரிந்து வேண்டியதுமன்றி, அவ்விராசகுமாரனையும் ஏவி அவன் மூலமாகவும் ஒரு விண்ணப்பஞ் செய்வித்தான்.

சிங்களவரசகுமாரனை யாழ்ப்பாணவரசனுக்கச் செய்தமுயற்சி

யாழ்ப்பாணவரசு தன் மூதாதைகட்குரிய தென்றும், இப்போதரசு செய்பவன் தனக்கு அந்நிய விரோதி யென்றும், தனக்கவ்விராச்சியம் வரின் தான் குடிகளைக் கிறிஸ்தவர்களாக்க முடியுமென்றும் பலகாரணங்கள் காட்டி, அரசகுமாரனால் அவ் விண்ணப்பத்தைச் சௌசா

---

† லூயிஸ் சூவேலோ (Luis Coelho) என்னும் வியாபாரியின் முயற்சியால் அரசகுமாரர் கிறீஸ்தவர்களானர்களென்பது சில சரித்திராசிரியரின் கூற்று.

அனுப்புவித்தது, முதவிருத்தி யொன்றுக்கே அவாக் கொண்ட போர்த்துக்கல்லாசன் அதற்குடன்படுவானேயாகில், தான் அவ்வரசகுமாரனைப் பாவைக்கூத் தாட்டிப் பெருந்தொகைப் பொருள் ஊரிலிருந்தும் அபகரிக்கலாம் என்ற எண்ணங் கொண்டேயாம்.

பறங்கிப் படையெடுப்பு

கி. பி. 1546ல், விக்கிரமவாகுவின் வேண்டுகோளை நிறைவேற்றுவதற்கும் தொம் ஜுவானை யாழ்ப்பாண வரசனுக்கவுந் தேசாதிபதி எண்ணி, தொம் ஜுவானைக் கொண்டு ஒரு பிரதிக்கினையுஞ் செய்வித்துக் கோவையை விட்டுப் பிரயாணப்படுஞ் சமயத்தில், அரசகுமாரர்களிருவரும் வைசூரி நோயால் மடிந்தார்கள். அதன் பின் தேசாதிபதி பிரயாணத்தை நிறுத்திக்கொண்டு, முன் தன்னுதவியை நாடின பரநிருபசிங்கத்தைக் கிறீஸ்தவனாக்கி, யாழ்ப்பாணவரசைஅவனுக்குக் கொடுக்க வெண்ணங்கொண்டு, கொளும்புத் தேசாதிபதியாய் அப்போதிருந்த தொம் ஜுவான் தே காஸ்திரோ என்பவனுக்கு அறிவிக்க, அவன் அதை முடிக்குமாறு மிகேல் பெறேறுவை யனுப்பினான். அவனால்இக்கோரிக்கை முற்றுவிக்க முடியாது போயினும், பணம் பறிக்கும் கருணம் கிடைத்ததென்னுந் தைரியத்தால், ஊராத்துறையைச் சேர்ந்து, பரநிருபசிங்கத்தைத் தன்னிடமழைப்பித்து, அவனுமவன் குடும்பத்தாருந் தம்மதத்தினராகவரின் தாம் யாழ்ப்பாணவரசைக் கவர்ந்து கொடுப்பதாக வாக்களித்தான். இதற்குப் பரநிருப சிங்கம் முன்பு முத்துச் சலாபத்திலிருந்த யோன் பறனுந்தெஸ் கொறெயா என்பான் அவ்விதம் வாக்களித்துத் தன் வைரக்கற்களைக் கவர்ந்ததையும், மாட்டின் அப்பொன்சோ நெடுந்தீவில் முத்துக்களைக் கவர்ந்ததையும், பின்பு தன் பகைவனாகிய சங்கிலியிடம் 5000 பர்தாங்கு பெற்று ஏமாற்றிச் சென்றதையும் விவரமாய்ச் சொல்லித், தானும் தன் பரிவாரங்களும் கோவை சென்று பிரதிநிதியுடன் ஓர் உடன் படிக்கை முடி

மறுமுறையும் பரநிருபசிங்கத்தை ஏமாற்றத் துணிதல்

த்த பின்பே கிறீஸ்தவர்களாவோ மென்று அவனு டன் கோவைக்குப் போகப் பிரயாணமானுன். பரநிரு ப சிங்கனுடன் வந்த சனத்திரளைக் கண்டு பயந்து, கப் பலில் இடமில்லை யெனப் பொய்யுரை கூறி மிக்கேல் பெறேரு தான் மாத்திரம் தன்னூருக்குப் போனுன்.

கோட்டை யில் நடந்த யுத்தம்

முன் தன் தமையன் பக்கல் நின்று தந்தையுட னமர் செய்து தந்தையைக் கொன்று, தமையனுகிய புவனேகவாகுவுக்குக் கோட்டை அரசு பெறச் செய்த மாயாதுன்னை பின் தமையனுடனிகலி, யாழ்ப்பாணத் தாசன் உதவியைப் பெற்ருன். இவர்களுடன் கண்டிய ரசனுஞ் சேர்ந்து கி. பி. 1545ல் புவனேகவாகுவுடன் போர் விளைத்து ஆற்ருது தோற்றவர்களாய்த் தத்தந் தேயங்களுக் கோடினர்.

சங்கிலிமா யா துன்னை யிருவரையு ம்புறங்கண் டுகோட்டை அரசன் வெ ற்றியுறல்

பின்பு கி. பி. 1547ல், சங்கிலியாகிய செகராசசே கரன், தஞ்சாவூர் அரசன் கொடுத்த படையுடனும் மா யாதுன்னையுடனுஞ் சேர்ந்து எல்லோருமாகக் கோட் டையை வளைந்து கொண்டார்கள். கொழும்பிலிருந்த போர்த்துக்கேயரும், தமக்கும் மாயாதுன்னைக்குமுள் ள பகைமையை நினைந்து, இந்நேசப் படை வெற்றிபெ றின் தாமும் கொழும்பை விட்டு விலக வருமென எண் ணிக்கோட்டையரசன் படையுடன் சேர்ந்தார்கள். இரு பக்கத்தாரும் ஜூலை மாதம் பத்தாந் தேதி போர் தொடங்கினுர்கள். தொடக்கத்தில் யாழ்ப்பாணப் படையின் ஆண்மையால் அப்பக்கமே வெற்றியடையு மெனத் தோன்றியும், பின்பு புவனேகவாகுவின் மரு கனுகிய வீதியே பண்டாரத்தின் வீராவேசத்தாலும், படை நடாத்திய சூழ்ச்சி வலியாலும், மாயாதுன்னை யின் படை முரிந்தோடத் தலைப்பட்டது. செகராச சேகரனும் மாயாதுன்னையும் நாணித் திரும்பினுர்கள்.

தமையனையும் பறங்கிகளையும் விரோதிகளாக்கினு லன்றித் தன் எண்ணம் சித்திபெடையாதெனக்கண்ட

மாயாதுன்னே, போர்த்துக்கேயரின் இலங்கை அதிபதிக்குக் கி. பி. 1549ல், ஒரு தூதனுப்பித், தமையனுக்கு விரோதமாகக் கோள் கூறி, அவ்வதிபதியின் மனத்தில் தமையன்மாட்டோர் அவநம்பிக்கையையெழுப்பி, அவனுக்கு விரோதியாக்கினன். அதனல் பறங்கிகள் புவனேகவாகுவுக்கு இடையூறுகள் விளைத்தார்கள். இவ்விடையூறுகளைப் பொறுக்கமுடியாதவனுய், இலங்கையரசர் எல்லோரும் ஒருமித்தவழி போர்த்துக்கேயரைத் தலையெடுக்காவண்ணம் தடுக்கலாமென வெண்ணி, யாழ்ப்பாணம், கண்டி, சீதாவக்கை என்னும் முத்தேய அரசர்களுக்கும் ஒவ்வோர் முதலியாரைத் தூதாகவனுப்பித், தன்னுடன் ஓர் உடன்படிக்கை செய்யுமாறு புவனேகவாகு கேட்டான். சங்கிலியாகிய செகராசசேகரன் உடன்படிக்கையைமறுத்துத் தான் கோட்டைமேல் இனிப் படையெடேன் என்று சூழுரை புகன்றுன். மற்றையோர் உடன்படிக்கையை முற்றுய் மறுத்துவிட்டனர்.

கோட்டையரசரேனே பறங்கிகளைப்பகைமை கோள்ளச் செய்தல்

கோட்டையரசன் உடன்படிக்கை

அக்காலத்தில் பறங்கிகளுக்குஞ் சிங்களவருக்குமிருந்தபகை பறங்கிகள் இலங்கையினின்றுந் துரத்தப்படுமவரையும் இருநிறத்தார் மாட்டும் வேரூன்றியே நின்றது. ஏனைத்தேசங்களிலே சூறையாடிப்பெற்ற திரவியங்களையெல்லாம் பறங்கிகள் இலங்கைச் சண்டைகளிலே வாரியிறைத்துக் கெட்டனர்.

பறங்கிச் சிங்களப் பகை

இலங்கைக்கு அவர்கள் வரமுன் துப்பாக்கியைப்பற்றியறியாத சிங்களவர் ஒரு நூற்றுண்டுக்குள் பறங்கிகள் துப்பாக்கிகளினும் சிறந்த துப்பாக்கிகளையியற்றியதுமல்லாமல், ஓர் யுத்தத்திலே 20;000 துப்பாக்கிகளை உபயோகித்தார்களென்று மறியக்கிடக்கின்றது.

துப்பாக்கி செய்தல்

பரநிருபசிங் கத்தின்கதி

மாட்டின் அல்பொன்சோ தே சௌசாவின் கபட நடவடிக்கையை அறிந்த யாழ்ப்பாணவாசிகள், தாங்களே, பறங்கிகளால் வக்கிர துக்குறிப்‡ பண்டார மென வழைக்கப்பட்ட பரநிருபசிங்கத்தை யாசனாக் க வேண்டுமென்றுதுணிந்து, சங்கிலியை அகற்றுவ தற்கு வழிதேடி, வேண்டிய சூழ்ச்சி செய்து வந்தார் கள். இதையறிந்த சங்கிலி கிறீஸ்தவர்களாயிருந்த சிலரில் ஐயுற்று, அவர்களைச் சிரச்சேதஞ் செய்ததூ மன்றிப் பரநிருபசிங்கத்துக்கும் அவ்வித கொடுஞ் செயலையேசெய்ய நினைத்து, அவனைச்சிறைப்படுத்தத் தெண்டித்தான். ஆனால், பரநிருபசிங்கன் அதற்குத் தப்பித் தன்பரிவாரத்துடன் பறங்கிகள் வசித்த சந் தோமை (St. Thome) க்குப் போய், அவணின்றுங் கரைமார்க்கமாகக் கோவைசென்று பறங்கியரின் உதவியை வேண்டிநின்றான். பறங்கித் தேசாதிபதி அவனை நட்புடன்வரவேற்று, அவனுக்கு வேண்டிய உதவிபுரிவதாயும், யாழ்ப்பாண வரசைக்கவர்ந்து ஈவ தாயும் வாக்களித்து, அந்நகரிலே பழையசம்போல் (Old St. Paul) என்னுங் கோயிலில் வசிக்கச் செய் தான். அங்கே அவன் கிறீஸ்தவனாகி மரிக்கும் வரைக்கும் இருந்தான்.

திருக்கோண மலை அரசு மாற்றங்கள்

திருக்கோணமலை, நெடுங்காலம் யாழ்ப்பா ணத் தரசர் ஆட்சியிலிருந்து வந்தும், பின் நிகழ்ந்த குழப்பங்களினால், அவ்வரசர் ஆட்சியினின்றுந் தவறி,

---

‡ பறங்கியர் தங்கள் காலத்திலிருந்த யாழ்ப்பாணவரசையும் அரசகுமாரர்களையுங் காரணம் பற்றிச் சினைப்பெயரால் அழை த்தார்கள். பரநிருபசிங்கனைப் பல்லுவெளிப்பட்டிருந்ததனாற் போலும் வக்கிர துக்குறிப் பண்டாரமெனவும், புவிராஜபண் டாரத்தைக் கூனன் எனவும், புவிராஜ பண்டாரத்தின் மரு கன் கொன்னையனானபடியால், அவனை அவ்வர்த்தத்தைக் கொண்ட 'காகு' வென்னும் போர்த்துக்கேய மொழியினாலும், வியூக்கு குமாரனையும் அரசகேசரியின் தம்பியையும் 'திக்கு வாயன்' எனவும் அழைத்தார்கள்.

கி. பி.1546 அளவில், வன்னிய அதிகாரிகளின் சுவாதீனமாகச் சிலகாலமும், கண்டியரசன் ஆணையின் கீழ்ச் சில காலமுமாக ஆளப்பட்டது.

அக்காலத்தில் திருக்கோணமலையிலும் மட்டக்களப்பிலும் வன்னியர்கள் சிற்றரசர்களாக இருந்தார்களெனவும், கண்டியரசன் சபையில் இவ்வன்னியர்களின் பிரதிநிதிகள் இருந்தார்களெனவும், திருக்கோணமலை கண்டியரசனுடைய துறைமுகமாகவிருந்ததெனவும், ஆங்கொருகோட்டையைக் கட்டப் போர்த்துக்கேயருக்குக் கண்டியரசனாகிய விக்கிரமவாகு உத்தரவுகொடுத்தானெனவும் தெரியவருகின்றது.

கி. பி. 1551-ம் ஆண்டளவில் திருக்கோணமலை வன்னியனிறக்க, அவன் மகன் எட்டுவயதுள்ள சிறுவனாயிருந்ததால், சங்கிலியாகிய செகராசசேகரன் பழைய உரிமையின்படி நாடுதனதென்று பலாத்காரமாக விவாதஞ் செய்தான். அவ்விளவலுக்குப் பரிபாலகனாகிய வன்னியனொருவன், அச்சிறுவனுடனும் பரிவாரத்துடனுங் கோடிக்கரை சென்று, போர்த்துக்கேயரின் உதவியைவேண்டினன். அவர்கள் கொடுத்த பாதவச்சேனையுடனுஞ் சிலபோர்த்துக்கேயருடனும் அவ்வன்னியன் திருக்கோணமலைக்குவந்து, தான் எண்ணியவாறு முடியாமைகண்டு, பாதவச்சேனையுடன் வன்னியகுமாரனைக் கோடிக்கரைக்குப் போர்த்துக்கேயரிடமனுப்பினன். அங்கிருந்து அவ்வன்னியகுமாரனைப் போர்த்துக்கேயர் கோவைக்கனுப்பி அப்பொன்சோ என்னும் நாமத்துடன் கிறீஸ்தவனாக்கி, ஆண்டுள்ள கல்விக்கழகத்திற் கல்விபயிற்றுவித்து, ஒருகால் தாம் யாழ்ப்பாணத்தைப் போரில் வென்றெடுத்தால், அவனை யரசனாக்குவதாக அவனுக்கு நயவசனங் கூறித் தம்மிடத்திலேயே வைத்திருந்தார்கள். அக்

திருக்கோணமலைவன்னியர் பிரதிநிதி

குமாரனின் பரிபாலகனான மேலே கூறியவன்னிய னைச் செகாரசசேகரன் திருக்கோணமலைக்கு வன்னிய சிற்றரசனாக இருத்தித், தனக்கடங்கி நடக்கும் படி நியமித்தான்.

தெருவே பண்டாரம்

கி. பி. 1552ல் கோட்டையரசனாகிய புவனேக வாகு, ஒரு போர்த்துக்கேயன் கொல்ல வேண்டு மென்ற எண்ணத்தாலோ, அன்றி இலக்குத் தவறிப் பட்டதாலோ, சுட்ட வெடியால் உயிர்துறக்க, அவன் போனாகிய தெருவே பண்டாரத்தின் மகன் தர்மபால னைப் § போர்த்துக்கேயர் சிங்காதனத்திருத்தினர். தெருவேபண்டாரம், வீதியேபண்டாரம், வீதிராயன் என்னும் பெயர்களையுடைய இப்பண்டாரம்போர்த் துக்கேயருடன் பிணங்கிக் கொண்டபடியால், அவர் கள் இவனைத்தந்திரமாகப் பிடித்துச் சிறையிலிட்டா ர்கள். அங்கிருந்து, தன் மனைவியின் உதவிகொண்டு சிறையறையின் கீழாகச் சுரங்கமறுப்பித்து வெளிப் பட்டுப், படையொன்றைச் சேர்த்துப் பலவிடங் களிலுமிருந்த கிறீஸ்தகோயில்களையிடிப்பித்துப், பல கிறீஸ்தவர்களையும் தன்வாளுக்கிரையாக்கினான். அதன் பின் மாயாதுன்னையுடனுறவாடி விதவையாயிருந்த அவன் மகளைமணந்து, பொலந்தா என்னும் நகரை யரண்படுத்தி யங்கேவதிந்தான். நாட்சிலகழியவே மாயாதுன்னையோடும் இணங்காதவனாய் அவனுடன் போர்புரிந்தான். இதுவன்றிக் கண்டியரசனாயக்கா லத்திருந்த ராஜசிங்கனுடனும் பொருதுதோற்றவனா

வீதிராயன் யாழ்ப்பாணம் வருகை

ய்த் தன் குடும்பத்துடனும், கொண்டுசெல்லக்கூடிய திரவியத்துடனும், புத்த தேவரின் தந்ததாதுவுட னும், யாழ்ப்பாணத்துக்கோடிக், கி. பி. 1555ல், சங் கிலியின் உதவியைப்பெறவேண்டித், தாராக்குளத்தடி

---

§ இவனே லிஸ்பன் நகரில் பிரதிமை வடிவில் முடி சூட்டப்பட்டவன்.

என்னு மிடத்திற் பாளையமிட்டிருந்தான். வீதிராயனு ஞ்செகராசசேகரனும் போர்த்துக்கேயரை இலங்கையி னின்றுமகற்ற வேண்டுமென்ற ஒரே எண்ணமுடை யவர்கள். இந்நோக்கமாக இருவரும் ஒருபொருத் தஞ்செய்து கொண்டார்கள். அப்பொருத்தத்தைச் சத்தியத்தால் நிறைவேற்றவேண்டி, இருவரும் தங் கள் பரிவாரத்துடன் வீரமாகாளியம்மன் கோயி லில்வந்து கூடினார்கள். அத்தருணம் தெய்வச்செய லாகவெடிமருந்திற்றீப்பற்றி வெடிபுண்டாக,அதுதன் னைச் சூழ்ச்சியாற் கொல்வதற்குச் செய்த பிரயத்தன மெனநினைத்து, வீதிராயன் வாளை உறைநீக்கினான். கலகம் மூண்டுகொண்டது. அக்கலகத்தில் வீதிராய னுஞ் சிலசிங்களருமிறக்க, வீதிராயன் குடும்பமும், அவன் கொணர்ந்த திரவியமும், புத்ததந்ததாதுவும் செகராசசேகரன் கைப்பட்டன. எவர் புத்ததந்ததா துவைத் தம்முடன்வைத்திருக்கின்றாரோ அவரை ஒரு வரும் வெல்லமுடியாதென்ற ஒருநம்பிக்கை சிங்கள வருக்கிருந்தபடியாற் போலும், வீதிராயனும் புத்ததந் ததாதுவை உடன்கொண்டுசென்றான்.

வீரமாகாளி யம்மன் சந் நிதியில் கல கம்

வீதிராயன் மரணம்

சங்கிலியாகிய செகராசசேகரன், போர்த்துக் கேயர் தங்கள் வியாபாரத்தை விருத்திசெய்யவேணும், மார்க்கத்தைப் பரப்பவேணும், ஒருகாலத்திலாவது உத்தரவுகொடுத்தானல்லன். ஆகையால் பரநிருபசிங் கன் தூண்டுதலால் அவர்களுக்கு வியாபாரம் செய்ய இடங்கொடுத்தான் என்பதும், காட்டு நடுவே அவர் கள் கோட்டை கட்டியிருப்பதைச் சங்கிலி வேட்டம் போனகாலத்திற் கண்டு, கோட்டையையிடிப்பித்து அவர்களையும் வெளிச்செல்லக் கட்டளையிட்டான் என் பதும், அப்போது அவர்கள் இவனுடன் போர் செய் தார்கள் என்பதும்ஆதாரமற்ற வெறுங்கதை. வை பவமாலையார் கூற்றின்படி ஒருபோது நடந்திருப்பின்,

வைபவமா லையுடையா ர்வெற்று ரை

அவர் கூறிய மன்மதவருடமாகிய கி. பி. 1536ல் அவர்களை அகற்றியதுமாத்திரம் கடந்திருக்கலாம்.

சங்கிலியின் கடற்கொள்ளை

மன்னார்க் கிறீஸ்தவர்கள் மடிந்த நாள் முதலாக, யாழ்ப்பாணத்தை வென்று, அரசன் கர்வத்தையடக்கித் தங்கள் மார்க்கத்தை யங்கே பரப்பவேண்டுமென்னுமாசை பலகாலமாகப் போர்த்துக்கேயர் மனத்திற் குடிகொண்டிருந்தும், தக்கசமயர்வாய்க்கவில்லை. எரியுங்கொள்ளியை யேறத்தள்ளுதல் போலச் செகராசசேகரனும் தனது கடல்மார்க்கமாகப் போகும் பறங்கியர் கப்பல்களைச் சூறையாடிவந்தான்.

பறங்கியரின்யாழ்ப்பாணப்படையெடுப்பு

இஃதிங்ஙனமாக, இந்தியாவிலே விஜயநகர அரசன் தாக்குதலால் சந்தோமை (St. Thome) யில் வசித்தகிறீஸ்தவர்களை யவணிருந்தெடுத்துப் பிறிதோர் நாட்டிற் குடியேற்றவேண்டிய அவசரம் போர்த்துக்கேயருக்கு நேரிட்டது. இதற்குவாய்ப்புடைத்தாயநாடு யாழ்ப்பாணமே எனக் கொன்ஸ்தாந்தீனு தே பிறகன்சா என்னும் போர்த்துக்கேய தேசாதிபதி எண்ணிப், போருக்குரிய சகல ஆயுதங்களுடன் தானேபடைத்தலைவனாகிக், கி. பி. 1560-ம் வருடம் செப்டெம்பர்மாதம் ஏழாந்தேதி கோவையைவிட்டு 70 கப்பல்களுடனும் வேறு சிலபடவுகளுடனும் பிரயாணமானன். மதகுருமாரிற்பலரும் யாழ்ப்பாணவாசைப் பெறஅங்குகாத்திருந்த தொன் அல்பொன்சோ என்னும் வன்னிய அதிகாரியுங் கூடவந்தார்கள். கொச்சிச்சரையில் வரும்போது மேலும் 7 போர்க்கப்பல்கள் படையுடன் சேர்ந்தன.

ஒக்டோபர்மாதம் 20ந்தேதியிலன்று கப்பற்படை பட்டினத்துறையாகிய கரையூரில் நங்கூரம் போட்டது. இரண்டு நாட்களாக எங்குஇறங்கலாமெனப் பிறகன்சா ஆலோசித்தான். ஒரு கால் கொளும்புத்து

றையில் இக்கப்பற்படை நங்கூரம் போடக்கூடுமெனச் சங்கிலி எண்ணியவனாய், அவ்விடத்தில் 500 கால் துவக்குகளும், 40 பீரங்கிகளும், 20 நிலப்பதுக்கங்களுமமைப்பித்தான். ஆனால் அவனெண்ணியபடியாகாது, 11ந்தேதி மாலைப்போதில் பறங்கிப்படை பட்டினத்துறையிலிறங்கின. செகராசசேகரன் பட்டத்துக்குமாரனாகிய தமிழ்ப்படைக்கதிபன் "சேது" என்னும் வெற்றிப்பெயர் பொறித்த வெண்கேடயத்தைக் கையிற்றாங்கி 2000 போர்வீரருடன் அப்படையையெதிர்க்கச் சென்றான். ஆனால் போர்த்துக்கேயர் பொழிந்த குண்டுமாரிக்குடைந்து, சென்ற வீரரும் பட்டத்துக்குமாரனும்புறங்கொடுக்கவே, எதிரிகள் தடையற்றவர்களாகக் கரையில் இறங்கினார்கள். சங்கிலியின் படைக்காப்பு

1200 பேரைக்கொண்ட ஒரு பறங்கிப்படை அணிவகுத்து நல்லூரை நோக்கிச் சென்றது. பட்டத்துக்குமாரன் மீட்டும் ஒருகால் எதிர்த்தும் ஆற்றாதவனாய்ப் பின்வாங்கினான். நல்லூர் நகரிவாயிலிருபுறத்தும் தமிழ்ப்படைகள் அணியணியாகநின்று போர்த்துக்கேயர் படையையெதிர்த்தன. இருபடைகளுஞ் சற்றுநேரம் ஆவேசத்துடன் போர்செய்தன. நல்லூர்க் கோட்டையிலிருந்து பறங்கிப்படைக்குக் குண்டுமாரி பெய்தும், தமிழ்ப்படைகள் ஆற்றாது பின்வாங்கவே, போர்த்துக்கேயர் நகர்மதிலை உடைத்து உட்சென்றனர். அத்தருணம் தெருவிலே ஓலைகளால்மூடப்பட்டிருந்த பீரங்கிகள்வெடித்துச் சிலபறங்கிகளிறக்க, மற்றையோர் விரைந்தோடிப் பீரங்கிகளைக் கைக்கொண்டு அங்குநின்ற படையையுந் தாக்கினர். தமிழ்ப்படை வீடுகளின்மேல் நின்று சாமாரிபொழிந்தும், பிறகன்சா ஏறிவந்த குதிரையை வெட்டி வீழ்த்தியும், அவர்கள் யுத்தமுறைக்கேற்ற அணிவகுக்காது ஒழுங்கின்றிப் போர்புரிந்ததால், பறங்கிகளின் படைப் நல்லூர்க் கோட்டை யுத்தம்

பயிற்சியின் வலிமைக்குத் தோற்று, அல்லோல கல்லோலப்பட்டு நகரிக்கோட்டைக்குளோடி யொழித்தனர்.

நகரிச்சூறை

அரண்படுத்திய கோட்டைதவிர நகரிமுழுதும் போர்த்துக்கேயர் கைப்பட்டது. பறங்கிப்படைகள் உடனே நகரின் நாலுபக்கங்களிலுஞ் சூறையாடின. பட்டத்துக்குமாரன்மனைவியும் அரண்மனைப்பெண்களுங் கைதிகளானார்கள். மறுநாட்காலையில் கோட்டையைத் தாக்கவேண்டுமென நினைத்து அன்றிரவு நகரிக்கு முன்னிருந்த மைதானத்தில் பிறகன்சாவும் பறங்கிப்படையும் பாளயமிட்டனர். ஆனல் அன்றிரவே செகராசசேகரனும் அவன் வீரர்களும் கோட்டைக்கு நெருப்புவைத்துவிட்டுத் திரவியங்களை எடுத்துக்கொண்டு கோப்பாயிலிருந்த அரணைச்சேர்ந்தனர். விடிந்தவுடன் பறங்கிப்படை கோட்டையில் நுழைந்து பார்த்தபோது, அங்கே யாவும் வெறுமையாயிருக்கக்கண்டனர். மீந்து கிடந்த சிலவற்றைக் கைப்பற்றினர்.

சங்கிலிகோப்பாய்க்குப் போதல்

நகரியுங் கோட்டையுங் கைப்பட்டதைக்கண்டு பயந்து வேற்றிடம் ஓடிய நகரவாசிகளை, யாதுமச்சமின்றிவந்து முன்போல்வசிக்கும்படி பிறகன்சா பறைசாற்றுவித்தான். சொற்படியே திரும்பிவந்தோர்களைப்பயம் நீக்கிக் காத்தான். சந்தோமையில் வசித்த கிறீஸ்தவர்களை யழைப்பிக்க வள்ளங்களை யனுப்பிய பின், நகரியைக் காப்பதற்குச் சிலபோர்வீரரை நியமித்து, மற்றுஞ்செய்யவேண்டிய ஒழுங்குகளையுந் திட்டஞ்செய்து, செகராசசேகரனை எவ்விதத்திலும் பிடிக்க வேண்டுமென்னு மெண்ணத்துடன் கோப்பாய்க்குச் சென்றான். அக்கோட்டையும் வெறுமையாகவேயிருக்கக்கண்டான். ஆனல் அக்கோட்டைவாயிலிற் பன்னிருதமிழ்த்தலைவர்களின் சிரங்கள் வெட்டப்

பிறகன்சா சனங்களுக்குஅபயம் கொடுத்தல்

சங்கிலியின் காந்துறைவும்; பறங்கிகளின் தொடர்வும்

பட்டுக்கிடந்தன. தானவ்விடத்தே நின்றுகொண்டு, 400 போர்வீரர்களை அரசனைத்தொடர்ந்துதேடுமாறு அனுப்பினன். அரசன் அவர்களைச் சாசாலை பச்சிலைப்பள்ளி யானையிறவு வழியாக வன்னிக்காடுவரைக் குழலையப்பண்ணினன். அதற்குள் வீரசிங்கன் ‡ என்னுந் தலைவன் ஒருவன் 1500 பேர்கொண்ட படையுடன் தன்னரசனைப்பிரிந்து பறங்கிகளுடன் சேர்ந்தான்.

அரசன் பறங்கியர் சேனையை இலகுவில் வெல்லுஞ் சூழ்ச்சியை நினைந்தே இவ்வாறு அவர்களை யங்குமிங்குமாயலைத்தான். பறங்கிப்படைத்தலைவன் கோப்பாயில் நின்றான். காலாட்படையில் நோய்பாவியது, உணவுப்பொருள்களு மவர்களுக் கருகிவிட்டன. இத்தருணமே அவர்களைத்தாக்க வாய்ப்புடைத்தான நேரமெனச் சங்கிலி எண்ணித், திருக்கோணமலை வன்னியனனுப்பிய ஓர் உதவிப்படையோடு அச்சிறு பறங்கிப்படையைத் தாக்கியும் அனுகூலமடையவில்லை. சங்கிலியின் எதிர்ப்பு

அங்கிருந்த நாகண்ணன் என்னும் ஒருபிராமணனாலோசனையின்படி சமாதானப் பொருத்தம் பேசுவதற்கு விஜயால முதலியார் † வாகு ஆராட்சியென்னுமிருவரையும் பிறகன்சாவிடம் சங்கிலியனுப்பினன். அதுசமையம் சந்தோமைக் கிறீஸ்தவர்கள் யாழ்ப்பாணம் வர மறுத்தபடியால், பிறகன்சாவும் சங்கிலியைத் தனக்குக் கீழ்ப்படுத்தித் திறை நியமித்துப் போவதே தகுதியெனநினைத்து, வந்ததூதரைச் சந்தோஷத்துடன் வரவேற்றுச் சமாதான உடன்படிக்கைக்கிணங்கிப், சமாதான உடன்படிக்கை

‡ வீரலிங்கன் எனப் பாட பேதமுண்டு.

† விஜயாத்தின முதலியார் என ஞானப்பிரகாசசுவாமி கொண்டனர்.

1. போர்த்துக்கேயவர்சு, செகராசசேகரன் யாழ்ப்பாணவரசனுயிருக்க உடன்படுவதாகவும், அவ்வரசன் ஆண்டுகடோறும் 12 கொம்பன் யானைகளும் 1200 பதக்குப் § பணமுந்திறை கட்டவேண்டுமெனவும்,

2. செகராசசேகரன், கிறீஸ்துமதத்திற் சேரவிரும்புவோர் எவரையுந் தடைசெய்யாதிருக்க வேண்டுமெனவும்,

3. செகராசசேகரனிடத்திருக்கும் வீதிராயன் திரவியங்களை அவன் போர்த்துக்கேயருக்கே கொடுக்கவேண்டுமெனவும்,

4. பிறகன்சா யாழ்ப்பாணத்திற்குப் படையெடுத்துவந்த செலவை செகராசசேகரனிறுக்கவேண்டுமெனவும்,

5. மன்னார்த்தீவைப் போர்த்துக்கேயருக்கே விட்டுவிடவேண்டுமெனவும்,

6. இவ்வுடன்படிக்கைகளுக்குப் பிணையாகப் பட்டத்துக்குமாரனையும் இருமுதலிமாரையும் பிறகன்சாகையில் ஒப்புவிக்கவேண்டுமெனவும், வேறும் நிபந்தனைகளோடு பொருந்தி, ஒருசமாதான உடன்படிக்கை செய்தான்.

பிணைகாரர்

தமிழிலும் போர்த்துக் கேய பாஷையிலும் வரையப்பட்ட உடன்படிக்கையிலிருபகுதியாருங் கைச்சாத்திட்டபின், பட்டத்துக்குமாரனும் முதலிமாரிருவருங் கப்பலுக்கனுப்பப்பட்டார்கள்.

பறங்கியரை வென்ற உபாயம்

செகராசசேகரனும் முன்போல நல்லூரையாளத் தொடங்கினன். பிறகன்சா தன் படைகளில் ஒரு பகுதியை நல்லூரிலும், இன்னொருபகுதியைக் கோப்பாயி

---

§ பதக்கு, ஓர் இறைசாலுக்குச் சரியான ஸ்பானிய தேசத்து நாணகம்- அது 5 லாறிம் கொண்டது.

லும் நிறுத்தி, எஞ்சியவர்களைக் கப்பல்களுக்கனுப்பி விட்டுத், தான் வேட்டையாடவேண்டி யானையிறவுக் குச் சென்றான். இஃதிவ்வாறிருக்க, பறங்கிப்படையை நிர்மூலஞ் செய்ய வெண்ணிச் செகராசசேகரன் ஒரு சூழ்ச்சி செய்தான். அச்சூழ்ச்சியின் பயனாக ஒரு நாள் ஒரேநேரத்தில் கோப்பாயிலும் நல்லூரிலுமுள்ள தமிழர் திரண்டு பறங்கிகளைக் கண்ட கண்ட விடங்க ளிலே வெட்டிவீழ்த்தினர். கோப்பாய்க் கோட்டை யிலிருந்த அநேகர் நோய்வாய்ப்பட்டிருந்தபடியால் சிலகுருமாரும் பட்டாளவீரரும் மிகப்பிரயாசத்து டன் தப்பியோடிக் கப்பல்களிலேறினர். பிறகன்சா வும் யானையிறவில் வள்ளமேறிக்கடல்மார்க்கமாய்க் கப்பலைச் சேர்ந்தான்.

போர்த்துக் கேயர் எடுத் துச்சென்ற பொருள்

கப்பல்கள் பிரயாணப்படுமுன் தன்மகனைப்பிணை யிலிருந்துமெடுப்பதற்குச் செகராசசேகரன் பறங்கித் தலைவனுடன் சமாதானம் பேசியும் சித்தியடையவி ல்லை. போர்த்துக்கேயர் இப்போரிலே தோல்வியுற் றுத் திரும்பினாலும், வீதிராயன் பொருளெனச் சங்கிலி கொடுத்த 80,000 குருசாடுகளுடன், § கொள்ளையில கப்பட்ட அளவிறந்த திரவியத்தையும், பட்டத்துக் குமாரனையும், இருபிரதானிகளாகிய முதலிமார்களை யும், நகரியைச் சூறையாடியபொழுது சிறைப்படுத் திய வீதிராயன் குடும்பத்தையும், பட்டத்துக்குமா ரன் அதிசுந்தரரூபமனைவியையும், புத்ததந்ததாதுவை யும், செகராசசேகரன் அரியாசனத்தின்மேலிருந்த முத்துப்பந்தரையுங் கொண்டுபோனார்கள். அரசகு மாரனும் மனைவியுங் கிறீஸ்தவர்களாகிக் கி. பி. 1571ல் கோவைநகரிற்கணவனிறந்தான். அதன்முன்னரே மனைவி நஞ்சினால் இறந்தாள். ‡ வீதிராயன் குடும்பத்

---

§ குருசாடு, 400 றீசுக்குச் (reis) சரியான போர்த்துக்கல் தேசத்துத் தங்க நாணகம்.

‡ அவள் தானாகவே நஞ்சுண்டு இறக்கவில்லையென வக்கா லத்திற் கருதப்பட்டது.

தார் ஜயவர்த்தனகோட்டைக் கனுப்பப்பட்டார்கள்.

புத்ததந்தச் சிதைவு

புத்ததாதுவை மீட்பதற்காகப் பர்மாதேசத்தா சன் ஐந்து லட்சம் பொன் கொடுப்பதாகப் பேசியும் கோவைக்குருமார் கொடுக்கவிடாது தடுத்துப் பெரிய சனசமூகத்தில், அத்தாதுவைத் தூளாயரைத்துச் சுட்டு நீருக்கி, வாரியில் வாரிவீசினர். டக்றர் பவுல் பீரிஸ் என்னுஞ் சரித்திரவாசிரியர், போர்த்துக்கேயர் கொண்டுபோன தாது புத்ததாதுவன்றென்றும், இரத்தினங்களாலிழைக்கப்பட்டு விதிராயன் மார்பி லணிந்திருந்தது, உண்மையான தாதுவைப்போற் செய்யப்பட்ட ஓர் செயற்கைத்தந்தமே என்றும் கூறு கின்றார். அந்தோ! பணவாஞ்சை கொண்டபோர்த் துக்கேயர் அந்நாளில் இவ்வுண்மையையறியாது போ னது அவர்களதிஷ்டக்குறைவேபோலும்.

பிறகன்சா மன்னாரிற் கோட்டை கட்டியது

பிறகன்சா தன் அபிப்பிராயம் முற்றாறுது அவ மானத்துடன் திரும்பினும், செகராசசேகரனோடு செய்துகொண்ட உடன்படிக்கையின்படி மன்னார் தனக்கேயுரியதாகவெண்ணி, அங்கே யொருகோட் டைகட்டுதற்குச் சென்றான். மன்னார்மாதோட்ட மென்னுமிரண்டிடங்களையுமாண்ட சிற்றரசனாகிய மக தன் என்பவன், மூவாயிரங்காலாட்கள் கொண்ட சேனையோடும் இருபீரங்கிகளோடுஞ் சிலதுப்பாக்கிக ளோடும், பிறகன்சாவைக் கப்பலினின்றுமிறங்கவி டாது தடுத்தான். பறங்கிகளின் பீரங்கிமாரிக்காற் ருது மகதனும் படையுமோடிமறைந்தன. பின்பு பிறகன்சா கப்பலினின்றுமிறங்கிப், பெரும்பாலுந் திருக்கேதீஸ்வர ஆலயத்தை உடைத்தெடுத்த கற்க ளால் கோட்டையொன்றைக்கட்டி, ஒரு சிறுபடை யையங்கே நிறுத்தித் தன்னூர்சென்றான்.

சங்கிலிமன் னரிற்பெற் ற அபஜெ யம்

இச்சம்பவங்களைச் செகராசசேகரனறிந்து ஒரு படையுடன்வந்து கோட்டையைக் கைப்பற்றமுயன்

றும் முடியாது திரும்பினன். கி. பி. 1563ல் ராமன் என்னும் படைத்தலைவனொருவன் ஒருதமிழ்ப்படையுடன் வந்து அக்கோட்டையைக் கைப்பற்றமுயன்றும் வெற்றிபெறாது திரும்பினான்.

யாழ்ப்பாணச் சனங்கள் செகராசசேகரனென்னுஞ் சங்கிலியின் கொடுங்கோன்மையைச் சகிக்காதவர்களாய் நாடெங்குங் கலகஞ்செய்து, அரசனை அரியாசனத்தால் நீக்கி அவன்காமக்கிழத்திமகன் புவிராசபண்டாரத்தை யரசனாக்கினர். ஆக்கினும் புவிராசன் ஆண்மையற்ற பேடியாயிருந்தமையால் செகராசசேகரனே அரசியலை நடாத்திவந்தான். யாழ்ப்பாணத்துடிகள் சங்கிலியின் உக்கிரத்தைக்குறைத்தல்

கி. பி. 1564ல் சீதாவக்கை யரசனான மாயாதுன்னை ஜயவர்த்தன கோட்டையை முற்றிக்கையிட்டபொழுது, அவனுக்கு உபபலமாக வடக்கர்களைக்கொண்ட படையொன்றைச் செகராசசேகரன் அனுப்பியதாகத் தெரிகிறது. மாயாதுன்னைக்குதவி

கி. பி. 1565ல் சங்கிலியிறக்கக் காசிநயினார் அல்லது குஞ்சி நயினார் என்ற பெயரைக்கொண்டவோர் அரசகுமாரன் புவிராசபண்டாரத்தை நீக்கிப், பரராசசேகரன் என்னும் பெயருடன் அரசனானான். பொதுசனவிருப்பத்தோடு தேர்ந்தெடுக்கப்பட்ட புவிராசபண்டாரத்துக்கு ராச்சியமில்லாது போகவே, சனங்கள் மன்னாரிலிருந்த போர்த்துக்கேய கப்பித்தானாகிய ஜோர்ச் தே மெலோ தே காஸ்திறோ (Jorge de Melo de Castro) என்பவனைத் தமக்குதவிபுரிய வேண்டினர். அவனும் போர்த்துக்கேயரின் உயர்ச்சிக்கிதுவொரு வாய்ப்புடைத்தாய தருணமென எண்ணி யாழ்ப்பாணஞ் சென்று, காசிநயினாரைச் சிறையிலிட்டு வேறோர் அரசகுமாரனை அரியாசனத்தமர்த்தி மீண்டான். சங்கிலியின் மரணமுஞ் சிங்காதன உரிமை வழக்கும்

தே மெலோ யாழ்ப்பாணத்தைவிட்டு நீங்கியவுடன், காசிநயினர் பட்சத்தார் அவனைச்சிறையினின்றும் மீட்க, அவன் புதிய வாசனைக் கொன்று தான் அரியாசனத்தமர்ந்தான்.

பறங்கியரால் விளைந்த மரணம்

தே மெலோ, இச்செயல் தனக்கு அவமானத்தை வருவித்ததென்றோர்ந்து, காசிநயினரைத் தொலைக்கவழிதேடிப் பெரும்பொருளைக் கைலஞ்சமாகஅரண்மனைச் சேவகனொருவனுக்குக் கொடுத்துத் தன்வசமாக்கி, காசிநயினரை நஞ்சூட்டிக்கொல்லுவித்து அச்சமயமே தானும் யாழ்ப்பாணம் வந்தான். வந்து சனங்களின் வேண்டுகோட்படி பெரியபிள்ளை என்னும் அரசகுமாரனைச் செகராசசேகரன் என்னும் பட்டத்துடன் கி. பி. 1570ல் முடிசூட்டித், தே மெலோ மன்னருக்குப்போனன். செகராசசேகரனும் போர்த்துக்கேயரை மன்னரினின்றுந் துரத்திவிடவேண்டுமென வெண்ணித் தஞ்சாவூர் நாயக்கவரசனிடம் வேண்டிப்பெற்ற படையுடன் மன்னர்க்கோட்டையைப் பிடிப்பதற்குப் படையெடுத்துச் சென்று தோல்வியடைந்து திரும்பினனெனத் தெரியவருகின்றது.

பெரியபிள்ளைசெகராசசேகரன்

மன்னர் படையெடுப்பு

புவிராச பண்டாரம்செகராசசேகரன்

பெரியபிள்ளைக்குப்பின் கி. பி, 1582ம் ஆண்டளவில், புவிராஜ பண்டாரம் என்னும் வேறொரு அரசகுமாரன் பரராசசேகரன் என்னும் நாமத்துடன் அரசனனன். ஆனல் இவனை அரசனகவாகுதல் அரசுக்குரியவனகவாகுதல் போர்த்துக்கேயர் ஏற்றுக்கொள்ளவில்லை. இவனைக் கூனன்என்று ஓரமங்கலப்பெயரால் போர்த்துக்கேய நூலாசிரியர் காட்டுகின்றனர்.

டோனு கதிறு

கி. பி. 1582ல் கறலியத்தை பண்டார என்னுங் கண்டியரசனுடன் சீதாவக்கையரசனகிய இராசசிங்கன் விரோதமுற்று, இடர் விளைக்க, அவன் தன் குடும்பத்துடன் திருக்கோணமலைக்கோடி யொளித்தான்.

அங்கேயவனும் மனையாளும் அம்மைநோயாலிறந்த னர். அவனிறக்குமுன் தன்சிறுபிராயமுள்ளஏகபுத்திரி யைத் தன்மருமகன் முறையாயுள்ள யமசிங்கனிட மொப்புவித்து, அவளைப்பாதுகாத்து வயதானபின் அவளை மணந்துகொள்ள வேண்டுமென்று வேண்டி னன். அதற்குடன்பட்ட யமசிங்கன் யாழ்ப்பாணஞ் சென்று, பிள்ளையைப் புவிராஜபண்டாரத்திடமொப்ப டைத்துப் போர்த்துக்கேயர் உதவியைவேண்டிக் கோ வைக்குப்போனன். பின்பு இப்பெண் மன்னரிலுள்ள போர்த்துக்கேயருக்குக் கொடுக்கப்பட்டாள். இவ ளே பின்னள் தோன கதறின என்னும்பெயருடன் தொன் சுவாம் விமலதர்ம சூரியனகிய கண்டியாச னுக்கு மனைவியானள்.

மன்னர் பறங்கிகள் கைப்பட்டகாலந்துவக்கம் அதையவர்களிடமிருந்து மீட்க வேண்டுமென்னுமா சை யாழ்ப்பாணவரசர் எல்லாருக்குமிருந்தது போல வே, புவிராச பண்டாரத்துக்குமிருந்தது. இவ்வாசை யை முற்றுவிக்கும்பொருட்டு அவன் மூன்றுவருடங் களாக வேண்டிய ஆயத்தங்கள் செய்து, எழுபத் தைந்து மரக்கலங்களோடும் கோட்டையை உடைப்ப தற்கேற்ற பீரங்கியந்திரங்களுடனும் மன்னருக்குச் சென்றுன். அச்சமையத்திற் கோட்டைக்குள் அறுபது பறங்கிகளும் வெளிப்புறத்தே ஒருகப்பலிற் பதினேழு பேருமிருந்தார்கள். கப்பலை முதற்ருக்கி அழிக்க விரும்பித் தனது கப்பல்களிலிரண்டையப்பணிசெய் யுமாறு ஏவினன். சென்ற இரு கப்பல்களும் அக்கப் பலினிருமருங்கும் நின்று குண்டுமாரி பொழிந்தன. ஆனல், இலக்குத் தவறிக் குண்டுகள் எதிரிகப்பலுக்கு இடையூறு விளைக்காது தமிழர் படையையுங் கப்பல் களையுமேதாக்கின. அச்சமயத்தில் நோயாளிகளை யேற்றித் தூரத்தேவந்த ஒருபறங்கிக்கப்பலைக் கண்

புவிராச பண்டாரம் மன்னரைத் தாக்கல்

டவாசன் மருண்டு படையுடன் கடுகிச்சென்று தன் கப்பலுட்புகுந்தான். பறங்கிப்படைவீரர் வீராவேசத்தோடு எதிரிகளைத்தாக்கினர். வெட்டுப்பட்டோரும் கடலில் அமிழ்ந்திறந்தோருமாக இரண்டாயிரம் தமிழர் மாண்டனர். புவிராசபண்டாரமும் உயிர்தப்பித் தந்நகர் சென்றான்.

இரண்டாம் முறைமன்னார்ப்படையெடுப்பு

இவ்வளவோடமையாது, மீட்டுமொருகால் மன்னாரைத் தன்வசப்படுத்த வேண்டுமென்னும் அவாவுண்டாக் கட்டை மூசா மாக்காயர் என்னும் தென்னிந்திய முஸ்லீம் கடற் சூறையாடி ஒருவனுடன் பொருத்தம் செய்து, கி. பி. 1591ம் வருடம் செப்டம்பர்மாதம் 3ந்திகதி பன்னீராயிரஞ் சேனாவீரரோடும், பீரங்கிகள் கால்துவக்குகளோடும், புவிராஜபண்டாரம் மாதோட்டக்கரையிற் பாளையமிட்டான். கட்டை மூசாவும் அவன் படையும் காற்று வசதியீனத்தால் குறித்தநாளில் மன்னார்வந்துசேர முடியாமற் போகவே, புவிராசபண்டாரம் தன்படையுடன் வள்ளங்களிலும் கட்டுமரங்களிலுமேறிக், கால்வாயைத் தாண்டிக், கோட்டையை முற்றுகையிட்டான். பகல் முழுதும் போர்புரிந்தும் கோட்டையைக்காத்துநின்ற நூனு பெர்னாந்தேஸ் தே அத்தாயிட்டு (Nuna Fernandez de Attaide) என்னும் தளபதியும் பறங்கிகளும் சற்றுமிளைக்காது பொருது தமிழரனேகரைக்

பண்டாரத்தின் தோல்வி

கொல்ல, அதுகண்டவாசன் இராப்போர் செய்ய வெண்ணிப் பின்வாங்கிச்சென்றான். அன்றிரவும் கோட்டையைக் கைப்பற்றச்செய்த எத்தனங்கள் ஒன்றும் பயன்பெறவில்லை. அரசன் கோபத்துடன் மீண்டு செல்லுகையில் மன்னார்த்தீவு வாசிகள் பலரைச் சிறைப்படுத்திக் கொண்டும், அவர்கள்மாடாடுகளைக் கவர்ந்து கொண்டுஞ் சென்றான். ஆனால் வள்ளங்களில் இருபத்தெட்டைப்பறங்கிகள் பறித்துக்கொண்டுவிட்டனர்.

கட்டை மூசாவின்விதி

யாழ்ப்பாணத்தரசன் செய்துவரும்போர் முயற்சிகளைக் கேள்விப்பட்டு மன்னாரிலுள்ள தளபதி ஏலவே கோவையதிபதிக்கறிவித்திருந்தான். அதனால் மன்னாரையுங் காத்து, யாழ்ப்பாண அரசன் கர்வத்தையு மடக்கிவரும்படி, அந்திரே பூர்த்தாடு தே மென்டொன்சா (Andre Furtado de Mendonza) என்னுந் தளபதி இருபதுகப்பல்களுடன் அனுப்பப்பட்டான். அவன் செப்டம்பர் மாதம் 9ந் தேதி கோவையினின்றும் புறப்பட்டுக் கொழும்பு மார்க்கமாய் மன்னாருக்கு வரும்வழியில் கற்பிட்டிக்கணித்தாயுள்ள காரைதீவுக்கடலில் கட்டை மூசாவின் இருபத்தெட்டு மரக்கலங்கள் கட்டி நிற்பதைக் கண்டான். உடனே பூர்த்தாடும் வீரரும் அவைகளைத்தாக்கிக், கரையிலேற்றி வைத்திருந்த மரக்கலங்களைநீருட் செலுத்தமுன், முஸ்லீம்படைமேற் பாய்ந்து வாளாலும் துவக்குகளாலும் தாக்கக், கட்டை மூசாவும் அவன் படைவீரரிற் சிலரும் ஒளித்தோடினர். பூர்த்தாடு அகப்பட்டவர்களைச் சிறையாளராகவும் மரக்கலங்களை வெற்றிக்குறியாகவுங் கொண்டு சென்றான்.

பூர்த்தாடுவின் யாழ்ப்பாணப்படையெடுப்பு

அப்பால் பூர்த்தாடு குருமாருடனுமதிகாரிகளுடனுமாலோசித்து, கோவைத்தேசாதிபதியின் விருப்பின்படி, யாழ்ப்பாணத்தரசன்மேற் படையெடுத்தான். கி. பி. 1591-ம் வருடம் ஒக்டோபர்மாதம் 26ந்தேதி அவன் 1400 பெயரைக் கொண்ட பறங்கிப் படையுடனும், விக்கிரமசிங்கமுதலியாரென்னுஞ் சிங்களச் சேனாதிபதியின் கீழ்க் கொழும்பிலிருந்து கொணர்ந்த 3000 லாஸ்கொறீன் என்னும் சிங்களப் படையுடனும், 43 மரக்கலங்களிலும் 250 வள்ளங்களிலும் ஏறி யாழ்ப்பாணஞ் சென்றான்.

கொழும்புத்துறையில் யுத்தம்

இப்படையெடுப்பைச் செவிமடுத்த புவிராசபண்டாரம் அரியாலைக் கரையில் படைவகுத்துக் காத்து

வங்குகளுடன் காத்திருந்தான். ஆனால் பூர்த்தாடு கொளும்புத்துறையிற் சைனியத்தை இறக்குவதற்கு எத்தனித்தான். அங்கும் வகுத்திருந்த அரணுக்குப் பின் நின்று சன்னங்களையும், தீக்குண்டுகளையும், அம்புகளையும் வருஷித்துக் கப்பல்களிலிருந்து பறங்கிப்படை யிறங்காவாறு தடுத்தான். பூர்த்தாடு பீரங்கிகளாற் குண்டு மாரிசொரிந்து, தமிழ்ப்படையைக் கரைக்குக்கிட்டாவண்ணஞ் செய்து, 150 பறங்கிகளையும் 200 லாஸ்கொறீன்களையும் விக்கிரமசிங்கனுடனிறக்கிவிட, அவர்கள் தமிழர்களுடன் சமர்செய்து அரணையும் அழித்துத் தமிழ்ப்படையின் தளபதியாகிய பிரான்கோ முதலியாரையும் 250 போர்வீரரையுங் கொன்று, இரண்டு பீரங்கிகளையும் 300 துவக்குகளையுங் கைப்பற்றினார்கள்.

சுண்டிக்குளியில் கொள்ளை

உடனே பறங்கிப்படை யெல்லாங் கரையி லிறங்கி அணிவகுத்துக் கடற்கரைமார்க்கமாய்ப் போய்ச், சங்தொமினிக் (St. Dominic) கென்னுங் கன்னியாஸ்திரிமடத்துக்கருகாமையில் இரவுதங்கினார்கள். அவ்விடத்துக்கணிமையிலிருந்த சோனகரின் வர்த்தகசாலைகளைக் கண்டு, அவைகளுட் புகுந்து, 10000 கண்டி நெல்லையும் 400 கண்டி அரிசியையும் வாரிக்கொண்டு போயினர்.

நல்லூரில் யுத்தம்

ஒக்டோபர் மாதம் 28ந் தேதி காலை குருமார்கள் ஆசியுடன், பறங்கிப்படை நல்லூரை நோக்கி நடந்தது. அங்கும் அரண்ஒன்றின் பின்னால் நின்று தமிழ்ப்படை குண்டு, அம்பு, தீக்குண்டு, கவண்கல்லு முதலியவைகளைப் பறங்கிச்சேனைமேல் வருஷித்தது. யானைபொறித்தகொடி பறங்கிப்படை முன்னணியிற் செல்ல, விக்கிரமசிங்கன், கையில் ஈட்டியுடன், படையை நடத்திச் சென்று, வீராவேசத்துடன் தமிழ்ப் படையுட்புகுந்தான். காலை பத்துமணிவரையும், இரு

கட்சியாரும் உருண்டும், புரண்டும், வெட்டியும், குத்தியும் சமராற்றி, ஈற்றில் பறங்கிகளே செயபேரிகை முழக்கினர். தமிழ்ப்படையின் சேனாதிபதியாகிய புவிராசபண்டாரத்தின் மருகன் காகு † என்பவன் வீராவேசத்துடன் பொருது, தன்னுயிரை யிழந்ததுமன்றித், தனதுவிடையெழுதிய துவசத்தையும், சேது தீட்டிய வெண்கேடயத்தையுமிழந்தான். அச்சமயம் பறங்கிப்படைமுன்னேறிச்செல்ல, வீரமாகாளியம்மன் கோயிலுக்குங் கந்தசுவாமிகோயிலுக்குமிடையில் அரசனுடைய மகா வீரர்களைக்கொண்ட அத்தப்பத்துப் படை ‡ தங்கள் உயிரைவெறுத்துச் சத்துருக்களை எதிர்த்துப்பொருதினர். அக்கடும்போரிற் கலந்த தமிழரெல்லாரும் மாண்டனர். அவர்களை நடாத்திய "யோகி" ஒருவரும் கந்தசுவாமிகோயிற் பூசகரும் மாண்டனர்.

எதிர்மன்னசிங்கனுக்கு அபயங்கொடுத்தல்

காதணிகளை இழுத்தறுத்ததினால் அங்கவீனப்பட்டும் போரிலே கடுங்காயப்பட்டும் வீழ்ந்த பெரியபிள்ளையின்மகனாகிய எதிர்மன்னசிங்ககுமாரனைச், சிமான் பின்ஞன் (Simao Pinnao) என்னும் போர்த்துக்கேய வீரன் தன்காலை யவன்மேலூன்றிக், கொல்லவிடாது தடுத்து, § அவனைப் பூர்த்தாடுவிடமொப்பித்தான். அவன் இராசகுமாரனுக்கு அபயங்கொடுத்துத், தானணிந்திருந்த பொற்சங்கிலியை அவன் கழுத்திற் போட்டுப், பட்டுப்பீதாம்பரப்போர்வையால் மூடி, இறகுகளினாற் சோடிக்கப்பட்ட தொப்பியொன்றைச் சிரசிலணிந்து உபசரித்தான்.

---

† 'காகு', கொன்னையன் என்னும் அர்த்தத்தைக் கொண்ட போர்த்துக்கேய மொழி. (98ம் பக்கம் குறிப்பு பார்க்க).

‡ 'அத்தப்பத்து' என்பது சிங்களச்சொல். அத்தப்பத்துப் படை அரசனின் மெய்காப்பாளர்களாகிய வீரர்களைக்கொண்டது.

§ இவ்விடயத்தைச் செதுக்கிக்காட்டியிருக்குங் கல்லொன்

புவிராசபண்டாரத்தின் சிரச்சேதம் — பூர்த்தாடு கோயிலுள் மறைந்திருந்த அரசனைப் பிடிப்பித்துத் தன் சமுகத்திலே அவன் சிரசைக் கொய்வித்து, அதை ஓர் ஈட்டியிற் குத்திப் பிரசித்தமான ஓரிடத்தில் நிறுத்திவைக்கும்படி கட்டளையிட்டான்.

அரசகுமாரர் சிறைப்பட்டமை — படைவீரர் உடனே நகரியைச் சூறையாடத்தொடங்கினர். அளவிறந்த திரவியங்களகப்பட்டன. அவற்றிலோர்பகுதியைப் பூர்த்தாடு கவர்ந்திருப்பானென அவன் அரசன் நம்புதற்கு இடமுண்டாயிற்று. இராசகுடும்பத்தினர் எல்லோரும் சிறைப்படுத்தப்பட்டனர். வெட்டுண்டிறந்த அரசனின் வயதுசென்ற பட்டத்துத்தேவியும், ஐந்துகுமாரர்களும், இன்னொரு யௌவன மனைவியும்; காகுவின் மனைவியும், இரு அரசகுமாரத்திகளும், சங்கிலிகுமாரனும், அவனுடன் இரணைப்பிள்ளையாய்ப்பிறந்த அவன் தம்பியும், குஞ்சிநயினாரின் இருபுத்திரர்களும் சிறைப்பட்டாருட் சேர்ந்திருந்தனர்.

எதிர்மன்னசிங்கப்பராசசேகரன் — பூர்த்தாடு உடனே ஊர் அதிகாரிகளை அழைப்பித்து, அவர்களுடன் ஆலோசித்து, அவர்கள் கோரியவண்ணம் எதிர்மன்னசிங்க குமாரனைப் பராசசேகரன் என்னும் பட்டத்துடன், போர்த்துக்கேயரின் கீழ் அரசனாயிருந்து அவருக்குத் திறையீந்து வரும்படி நியமித்தான். அதிகாரிகளும் பிரதானிகளும் அப்படியே நடப்பதாகச் சத்தியஞ்செய்து கொடுத்தார்கள். புவிராசபண்டாரம் அரசுரிமையற்றவனென்றும் அதனால் பராசசேகரன் என்னும் பட்டத்திற்குரியனல்லனென்றுங் கருதியே, மீட்டுமப் பட்டமிவனுக்களிக்கப்பட்டது.

று இரத்தினபுரிச் சமன் தேவாலயென்னுங் கோயிற் சுவரிற் கண்டெடுக்கப்பட்டது.

அப்பால் மீண்டுங் கலகம் விளைக்கக் கூடியவர் களென எண்ணப்பட்ட எண்ணூறு வடக்கருஞ் சிலசோனகருஞ் சிரச்சேதஞ் செய்யப்பட்டார்கள். துறைகளிலிருந்த வள்ளங்களிலிரண்டு அரசனுடைய உபயோகத்திற்காக விடப்பட எஞ்சியவை அக்கினிக் கிரையாக்கப்பட்டன. நூறுபறங்கிவீரர்கள் மூன்று கப்பல்களுடன் யாழ்ப்பாணத்தில் தங்கினர். அரசன் விருப்பின்படி கஸ்பார் றொத்றிரிகேஸ் (Gaspar Rodrigaez) என்னுஞ் சிங்கள முதலி 200 லாஸ்கொரீன்ஸ் உடன் அரண்மனையில் நிறுத்தப்பட்டான். அன்னிய போர்வீரர் சிரச்சேதமும் நகர்காவலும்

இவ்வாறு வேண்டிய ஒழுங்குகள் செய்தபின் பூர்த்காடு மன்னார்வழியாய்க் கோவைக்குப் பயணமானான்.

இப்பராசசேகரன் காலத்திற்றான் அரசகுடும்பத்தைச்சேர்ந்தோர் எழுவர் யாழ்ப்பாணத்திற் பலவிடங்களினு மதிகாரிகளாக்கப்பட்டனர். அவர்களுக்கு வேளாளருக்குரிய முதலிப்பட்டத்துடன், தம்மரபை நிலைநிறுத்தும் பொருட்டு, அவர் முன்னோர் வசித்தவிடமாகிய கலிங்கதேசத்து மடப்பளியென்னுமூரின் பெயரினையே என்றும் நினைவு கூர்தற்காக, மடப்பளியாரெனுங் குலப்பட்டமுமிடப்பட்டது. இவர்களும் இவர்கள் வமிசத்தாரும் இராசமடப்பளியாரெனவும், குமாரமடப்பளியாரெனவும், அரச குடும்பத்தைச்சேராத பிற கலிங்கர் சங்க மடப்பளியாரெனவும், ஒல்லாந்தர்காலத்தில் பொருள் கொடுத்து மடப்பளியாரெனத் தோம்புகளில் எழுதப்பட்டவர்கள் சருகு (சில்லறை) மடப்பளியாரெனவு மழைக்கப்பட்டனர். இராச மடப்பளியார் வேளாளர் குடும்பங்களிற் சம்பந்தஞ்செய்தாலும், தங்கள் அரச விரத்தத்தை மறவாது மடப்பளி வமிசத்தை நிலைநிறுத்திச் சிறப்பித்து வாலாயினர். மடப்பளி மரபு

மடப்பளி அதிகாரிகள்

அழகாண்மை வல்லமுதலி கள்ளியங்காட்டுக்கும், (போர்த்துக்கேயர் காலத்தில் நல்லூரும் அதுவுடன் சேர்க்கப்பட்டது).

திடவீரசிங்கமுதலி அச்சுவேலிக்கும்,
தனபாலசிங்கமுதலி மல்லாகத்துக்கும்,
வெற்றிவேலாயுதமுதலி சண்டிருப்பாய்க்கும்,
விஜயதெய்வேந்திரமுதலி ஆராலிக்கும்,
சந்திரசேகரமாப்பாணமுதலி உடுப்பிட்டிக்கும்,
இராயரத்தினமுதலி கச்சாய்க்கும் அதிகாரிகளாயினர். ஒல்லாந்தர் காலத்திலிருந்தவர்கள், முந்திய அதிகாரவூர்ப் பரம்பரைப்படியே, அவ்வவ்வூர் மடப்பமென்று தோம்புகளிற் குறிக்கப்பட்டிருக்கின்றனர். இவ்வதிகாரிகள் ஏழுபேரும் பரநிருப சிங்கத்தின் பிள்ளைகளோ, எல்லாரும் உடன்பிறந்த சகோதரர்களோ, அன்றிவேறுஅரசகுடும்பங்களைச் சேர்ந்தவர்களோ என்று நிச்சயிக்க ஆதாரங்கிடைக்கவில்லை. அரசகுமாரத்தியாகிய வேதவல்லியாரென்னும் பெண் மாதகல் வேளாளனாகிய ஓர் அதிகாரியை மணந்ததாகவுங் கர்னபரம்பரை.

பறங்கியரின் செருக்கு

அரசனுந் தனக்குச் செய்த நன்றியை மறவாதவனாய், அங்கிருந்த பறங்கிகளுக்கு வேண்டிய சன்மானம் செய்தும், தங்கள் மதத்தைப் பரப்புதற்குக் குருமாருக்கு வேண்டிய உதவிகள் செய்தும் வந்தபடியால், அரசன் தம் பக்கத்துணையெனச் செருக்குற்றுப் பறங்கிகள் சிலர் அடாதன செய்தும் குறும்புகள் செய்தும் வருவாராயினர். இதைக் கண்ட அதிகாரிகள் மனம் புழுங்கி அரசனைக் குறை கூறியும், அவன் கவனியாதிருக்கக்கண்டு, அவனைச் சிங்காசனத்திலிருந்து விலக்கி, இராமேச்சுரத்திலிருந்த அரசகுமாரன் ஒருவனை அதிலிருத்த வழிதேடலாயினர். அதற்குத் தஞ்சாவூர் அரசனுங் கண்டி

யரசனுன விமலதர்மசூரியனும் உதவிபுரிவதாக வுடன்பட்டனர்.

கி. பி 1592-ல, இதையறிந்த மன்னர்க் கப்பித்தான், ஒரு சிறு படையை மனுவேல்தே அத்தாயிட் (Manoel de Attaide) என்பவனுடன் நல்லூருக் கனுப்பி விட்டுக், கடற்படையொன்றை விரைவில் ஆயத்தப்படுத்தினன். அத்தாயிட் நல்லூரைச் சேர்ந்தவுடன், ஊரிலுள்ள குழப்பத்தையறிந்து, அரசனைப் பறங்கிகள் வசித்த பறங்கித்தெருவில் மறைந்திருக்கும்படிசெய்து, தஞ்சாவூர்ப்படை பன்னிரண்டு கப்பல்களிற் புறப்பட்டு விட்டதெனக் கேள்விப்பட்டதால், மன்னர்க் கப்பித்தான் ஆயத்தம் பண்ணிய கப்பல்களுடனும் படையுடனுஞ்சென்று, தஞ்சாவூர்ப் படையைத் தலைமன்னரிற் சந்தித்து, நாலு பக்கமுஞ் சிதறச்செய்து, அனேகரைக் கைதிகளாக்கி, யாழ்ப்பாணம் மீண்டு, அரசனை நல்லூர் அரண்மனையில் வசிக்கச் செய்தான். பின்பு குழப்பங்களுமமைதியுற்றன.

ஊர்க்குழப்பழம், தஞ்சாவூர்ப்படைத் தோல்வியும்

இவ்வெதிர்மன்னசிங்கப் பாராசசேகரன் கி. பி. 1591 தொடங்கி 1616-ம் ஆண்டுவரைக்கும் அரசாண்டபடியால், இவன்காலத்திற்றான் கைலாயமாலை எழுதப்பட்டிருக்கவேண்டும். கனகசூரியன் காலத்திற் கட்டப்பட்ட கோயிலைப்பற்றி நெடுங்காலத்திற்குப் பின்னதாகிய இவன் காலத்திலே பாடப்பட்டபடியால் கோயில்கட்டப்பட்டகாலச் சரிதவேறுபாடுகள் அந்நூலிலிடம் பெறலாயின.

கைலாயமாலை

கண்டியரசனுக்குபகாரமாய், இப்பராசசேகரன் இந்தியாவிலிருந்து வருந் தமிழ்ப்படையை யோகிகள் உடுப்புடன் தன்தேசத்துக்கூடாகப் போகவிடுகின்றானென்று கேள்வியுற்ற பறங்கி அதிகாரிகள், அவனை அதுபற்றி யச்சுறுத்த, அவன் தான்அவ்வாறு செய்ய

தீர்பெண்ணங்கொண்டு துறவிகளை அகற்றினது

வில்லையென்றும் யோகிகள் யாத்திரைக்காகச் சிவ ஞொளிபாதமலைக்குப் போகின்றார்கள் என்றும், எவ்வளவோ சொல்லியும், பறங்கிகள் மனத்திருப்தி யடையாதபடியால், குறித்த யோகிகளில் முந்நூறு பெயர்களைப் பாராசசேகரன் முதலிமார்களை ஏவிப்பிடிப்பித்துப், பின்கட்டாய்க் கட்டிப், பறங்கி உத்தியோகஸ்தன் ஒருவன் முன்பாகக் காரைதீவிற் றோணியேற்றி, வடகரைக்கனுப்பினான். யோகிகளும் அடாது செய்தவாசனைப் பழிமொழிகளால் சூளுரைத்துச் சென்றனர்.

பறங்கிஉத்தியோகத்தர்இன்னல்களும்தருமாரின்சகாயமும்

மன்னாரிலிருந்த போர்த்துக்கேய உத்தியோகத்தர் பணவாஞ்சையால் அரசனை இடைவிடாது நெருக்கிவந்தனர். திறையின் பொருட்டு யானைகள் கேட்டும், யானைகளீந்தபின் திறைகேட்டு மிவ்வாறு வருத்தினர். பறங்கிஉத்தியோகஸ்தர் இவ்வாறு இடுக்கண் செய்தாலும் பறங்கிக் கத்தோலிக்ககுருமார் இவனுக்கு நண்பராயிருந்து அரண்மனைக்கருகிற்றம் மதக்கோயில் கட்டுவதற்கு வேண்டிய நிலமும் பொருளும் பெற்றார்கள்.

பாராச்சேகரன் மரணம்

எதிர்மன்னசிங்கப் பாராசசேகரன் கி. பி. 1616ல் இறக்குந் தருணத்தில், மூன்று வயசுச் சிறுகுழந்தையாயிருந்த தன் ஒரே புத்திரனைத் தனது தமையன் முறையினனான அரசகேசரியென்பானிடத் தொப்புவித்துப், பிள்ளை வயதாகிவரும்வரை இராச்சியத்தை அவனேயேபரிபாலிக்கும்படிவேண்டிக்கொண்டு, போர்த்துக்கேயரின் சம்மதம்பெறும்பொருட்டுக்கோவை நகருக்கோர் தூதுமனுப்பினான். பறங்கித்தேசாதிபதியின் உத்தரவு வருமுன் பாராசசேகரன் மரிக்கவே, சங்கிலியென்னும் வேறோர் அரசகுமாரன், அரசகேசரியின் பதவியைத் தானடைய விரும்பி, ஒரு நாள் நண்பகலில் பெரிய மீகாப்பிள்ளை ஆராச்சி

யென்பவன் கால் வருடச் சயனித்திருந்த அரசகேச ரியையும், ஆராச்சியையுங் கொல்லுவித்தான். உள்ளிருந்த கொலையாளர் அரண்மனைக் கதவுகளைத் திறந்துவிடச், சங்கிலிகுமாரனும் அவன் வீரர்களும் உள் நுழைந்து, அரண்மனையைக் கைப்பற்றி, அங்கிருந்த சங்கிலியின் மைத்துனனும், புவிராசபண்டாரத்தின் மகனுமாகிய வியூக்கு குமாரன் தவிர, அரசகுடும்பத்தைச் சேர்ந்த மற்றவர்களை யெல்லாம் வாளுக்கிரை யாக்கினர். சங்கிலிஅரசகேசரியைக் கொன்று இராச்சியப் பொறுப்பைவௌவல்

இவற்றைக் கண்ட குடிகள் கோபங்கொண்டு, சங்கிலியைத் தொலைத்து, அவன் மைத்துனனாகிய வியூக்கு குமாரனை இளவலுக்குப் பரிபாலகனாக்க வழிதேடினர். மீகாப்பிள்ளை ஆராச்சியின் மகன் சின்ன மீகாப்பிள்ளை ஆராச்சி அரண்மனை வாயிலில் நின்று சங்கிலியை வைதுந் திட்டியுஞ் சமருக்கழைக்கச், சங்கிலி பயந்தவனாய் அரண்மனைக்குட் பதுங்கிக் கொண்டான். சின்ன மீகாப்பிள்ளை இராச குமாரத்திகள் சிலருடன் மன்னாருக்குப் போய்ப் போர்த்துக்கேயரைச் சரணடைந்து, அவர்களின் உதவியைக் காத்திருந்தான். சின்ன மீகாப்பிள்ளை

கலகம் அடங்கியதென நினைத்துச் சங்கிலி யொருநாள் கோயிலுக்குப் போகப் புறப்படும் போது, 'புலியொன்றை அரண்மனையில் விட்டுப் போகலாமா' வென்று, அவனது அந்தரங்க மந்திரியாகிய அமரக்கோன் முதலியார் குறிப்பிட்டுத் தூண்டவே, அவன் சிறுவனின் பரிபாலகனாக்கச் சனங்கள் விரும்பிய தன் மைத்துனன் வியூக்கு குமாரனின் கண்களைப் பிடுங்குவித்தான். வேறொருநாள் பலமுதலிமாரையும் அதிகாரிகளையும் விருந்திற்கென வழைத்து, அவர்களிற் பலரைச் சதிசெய்து கொல்லுவித்தான். கண்பிடுங்குதலும், நஞ்சூட்டலும்

எதிர் மன்னசிங்கன் அனுப்பிய தூதுக்கு உத்த

கோவைத் தேசாதிபதியின் உத்தரவு ரவு, கி. பி. 1616 ம் வருடம் மே மாதம் 13 ந் தேதி கோவைத் தேசாதிபதியால் அனுப்பப்பட்டு, ஆகஸ்டு மாத முடிவில் மன்னாருக்கு வந்து சேர்ந்தது. அதில் இறந்த அரசன் விரும்பியபடி நடத்தவேண்டுமெனக் கூறப்பட்டிருந்தது. அதைப்பற்றி விசாரணை செய்து வேண்டியன செய்யும்பொருட்டு, மன்னாரிலிருந்து

பறங்கியரின் விசாரணை சுவான் தே குறூஸ் சிறாங் (Joao de Cruz Girao, என்னும் போர்த்துக்கேயன் அனுப்பப்பட்டான். அவன் பல முதலிமார்களையுஞ் சேர்த்து, இறந்துபோன அரசனால் எழுதப்பட்ட மரணசாதனத்தைப் பற்றி விசாரித்த காலத்தில், சங்கிலி அவ்வாறாய பத்திரம் யாதொன்று மில்லையென மறுத்தான். பின்பு

சங்கிலியின் ஒப்பந்தம் கோவைத் தேசாதிபதியின் நிபந்தனைப்படி தான் நடப்பதாகச் சங்கிலி யொப்புக்கொண்டபடியால், முதலிமார்கள் முகதாவில் அவனால் கைச்சாத்திடப்பட்ட சீட்டொன்றைப் பெற்றுச் சிறாங் மன்னார் சென்றான்.

சங்கிலி பரிபாலகனாதல் தஞ்சாவூர் அரசன் உதவிவேண்டி யாழ்ப்பாணத் தூடாகப் பிரயாணஞ் செய்த சிங்களச் சிற்றரசனொருவனைச் சங்கிலிபோகவிடாது தடுத்துத் திருப்பிவிட்டதை யறிந்து, போர்த்துக்கேயர் மகிழ்ச்சிகொண்டு, அவனையே அரச சிறுவனுக்குப் பரிபாலகனாக நியமித்து, வேறு நிபந்தனைகளுடன், வடக்கரையும் யோகிகளையும் யாழ்ப்பாணத்திற் கூடாகப்போகவிடாது தடுக்கவேண்டுமென்றுங் கேட்டுக்கொண்டனர்.

சங்கிலியின் அக்கிரமம் சங்கிலி செய்யும் அக்கிரமங்களையுந் தீச்செயல்களையுஞ் சகிக்கலாற்றாது தண்டிக்கவேண்டிய அவசியமிருந்தும், போர்த்துக்கேய அதிகாரிகள் காலவசதியீனத்தை நோக்கி வாளாவிருந்தனர். இஃதிருக்க, பாலியவரசனைச் சில நாட்களாகக் காணாதிருந்தபடியாலுஞ்,

சங்கிலி தன் மருகனை யரசனுக்க நினைத்திருக்கின்றா னெனக் கேள்விப்பட்டபடியாலும், யாழ்ப்பாண வாசிகளின் மனப்புழுக்கமேர் அதிகரித்து வந்தது. அதிகாரிகளிலு மனேகர் சனங்கள் கட்சியைச் சார்ந்தனர். ஒரு நாள் பலர்திரண்டு ஆயுதபாணிகளாய் அரண்மனைக்குச் சென்று சங்கிலியைக்கண்டு, அரசகுமாரனுக்குப் பரிபாலகனாகவிருக்க விரும்பினால், குமாரனைத் தங்களிட மொப்படைத்தல் வேண்டுமென்றும், அரசகேசரியையும் மறுகுமாரர்களையுங் கொன்ற கொலைப்பாதகர்களைத் தங்களிடங் கொடுத்துவிடவேண்டுமென்றும், அவனிடமிருக்குந் தாசிப் பெண்ணையகற்றி அரச குடும்பத்துள் ஒரு பெண்ணை விவாகஞ் செய்யவேண்டுமென்றுங், கோபாவேசத்துடன் கேட்டனர். அவர்கள் இருக்கும் நிலைக்குப் பயந்தவனாய்ச், சங்கிலி அரச குமாரனைச் சாளரத்தின் வழியாய்த் தூக்கிக்காட்டினான். சனங்கள் சாஷ்டாங்கமாய் விழுந்து பாலியவாசனை வணங்கினார்கள். சங்கிலி கொலைப்பாதகரைப் பிறகதவால் ஓடிப்போகுமாறு அனுப்பிவிட்டான். அதையறிந்த சனங்கள் கோபாவேசத்துடன் அரண்மனைக் கதவையுடைத்துட்புகுந்தனர். அங்கே லியூக்கு குமாரன் கண்களை ஈனமுறச் செய்த அமரக்கோன் முதலியாரிருக்கக்கண்டு அவர்கழுத்திற் கயிறு பூட்டி அவரைத் தெருவீதிகளெங்கு மிழுத்துச் சென்று கொன்றனர்.

சனங்களின் கோபாவேசம்

அமரக்கோன்முதலியாரின்சித்திரவதை

சனங்களுக்குஞ் சங்கிலிக்குமிடையேயுள்ள பகைமையை அறிந்த மன்னார்க் கப்பித்தான் இருபகுதியாரையுஞ் சமாதானப்படுத்தி வரும்படி போர்த்துக்கேய அதிகாரி ஒருவனையனுப்பியுஞ் சித்தி எய்திலது. சனங்கள் சமாதானத்தில் வெறுப்புற்று, ஆரவாரத்துடன் பொங்கி, ஆயுதபாணிகளாய்க், கறுவுடன் சங்கிலியைத்தேடி, அரண்மனையை நோக்கி நடந்தார்கள்.

சமாதான அழிவு

பெண்கள் தஞ்சைமன்னனிடந் துணை வேண்டல்

சங்கிலி பயந்து ஊராத்துறையிற் குருமாருடைய கோயிலுட் புகுந்து சரணடைந்தான். இதற்கு முன்னமே, அவன் குடும்பத்துப் பெண்கள் தஞ்சாவூர் அரசன் துணையை வேண்டி, அவன்பாற் சென்று பறங்கிகள் தமக்குப் பலவித இன்னல்கள் புரிகின்றார்கள் எனவுரைத்து அழுதார்கள். அரசனுமிவர்களுக்குதவியாக ஒருபடையையீந்தான். வந்தபடையுடன், வருணகுலத்தான் என்னுந் தலைவன் கீழ் வகுத்து வைத்திருந்த 5000 போர் வீரரையுங் கொண்டு, சங்கிலி முதலிமார்களை எதிர்த்தான். அப் போரில் முதலிமார் தோல்வியுறக் கலகம் நின்று விட்டது.

சங்கிலிக்குங் குடிகளுக்குஞ் சண்டை

போர்த்துக்கேயர்படையெடுப்பு

சங்கிலி தஞ்சாவூர் அரசன்பாற் படையுதவிபெற்றது பறங்கிகளுக்குக் கோதிப்பை உண்டாக்கியது. அதனால் சங்கிலி கண்டியரசனுக்குதவி புரிகிறான் என்றும், அவன் மூன்று வருடங்களாகத் திறையீயவில்லை யென்றும், ஊராத்துறையிற் கடற்சூறையாடுஞ் சோனகன் ஒருவனைத் தண்டிக்க வேண்டுமென்றுஞ் சாட்டுச்சொல்லிக், கொளும்பிலிருந்து பிலிப்தே ஒலிவேரு (Philip de Oliveira) என்னும் தளபதியின்கீழ் மூன்று போர்த்துக்கேய பட்டாளத்தையும், 500 சிங்களவர் கொண்ட ஒரு லாஸ்கொறீன் படையையும், தேசாதிபதி உடனே அனுப்பினன். ஒலிவேரு கரைமார்க்கமாய் மன்னார் வழியாற் சென்று, தண்ணீரின்மையால் பல கஷ்டங்களுக்குமாளாகிப், பூநகரியைச் சேர்ந்தான். தோணிகள் குறைவாயிருந்தமையால் அங்கிருந்து யாழ்ப்பாணக்கரையை எட்டாநாட் சேர்ந்தான். சேர்ந்து, படைகள் தங்குதற்கு வேண்டிய ஆயத்தங்களைச் செய்து கொண்டு, பின்பு திறையிறுக்கும்படி சங்கிலிக்குத் தூதனுப்பினன். சங்கிலிதிறை செலுத்துவதாகப் பலமுறைகளிற் கூறி ஒரு

சங்கிலியின் ஏமாற்று

முறை 5000 பர்தாங்கு கொடுப்பதாகவும், அதையும் ஒலிவேரு பூநகரிபோய்ச் சேரமுன் அனுப்புவதாகவுஞ் சொல்லியனுப்பினன். இவையெல்லாம் பொய்யுரைகள் எனவறிந்த ஒலிவேரு போர் நிகழ்த்தத் தொடங்கி, வண்ணார்பண்ணைப் பனங்கூடலில் தமிழ்ப்படையொன்று ஆயத்தமாயிருப்பதை யறிந்து, அங்கு சென்று அவர்களைத் தாக்கிப் புறங்காட்டச் செய்தான். சிறிது நேரத்திற்குள் வருணகுலத்தான் என்னுங் கரையாரத் தலைவன் பாரிய தமிழ்ப்படையுடன் வந்தெதிர்க்க, அவர்களையும் ஒலிவேரு சின்னபின்னமாக்கி ஓடச்செய்தான். வெறுங்காலுடன் போர்புரிந்த பறங்கிப்படை போர்க்களத்திற் பரவியிருந்த முள்ளின் மேல்ஓடவியலாததால், போர்க்குடைந்தோடும் தமிழரைப் பிடித்துக் கைதிகளாக்க முடியவில்லை. தமிழர் காலிற் செருப்பணிந்திருந்தமையால் ஓடித்தப்பினர். சங்கிலியுந் தன்குடும்பத்தோடு தப்பியோடித் தோணியேறிக் கோடிக்கரையைச் சேருமுன், ஒலிவேரு அனுப்பிய மூன்று மரக்கலங்கள் நடுக்கடலில் அவர்கள் ஏறிப்போன தோணியைப் பிடித்தன. பறங்கிக்கப்பல்களிலுள்ளோர் சங்கிலியிடமிருந்த 8000 பதக்கு நாணகங்களை அபகரித்துக் கொண்டதுமன்றி, லியூக்கு குமாரனும் அரசகுமாரத்திகளும் அணிந்திருந்த நகைகளைப்பிடுங்கிக் காதுகளையுங் கிழித்துவிட்டனர். இவ்வனியாயத்தைக் கண்ணுற்ற சங்கிலி தன் காதணி முதலியவற்றைத்தானே கழற்றிக் கொடுத்தான். அப்பால் சங்கிலி குடும்பத்துடன் சிறைவைக்கப்பட்டான்.

ஒலிவேறுவின் யுத்தம்

சங்கிலி ஒளித்தோடல்

எதிரிகளின் வன்கோள்ளை

சங்கிலியுமவன் குடும்பமுங் கோவைக்கனுப்பப்பட்டுச் சங்கிலி சிரச்சேதஞ் செய்யப்படடனன். அவன் மனைவியுங் கிறீஸ்தமதத்தினளாகி ஒரு மடத்திற் புகுந்தாள்.

சங்கிலிக்குச் சிரச் சேதத் தீர்ப்பு

அரசகுடும்பத்தோர் கிறிஸ்தவராதல்

ஏழுவயதுப்பாலகனாயிருந்த அரச சிறுவன் கிறீஸ்தகுருமார் மனையில் வளர்க்கப்பட்டான். அவன்தாயும் எதிர்மன்னசிங்கப் பராசசேகரனின் வேறொருதேவியும் கிறீஸ்தவர்களாகிப் போர்த்துக்கேய நாமங்களுடன் பிரான்சிஸ்கன்சபைக் கன்னியாஸ்திரி மடமொன்றில் வசித்தனர். அரசகுமாரன் சகோதரியாகிய இளங்குமாரத்திக்கு டோனா கத்தறினா தேசா (Dona Catharina de Sa) வென்னும் நாமமிடப்பட்டு ஞானஸ்நானமுங் கொடுக்கப்பட்டது. பிராங்கோ முதலியாரின் குடும்பத்தாரும், தனப்புலியாராச்சியின் குடும்பமும், நவாலித் தலைமைக்காரனுங் கிறீஸ்தவராயினர்.

ஐந்தாம் அதிகாரம்.

போர்த்துக்கேயர் ஆட்சிக்காலம்.

யாழ்ப்பாணத்தை 800 வருடங்களாக வாசாண்ட ஆரிய சேகரவாச சந்ததியின் இறுதியாசன் கைதியாகவே, இனிமேல் அக்குடும்பத்தி லொருவனை யாசனாக நியமிப்பதிற் பயனில்லை யெனக்கண்டு, போர்த்துக்கேய சேனாதிபதியாகிய பிலிப் தே ஒலிவேரு யாழ்ப்பாணத்திலே போர்த்துக்கேய தேசாதிபதியானான். தேசாதிபதியானாலும், அப்பதவிக்குக் குறைந்த கப்பித்தான் மேஜர் என்னும் பட்டத்துடன் கி. பி. 1620ல் அரசாட்சியைக் கைக்கொண்டான். ஆனால், தமிழர்களுடன் நடந்த போரோ முடியவில்லை. அவ்வருடத்திலேயே கரையாரத்தலைவன் மீட்டும் தஞ்சாவூர்ப் படையொன்றுடன் 'வெற்றிமாதா' ஆலயத்தின் முன்னும் நல்லூர்க்கந்தசுவாமி கோயிலின் முன்னும் இரண்டு நாட்களாகப் போர் செய்தும், போர்த்துக்கேயர் குண்டுமாரிக்காற்றாது அநேக வீரர்களைப் பறிகொடுத்ததுமன்றித் தானும் மாண்டான்.

போர்த்துக்கேயர் ஆட்சிதொடக்கம்

வருணகுலத்தான் எதிர்ப்பு

அப்பால் சின்னமீகாப்பிள்ளை ஆராச்சி இரு அரசகுமாரத்திகளையும் உடன்கொண்டு, தஞ்சாவூருக்குப் போய், அவர்களை அரசபாதுகாப்பில் வைத்துத், தமிழ்ப் படையொன்றுடன் வந்து, தொண்டமானாற்றிலிறங்கி, நல்லூரை முற்றுகையிட்டான். இவ்வெத்தனங்களைக் கேள்வியுற்ற கொழும்புப் போ

மறுமுறையுந்தமிழ்ப்படையின் வீராவேசம்

ர்த்துக்கேய தேசாதிபதி, லூயிஸ் தே தெயிக்சேரு
போர்த்துக்கேயதுணைப்படைவரவு
தே மச்சேடு (Luis de Teyxeyra de Machedo) என்னுந் தளபதியுடன் ஒரு படையைக் கரைமார்க்கமாக ஒலிவேருவுக்கு உபபலமாகும்படி அனுப்பிவைத்தான். தெயிக்சேருவுடன் வந்தபடையிலுள்ள வன்கண்ணர், தாம் வரும் வழியிலே கண்ட ஆடவர்களின் மார்பைப் பிளந்தும், கையிலேந்திய குழவிகளோடிருந்த பெண்களின் வயிற்றைக் கிழித்தும், பிள்ளைகளை அவ்வயிற்றுட்டிணித்தும், பாலருந்திய பிள்ளைகளை வாயாற் பால்ஒழுக வாள்நுனியிற் குத்தி உயரப்பிடித்தும், இன்னும் இயம்பமுடியாத பயங்கரமான நிட்டூரங்களைச் செய்துகொண்டுஞ் சென்றார்கள்.

பறங்கிப்படையின் கொடூரச்செயல்கள்

பறங்கியர் வெற்றி

ஒலிவேருவும் தெயிக்சேருவுஞ் சேர்ந்து ஒரு குளத்தருகே பாளையமிட்டிருந்த தஞ்சைப்படையை யெதிர்த்து வெற்றிகொண்டனர். இதற்குமுன்னமே, யாழ்ப்பாணமக்கள் தங்களுக்கிம்முறை வெற்றிகிடைக்குமென எண்ணி இந்தியாவிலிருந்த அரசகுமாரனை யாசனுக்கவேண்டி ஒரு முதலியாரையனுப்பி அவனை அழைப்பித்தனர். அவ்வாறே முதலியாருஞ் சென்று இராமேச்சுரத்திலிருந்த அரசகுமாரனுடனும் 800 மறவருடனும் யாழ்ப்பாணத்திலிறங்கி, நல்லூரிலுள்ள கோயிலொன்றிற்றங்கினார்கள். இதையறிந்த ஒலிவேரு இரவிற்போய்க், கோயிற்கதவை அக்கினியிட்டெரித்து, உட்புகுந்தனன். உள்ளிருந்த மறவர் திகைப்புற்று அங்குமிங்குமாக ஓடத்தலைப்பட, எல்லோரும் ஒலிவேரு படையின் வாட்களுக்கிரையாயினர். கோயிலிலிருந்த அந்தணனொருவன் செய்த அவலக்குரலோசையால் அரசகுமாரனைக் கண்டு, அவனையுமப்பிராமணனையும் மாத்திரம் கொல்லாது கைதிகளாக்கினர். இவ்வரசகுமாரன் கொளும்புக்கனுப்பப்பட்டான். கி. பி. 1620ம் வருடம் ஏப்

மூன்றும் முறைதமிழ்ப்படையின் தோல்வி

பிரில் மாசத்திற்கு முன்னரே இச்சம்பவம் நடந்தது.

கி. பி. 1620ம் வருடம் நவம்பர் மாசத்தில், மீகாப்பிள்ளை ஆர்ச்சி புதுச்சேனையோடு மீண்டும் வந்தான். தமிழரை இறங்கவொட்டாது ஒலிவேரு வுஞ் சிலவீரர்களும் கடலிலிறங்கித் தடுக்கையில், ஒலி வேரு தமிழர் ஈட்டியொன்றால் படுகாயமடைந்தான். உடனே இருபடைகளு மொன்றோடொன்று தாக்கிக் கைகலந்து கொடுஞ்சமர் நடத்தின. தமிழர் படை வெற்றியுறுமென வெண்ணிப் பறங்கிப் பெண்களெல்லாரும் பயந்து நடுக்குற்றுத் தங்கள் ஆலயத்துட் புகுந்து, தெய்வ உதவியைவேண்டிக் கூக்குரலிட்டனர். ஈற்றில் பறங்கிகளே வெற்றியடைந்தனர்.

நான்காம் முறைதமிழ்ப்படைத் தோல்வி

புறங்கொடுத்தோடிய தமிழ்ப்படை மீண்டும் நல்லூரிற் போர்க்கோலத்துடன் நிற்பதறிந்து, ஒலிவேரு தன்தேகத்தின் காயத்தாற் போகமுடியாது, ஒருபடையை மாத்திரமனுப்பினான். அப்படை சென்று குண்டுமாரி பொழிந்து தமிழரை மீட்டும் முதுகிட்டோடச் செய்தது. ஓடினவர்களில் அனேகரைப் பறங்கிகள் வெட்டித் தலைகளை ஒலிவேருவிடமெடுத்துக் காட்டினர். சிங்கள லாஸ்கொறின்படை கோப்பாய் புத்தூர்வரை தமிழரைத் துரத்திச்சென்று திரளான சூறைப்பொருள்களுடன் மீண்டது.

சில நாட்களுள் தஞ்சாவூர் நாயக்கன் அனுப்பிய மற்றொரு படையும் தோல்வியுற்றுத் திரும்பியது.

ஐந்தாம் முறை தஞ்சைப்படைத் தோல்வி

சனங்களின் அமைதியின்மையையும் தஞ்சாவூர் நாயக்கன் அடிக்கடி படையனுப்பும் வீராண்மையையுங் கேள்வியுற்ற கொளும்புத் தேசாதிபதி, கலவங் என்னும் தளபதியை ஒருபடையுடன் ஒலிவேருவுக்கு உபபலமாக அனுப்பினான். ஒலிவேருவும் பட்டினத்துறையை விட்டு 1621ம் வருடம் பெப்றுவரி மாசம்

பறங்கியரின் நல்லூர் இராசதானி

2ந் தேதி நல்லூரைத் தனக்குறைவிடமாக்கினன்.

கந்தசுவாமிகோயில் அழிவு

அவன் நல்லூர்க்கந்தசுவாமி கோயிலைத் தரைமட்டமாக்கி, யிருந்தவிடமுந் தெரியாமல் அத்திவாரத்தையுங் கிளறுவித்தான்.

ஆறம்முறை தஞ்சைப் பெரும்படைவரவு

சின்னாட் செல்லுமுன் தஞ்சாவூர் நாயக்கவரசன் யாழ்ப்பாணத்தைத் தன்னதாக்கித் தன்னாட்டுத்தமிழரையுங் குடியேற்ற வேண்டுமென்ற எண்ணத்துடன், திரண்ட படையொன்றையுங் குடியேற விரும்பிய சனங்களையு மனுப்பினன். அக்குடிகளும் தங்கள் குடும்பங்களோடும், பூனை நாய் கிளி முதலியவற்றோடும் வந்தனர். அதைக்கேள்வியுற்ற கலவங் தளபதியும் படையும் பருத்தித்துறையிற் காவலிருக்கத், தமிழ்ப் படை வேறொரு துறையிலிறங்கி நல்லூருக்கு வழி பிடித்தனர். இச்சம்பவத்தை ஒற்றர் மூலமறிந்த கலவங், இரவு முழுதும் நடந்து அதிகாலையிற் புத்தூரில் தமிழ்ப்படையைச் சந்தித்தான். தங்களைத்தாக்க வந்த போர்த்துக்கேயப் படையின் ஆரவாரத்தைத் தமிழ்ப்படை கண்டு குதிரைகளிலேறி, ஆயுதங்களைக் கைக்கொள்ளுமுன், பறங்கிகள் அவர்கள்மேல் விழுந்து, நாலுபக்கங்களிலு மோடச்செய்து பல தமிழ் வீரர்களின் தலைகளைக்கொய்தனர். அச்சமயம் தங்கள் சேனபதியின் தலை வீழ்தலைக்கண்ட தமிழ்ப் படைகள் வெருவிப் பின்னிட்டனர். குடியேறும் பொருட்டு வந்த சனங்களும், படைசேர்த்துக்கொண்டு வந்த ஒரு முதலியாரின் மனைவிமக்களும் கைதிகளாகி அகப்பட்டதோடு, குதிரைகளுமளவிறந்த ஆயுதங்களும் பறங்கியர்கைப்பட்டன.

பெரும்படையின் தோல்வி

பறங்கியராட்சி நிலைப்படல்

இத்துடன் தஞ்சாவூர்ப் படையெடுப்பு நின்றுவிட, யாழ்ப்பாணநாடு அமைதியுற்றாலும் சிலவருடங்களாக நடந்த சண்டைகள் காரணமாய்ப் பாழடைந்த நாடே பறங்கியர் அரசாட்சிக்குட்பட்டது. அநேக

வாயிர வருடங்களாகச் சுயவாசாயிருந்த யாழ்ப்பாணநாடு இத்துடன் அந்நியராட்சிக்கடிமையாயிற்று.

சமய ஆலய அழிவு.

கி. பி. 1620ல் தொடங்கிய போர்த்துக்கேய தனியாசாட்சியில், முதற்றேசாதிபதியான பிலிப் தே ஒலிவேறு நல்லூரை உறைவிடமாக்கியவுடன், முன் கூறியபடி நல்லூர்க்கந்தசுவாமி கோயிலை யிடித்து, அக்கோயிற் கற்களைக்கொண்டு கோட்டையும் வீடுகளும் கட்டினன், யாழ்ப்பாணத்திலிருந்த சைவ வைணவ ஆலயங்கள் எல்லாவற்றையும் தரைமட்டமாக விடிப்பித்தான். இதையறிந்த கோயிலதிகாரிகளும் அர்ச்சகர்களும் தத்தம் கோயில் விக்கிரகங்களைக் கிணறுகளிலுங் குளங்களிலும் போட்டு மறைத்தார்கள்.

யாழ்ப்பாணத்திலன்றித் தமக்கெட்டிய மற்றும் பிறவிடங்களிலெல்லாம் உள்ள புத்த சைவ ஆலயங்கள் எல்லாவற்றையும் சமையம் வாய்த்தழி வாய்த்தழி பறங்கிகள் இடித்து நாசமாக்கி விட்டனர்.

பெறேண்டி கோயில்

கி. பி. 1552ல், நாடோறும் இண்டாயிரஞ் சிற்பிகள் வேலைசெய்தாலும் இருபது வருடங்களிற்றானும் முடித்தற்கரியதும், சிறுங்கற் றிருப்பணியையுடையதும், சீத்தாவக்கை யென்னுமிடத்திருந்ததுமான 'பெறண்டி' (வைரவ ஆண்டி) † கோயிலையும்,

† 'பெறேண்டி' என்னும் பெயர் 'பாவநிவிர்த்தி' யென்னுங்கருத்தைக்கொண்ட 'பெறண்ட' (berenda) வென்னுஞ் சிங்கள மொழியினின்றும் பிறந்ததெனச் சிலர் கூறுவர். சீதாவக்கை (Sitawaka) யரசனான முதலாம் இராசசிங்கன் அனேக புத்த பிக்குகளை வதைசெய்து, புத்த மதத்துக்கும் புத்தர்களுக்கும் இன்னல் புரிந்துவந்தான். தான் செய்தது குற்றமெனவும் பாவமெனவும் உணர்ந்தபின், புத்த குருமாரை யழைத்துத் தான் அதற்கு என்ன பிராயச்சித்தஞ் செய்யலாமெனக்கேட்க, அவர்கள், செய்தபாவத்தின் பலனையனுபவிப்பதே யொழிய, அதற்குப் பிராயச்சித்தமில்லையெனக் கூறிவிட்டனர். சைவப் பிராமணரோ சிவப்பிரதிட்டை செய்தால் அப்

முன்னீச்சுரம்

1575ல், அளவற்ற திரவியத்தையுடைய முன்னீச்சுரச் சிவாலயத்தையும், 1588ல், தெய்வந் துறையிலுள்ள பொன்மயமான செம்பினல் வேய்ந்த சிகரங்களையும் ஆயிரம் விக்கிரகங்களைக் கொண்டதுமான விஷ்ணு ஆலயத்தையும், 1622ல், திருக்கோணமலைச் சுவாமி மலையிலிருந்த அதிவிசித்திர வலங்காரமான கோணேசர் கோயிலையும், பறங்கிகள் இடித்துப் பொடிபடுத்தியதுமன்றி, அவ்வக்கோயில்களிலுள்ள பெருந்திரவியங்களையுஞ் சூறையாடினர். ஆனல் கதிர்காமம் என்ற தலத்தில் மாத்திரம் இவர்கள் எண்ணம் முற்றுப்பெறவில்லை. அளவிறந்த பொருள்களை அபகரிக்கலாமென்ற பேராசையுடன், பறங்கிகள் கதிர்காமஞ் சென்று, ஒவ்வொரு கப்புறுளையாக இருவரைத் துணைக்கொண்டு, மலையடிவாரங்களும், குன்றுகளும், அடவிகளும் அலைந்து திரிந்தும், நேர்வழிகண்டு தாமெண்ணியவிடஞ் செல்லமுடியாது ஏமாறித்தத்தளிப்பதையுன்னிச் சீற்றங்கொண்டு, முறையே கப்புறுளைகளிருவரையுங் கொன்று, கோயில் அகப்படாமைக்கு வருந்தி, ஈற்றில் அதுவோர் பசாசின் சேட்டையெனத் துணிந்து திரும்பினர். போகும் வழியில் அம்பாந்தோட்டையிலிருந்து கண்டியரசனுக்கு உப்புப்பொதிகள் சுமந்து சென்ற ஆயிரம் பொதிமாடுகள் அவர்கள் நல்லதிஷ்டமாக வகப்பட்டன.

தெய்வந் துறைத்திருமால்கோயில்

கோணேசர் கோயில்

கதிர்காமம் புகவியலாமை

இவ்விதமான கொடுந்தொழில்களைச் செய்வதற்கு, அவர்களது சமயாபிமானமும், வைராக்கியமும், மறுசமயத்தவரது வழிபாட்டுக் குரியகோயில்

கோயில்களை அழிப்பதற்குப் பறங்கியரின் நோக்கம்

பாவம் ஒழியுமென வுறுதிகூற, அதன் நிமித்தமாக அவ்வரசன் அப்பாரியகோயிலைக் கட்டினன். பாவநிவிர்த்திக்காகக்கட்டப்பட்டபடியால் அக்கோயிலைப் 'பெறெண்டிகோயில்' எனஅழைத்தார்களென ஐதீகமுண்டு. இதனைச் சரித்திர வாசிரியராகிய டக்றர் பவுல் பீரிஸ் அவர்கள், சிவன் கொண்ட பிக்ஷாடன வயிரவமுகூர்த்தமாய் இருக்கலாமென அனுமானித்து, 'வயிரவஆண்டி' கோயிலென்றனர்.

கள் தம்மதவிரோதமென்ற நம்பிக்கையுமே, காரணங்களாயவர்களைத் தூண்டிவிட்டனவெனினும், பொருள் அபகரிக்கும் பேராசையே முக்கிய காரணமென்பது மறுக்கொணு உண்மை.

கோணேசர் கோயில்வயல் நிலம்

திருக்கோணமலைக் கோணேசர் கோயிலுக்கு 1000 அமுணம்† நெல் விளைநிலங்கள் தம்பலகாமத்திலுங் கந்தளாயிலு மிருந்தன. அக்காணிகளில் வருடம் இருமுறை நெல் விளைந்தது. பறங்கிப்பட்டாளம் திருக்கோணமலைக்கு வந்ததன்பின் பதினைந்து இருபது கமக்காரர்களுக்குமேல் அவ்வூர்களில் இருக்கவில்லை. மற்றக்குடிசனங்கள் பறங்கியரின் கொடுமைக்காற்ருது அஞ்சிக் கொட்டியாரத்துக்கும் அயலூர்களுக்குங் குடிபோனுர்கள்.

கிறீஸ்துசமயத்தைப் பரப்பிய அதிகாரம்

ஒலிவேரு, போர்த்துக்கேயர் கைக்கொண்ட கத்தோலிக்க கிறீஸ்து மதமே மெய்ச்சமயமென்றும், மற்றைச் சமயங்களெல்லாம் பசாசுவணக்கமுடையனவென்ற பிடிவாதமும் உள்ளவனுகையால், யாழ்ப்பாணவாசிகள் எல்லாரும் அச்சமயத்தையே கைக்கொள்ள வேண்டுமென்று பிரசித்தஞ்செய்தான். அதனுல் கிறீஸ்து சமயம் முன்னினுமதிகமாகப் பரவியது. யாழ்ப்பாணம் பறங்கிகள் கைப்பட்டிரண்டு வருடங்களுக்குள், 20 அரசகுடும்பத்தினரும், 150 பிராமணரும், மூன்று முதலிமாரும், இருவன்னியரும், 60 பெயர்களைக் கொண்ட அவர்கள் சுற்றத்தினரும், 400 கரையாரும், 9 புட்டங்கட்டிகளும் பிறருஞ் சேர்ந்து 52,000 பேர் பிறுன்சிஸ்கன் சபையாரால் மாத்திரம் கிறீஸ்தவர்களாக்கப் பட்டனரென்று, கைரேஸ் என்னும் போர்த்துக்கேய சரித்திரவாசிரியர் கூறுகின்ருர். எப்படியாயினும், ஒல்

† சிங்கள நாடுகளில் ஒரு அமுணம் 10 பறைகொண்டது. அளவுகள் ஊருக்கூர் வித்தியாசம்.

லாந்தர் வருகைக்குமுன், யாழ்ப்பாணச் சனங்கள் எல்லாரும் பெயரளவிலாகுதல் கிறீஸ்தவர்களாகிவிட்டனர் என்று கூறலாம்.

மதவேடம்

எவருக்குங் கிறீஸ்துமதம் அனுட்டித்தாலன்றி அதிகாரத் தலைமைஉத்தியோகங்கள் கிடையா. ஆகையால் அன்றுதொட்டு, யாழ்ப்பாண வாசிகள் கபடசிந்தையும், பொய்த்தோற்ற நடபடியும் பழகிவந்தனர். பலவந்தமாகத் தாங்கள் சமயத்தைப் பரப்பவில்லையென்று காட்டுவதற்குக், குருமார் மூலம் பறங்கியர் சனங்களுக்குப் போதிப்பித்து வந்தாலும், கிறீஸ்துசமயத்தைத் தழுவுவது பறங்கியருக்குப் பெருவிருப்பமென வறிந்த சனங்கள், குருமாரின் போதனைகளை நம்புவது போலக்காட்டித் தாமே கிறீஸ்தவர்களாகின்றோம் என நடித்து, விரைவில் ஞானஸ்நானம் பெற்றுக்கொள்ளவு முடன்படுவாராயினர். சைவமதவணக்கம் செய்யப்படாதென்றும், பூசை விரதம் அனுட்டிக்கப்படாதென்றும், பூசை முதலியன அனுட்டிப்பவர்கள் தண்டிக்கப் படுவார்களென்றுங் கட்டளை பிறப்பித்ததுமன்றி, ஒற்றர்களை வைத்தும் ஆராயப்பட்டது. ஆனால் அந்தரங்கமாகத் தங்கள்

வழக்கக் காரணம்

தெய்வங்களை வழிபடுவதையும் சைவ ஆசாரங்களையுஞ் சனங்கள் கைவிட்டாரல்லர். தங்கள் தங்கள் வீட்டுச் சார்களிலும், வளவுகளிலும், மரத்தடியிலும் ஒவ்வோர் அடையாளங்களை வைத்து வழிபட்டு வந்தனர். விரதகாலத்தில் சாப்பிட்ட இலைகளைக் கூரைகளிலும், வேலிகளிலும், மறைவாக ஒளித்துச் சொருகிவந்தனர். இவைகளும் வழிபாடும் ஆங்காங்கு வழக்

மதசின்னங்கள்

கமாய் நிலைப்பட்டன. ஒவ்வொருவருஞ் சிலுவையடையாள மணியவேண்டுமென்றுங் கட்டளைபிறந்தது. உலோகங்களாற் செய்யப்பட்ட சிலுவைகளை அணிவதற்குச் சனங்கள் நாணித், தங்கள் தலைப்பாகையையோர் சிலுவையுருவாகக் கட்டிவந்தனர்.

கண்டியரசன் பெண் கேட்டல்

கண்டியரசனாகிய செனிவிறத், ஊவாப்பகுதிக்குப் பிரதிராஜாவாகவிருந்த தன் மகனுக்குக் கத்தறினா வரசகுமாரத்தியை மணமுடித்து வைக்கும்படி கேட்டு, அப்படிச் செய்தால் தான் 40,000 பதக்கு† போர்த்துக்கேயருக்குக் கொடுப்பதாக, ஒருகத்தோலிக்கக் குருமூலமாகப் பறங்கியருக்குத் தூதனுப்பினான். இம் மணம் நடைபெறின், கண்டியரசன் யாழ்ப்பாண வரசைக் கைப்பற்ற உரிமையுடையவனாய் விடுவனென அஞ்சிப் பறங்கிகள் மறுத்தனர்.

அரசகுடும்பத்தாரைக் கொழும்புக்கனுப்பல்

பின், அரசகுடும்பத்தாரை யாழ்ப்பாணத்தில் வசிக்க விடுவது அபாயத்திற்குக் காரணமாகும் என்று பயந்து, பறங்கியர் அவர்களைக் கொழும்புக்கனுப்பி விட்டார்கள். இவர்கள் தந்திரோபாயத்தையறிந்த கண்டியரசன் தஞ்சாவூர் நாயக்கவரசனுக்குத் தூதனுப்பி, அங்கே மீகாப்பிள்ளை ஆராச்சியினால் விடப்பட்டிருந்த இரு அரசகுமாரத்திகளைக் கொணர்வித்து, தன் மக்களிருவருக்கும் மணஞ்செய்து வைத்தான்.

பறங்கி உத்தியோகத்தர்சம்பளம்

கப்பித்தான் மேஜர்

பறங்கி அரசாட்சி உத்தியோகத்தருக்குள் தலைமை வகித்த கப்பித்தான் மேஜருக்கு வருடமொன்றுக்குச் சம்பளம் 300 மில்றீஸ் § (milreis) ஆகும். அவனுக்கு 80 லாஸ்கறீன்களும், 4 ஆராச்சிமாரும் மெய்காப்பாளராக நியமிக்கப்பட்டிருந்தனர். லாஸ்கறீன் ஒவ்வொருவனுக்கு ஒவ்வொரு செருபியும், ‡ ஆராச்சி ஒவ்வொருவனுக்கு இவ்விரண்டு செருபியும் ஒரு மாசத்துக்குச் சம்பளம். அவர்களைவிட, ஆளொன்

---

† ஒரு 'பதக்கு' 5 ஸாறிம் கொண்டது. 93ம் பக்கம் குறிப்பைப் பார்க்க.

§ ஒரு 'மில்றீஸ்' 1000 றீஸுக்குச்சரி. 93ம் பக்கம் குறிப்பைப் பார்க்க.

‡ ஒரு 'செருபிம்' 3 ஸாறிம் அல்லது 5 பொற்பணங் கொண்டது. 93ம் பக்கம் குறிப்பைப் பார்க்க.

–றுக்கு 3 செருபிம் சம்பளம் ஏற்றமுள்ள ஒரு கணக்கப்பிள்ளையும், ஒரு துவிபாஷிகனும், ஒவ்வொரு செருபிம் சம்பளமுள்ள 2 கேடயக்காரரும், 3 தவிலடிப் பேரும், 5 சேவகருமுண்டு.

பாக்றர்

இரண்டாவது உத்தியோகஸ்தன் பாக்றர் (Factor) எனப்படுவான். அவனுக்குச் சம்பளம் 120 மில்றீஸ் (milreis) ஆகும். 148 செருபிம், 2 லாறீம், 40 றீஸ் சம்பளம் பெறும் எஸ்கிறீவன் (Escrivao) என்னுங் காரிய தரிசி அவனுக்கு உண்டு. பாக்றரே பணடிகாரியும், கணக்குப் பரிசோதகனும், முடிப்பக்கத்து நியாய தாரதரானுமாயிருந்தான். அவனுடைய கந்தோரிலே அரசாட்சிக்குரிய எல்லா நிபந்தனைகளும் பதியப்பட்டன. அவனே முதல் நீதிபதியாயும், கப்பித்தான் மேஜருடைய கருமங்களைப் பரிசிலனை செய்யுஞ் சுதந்தரமுடையவனுயுமிருந்தான்.

ஔவிதார்

மூன்ருவது உத்தியோகத்தன் ஔவிதார் (Ouvdor) எனப்படும் நீதிபதியாகும். அவனுக்குச் சம்பளம் 100 மில்றீஸ் ஆகும். நீதிபதியால் கோட்டில் அறவிடும் தண்டப்பணமெல்லாம் பாக்றரிடஞ் செலுத்திவிடவேண்டும்.

தலைமைக் காரர்

தமிழரசர்காலத்திற் போலவே 'அதிகாரம்' என்னுந் தலைமைக்காரர் பறங்கியர் காலத்திலும் நியமிக்கப்பட்டிருந்தாலும், வரியறவிடும் முக்கிய தலைமைக்காரர், இறைசுவர் (Recebedor) என்றும், அவர்களுக்குக் கீழுள்ளவர்கள் 'தலையாரிகள்' அல்லது 'மேயோருல், (Mayoral) என்றும் அழைக்கப்பட்டார்கள். உத்தியோகங்களெல்லாம் உயர்ந்த சாதித்தலைவர்களுக்கே கொடுக்கப்பட்டன. தமிழரசர் காலத்தில் கப்பற்படைக்கு அதிபதிகளாயிருந்த கரையாரத்தலைவருக்கும், வேளாளருக்கு உதவியதுபோல் முதலியார்ப்பட்டமுங் கண்ணியமான உத்தியோகங்களுங்

கொடுக்கப்பட்டன. அவர்களுள்ளும், முக்குவர் திமிலர்களுள்ளும், கிராமத்தலைவர் பட்டங்கட்டி களென்றழைக்கப்பட்டனர். மேல்சாதியாயுள்ளோர் அடிமைகளுக்கும் கீழ்சாதியினர் என்றெண்ணப்பட்டவர்க்கும் செய்துவந்த அக்கிரமங்களோ மிகப்பல.

ஒரு தலையாரிக்கு ஆண்சந்ததியிருந்து அவ்வுத்தியோகத்துக்கு மகன் வரவேண்டுமேயானால் அத்தந்தையாகுதல், மகனாகுதல் அரசபண்டாரத்துக்கு 60 சக்கரங்§கொடுத்து, உத்தியோகச் சீட்டுப் பெற வேண்டும். ஆண்சந்ததியில்லாத தலையாரி, தனக்குப்பிரியமான ஒருவனைத் தனக்குப்பின் தலையாரியாக்க வேண்டுமேயானால், அவன் 60 சக்கரமும், அவனுக்குப்பின் அவனால் நியமிக்கப்படுபவன் 60 சக்கரமுமாக பண்டாரத்துக்குச் செலுத்த வேண்டும். இவ்வழக்கம் தமிழரசர் காலந்துவக்கம் வழங்கிவந்தது போலவே, பறங்கியர்காலத்திலும் வழங்கப்பட்டது. தலையாரி நியமனம்

யாழ்ப்பாணக்கோட்டை கட்டுவதில் அனேகர் ஊழியஞ் செய்தனர். முருகைக்கற்கள் கடல் மார்க்கமாகக் கொண்டுவரப்பட்டன. அக்கற்களை யேற்றிச் செல்லுந் தோணிகளுடன் காவலாகப் போகும் அதிகாரத்துக்கு மாசம் 13 பணம் சம்பளம். தலைமையான மேசனுக்கு நாளொன்றுக்கு ஒரு பணமும், அவனுக்குக் கீழ் வேலை செய்யும் 4 மேசன்மார் ஒவ்வொருவருக்கும் ½ பண வீதமுஞ் சம்பளம். கோட்டை வேலை வருடத்தில் 9 மாசம் நடந்தது. அதில் வேலை செய்யும் ஊழியக்காரர்களின் சாப்பாட்டுக்காக வருடம் 170 கண்டி † சாமி கொள்ளப்பட்டது. அவ்வேலையை மேற்பார்வை செய்யும் ஓவசியர்கள் பண்டாரப்பிள்ளைகளெனப்பட்டார்கள். கோட்டை கட்டுதல்

---

§ ஒரு 'சக்கரம்' 2 பொற்பணம் கொண்டது. 93ம் பக்கம் குறிப்பைப் பார்க்க.

† ஒரு கண்டி 500 றாத்தல் கொண்டது.

பட்டாளங்கள்.

யாழ்ப்பாணக் கோட்டைக்குள் 150 பறங்கி வீரரைக் கொண்ட 3 பட்டாளங்களும், ஊராத்துறையில் ஒரு பட்டாளமும் இருந்தன. கலியாணம் முடியாத பட்டாள வீரனுக்கு மாசம் 12 பணமும் குடும்பிக்கு இருபங்குஞ் சாப்பாட்டுச் செலவுக்காகக் கொடுக்கப்பட்டன. அவசியமானகாலங்களுக்குத் தேவையான உணவுப் பொருள்கள் வேண்டியமட்டும் சேகரித்துக் கோட்டைக்குள் வைக்கப்பட்டிருந்தன. நெல் அறுப்புக்காலத்தில் ஒருகண்டி 6 செருபிமுக்குக் கூடாமல் 300 கண்டி அரிசியும் நெல்லும் விலைக்குப் பெற்றுப் பத்தாயங்களில் ‡ சேமித்து வைக்கப்பட்டிருந்தன. வருடமுடிவில் எஞ்சியிருக்கும் அரிசியும் நெல்லும் விற்கப்பட்டுப் புதுநெல்லும் அரிசியும் கொள்ளப்படும். ஊராத்துறையில் 50 கண்டி அரிசி வைக்கப்பட்டிருந்தன.

கத்தோலிக்கச் சபைகள்.

கத்தோலிக்க சமயத்தில் மூன்று சபைகளுக்குச் சேர்ந்த குருமார்கள் மார்க்க ஊழியஞ் செய்து வந்தனர். போர்த்துக்கேயத் தனி யரசாட்சிக்கு முன் வந்த பிரான்சிஸ்கன் சபையார் கரைப் பட்டினங்களிலும், கி. பி. 1622ல் வந்த யேசு சபையார் உள் நாடுகளிலும், டொமினிக்கன் சபையார் யாழ்ப்பாணப் பட்டினத்திலும் சமய சேவை செய்து வந்தனர். மூன்று சபைகளுக்குஞ் சேர்ந்த குருமார்களுக்கும் அரசாட்சியாரால் வேதனங் கொடுக்கப்பட்டது. வருடாவருடம் அதன் நிமித்தம் 4214 செருபிம் செலவு கணக்குக் காட்டப்பட்டு வந்தன.

கண்ணாடிப் பாதிரியார்.

பிரான்சிஸ்கன் சபைக்குச் சேர்ந்த கண்ணாடிப் பாதிரியார் என்றழைக்கப்பட்ட பேதுரு தேவெத்தன்சோர் (Friar Pedro de Betancor) என்னுஞ்சுவாமி, கி. பி. 1602ல் ஊராத்துறையில் ஒரு சிறிய கோயில்

‡ பத்தாயம் என்பது நெற்கூடை: சிங்களச் சொல்.

கட்டினர். அதன் பின், 1614ல் நல்லூர் அரசன் தாமிரசாசனஞ் செய்து உதவிய காணியில், கல்லினற் பெரிதாக வொரு கோயில் கட்டப்பட்டது. அக்கண்ணாடிப் பாதிரியார், அவ்வருடத்திலே, யாழ்ப்பாணச் சீதாரியில், வெற்றிமாதா கோயிலைக் கட்டுவதற்குச் சிறந்த இடமெனத் தான் நினைத்தவிடத்தில், முஸ்லீங்களின் பள்ளிவாசல் இருப்பதைக் கண்டு, அதை அழித்தற்கு அஞ்சாது நெருப்பு வைப்பித்தனர். அதைக் கண்டு முஸ்லீங்கள் முறையிட்டபோது, அரசன் அவர்களுக்கு நயமொழி கூறி, இப்போது சோனகதெரு வெனச் சொல்லப்படு மிடத்திற் காணியொன்றைக் கொடுத்து, அதில் அவர்கள் பள்ளிவாசலைக் கட்டும்படி ஏவினன்.

பிரான்சிஸ்கன் சபையார் கி. பி. 1621 க்கும் 1623க்கு மிடையில் வெற்றிமாதா கோயிலையும் (பிற்காலத்தி லிக்கோயில் அற்புதமாதா கோயிலென்றழைக்கப்பட்டது), கொளும்புத்துறையிற் சஞ்சுவான் கோயிலையும் (பின்பு இக்கோயில் சுண்டிக்குளியிற் கட்டப்பட்டது), மானிப்பாயிலும், சாவகச்சேரியிலும், கோப்பாயிற் றமிழரசர் கோட்டைக்குள்ளும், பருத்தித்துறையிலும், புத்தூரிலும், கட்டைவேலியிலும், வேலணையிலும், அல்லைப்பிட்டியிலும் வன்னிநாட்டிற் பனங்காமத்திலும், இள்வாலையிலுங் கோயில்களைக் கட்டினர்கள். இக்கோயில்கள் 1627ம் வருடப் புயலுக்குப் பின் கல்லினல் உறுதியாகக் கட்டப்பட்டன. மன்னரிலும் ஐந்து கோயில்கள் இருந்தன. அவைகளிற் கரையாருக்குச் சேர்ந்த சந்தோமை யென்னுங் கோயிலில் இரண்டு லட்சம் பதக்குப் பெறக்கூடிய முத்தாபரண மொன்றிருந்தது. ஒல்லாந்தர் மன்னருக்கு வந்தால் அது சூறையாடப்படு மெனப் பயந்து கோவைக்கனுப்பத், தென்னிந்தியாவில் ஆறலைக்கும் மறவரால் பறிக்கப்பட்டது.

பிரான்சிஸ்கன் சபைக் கோயில்கள்.

யேசு சபைக் கோயில்கள்.

யேசு சபையார் முதன் முதல் காரைதீவில் ஒரு கோயில் உண்டாக்கின பின், வட்டுக்கோட்டை, சங்கானை, பண்டத்தரிப்பு, தெல்லிப்பழை, மயிலிட்டி, அச்சுவேலி, புலோப்பழை, சுண்டிக்குளம், முகமாலை, தம்பகாமம் ஆகிய பத்தூர்களிலும் பத்துக்கோயில்கள் கட்டினார்கள். இவைகளிற் பல 1627ல் அடித்த புயலினாலும், 1629ல் கண்டியரசன் படை வைத்த தீயினாலும் அழிந்து போனபடியால், மறுபடி அவைகளைக் கல்லினால் கட்டிய காலத்தில், மல்லாகத்திலும் ஒரு புதுக் கோயிலைக் கல்லினாற் கட்டினார்கள். இக் கோயில்களெல்லாம் 1644க்கு முன் கல்லினாற் கட்டி முடிந்தன. கிளாலியிலும் முகமாலைக் குருவின் அநுசரணையில் ஒரு சிறு கோயிலிருந்தது. அக்கோயிலிற் பறங்கிகள் காலத்திலேயே பல அற்புதங்கள் நடந்ததெனவும், அநேகர் அவ்விடத்துக்கு யாத்திரை போனார்களென்றும் யேசு சபைக் குருமார் எழுதியிருக்கின்றனர். 1644ல் யேசு சபையைச் சேர்ந்த கிறீஸ்தவர்கள் யாழ்ப்பாணத்தில் 32, 287 பெயரெனவும், வன்னியில் 1000 பெயரெனவுங் கணக்கிடப்பட்டது.

கிறீஸ்த ஆலய அமைப்பு

பறங்கியர் சைவாலயங்களைப் பாழாக்கிய பின், பெரும்பாலும், அக்கோயில்களிருந்த விடங்களிலேயே தங்கள் கோயில்களைக் கட்டினர். சாவகச்சேரி வாரிவன ஈஸ்வரன் கோயிலும், மானிப்பாய் மருதடி விநாயகர் கோயிலும் இருந்த விடங்களிலே தான் பறங்கியரின் கோயில்கள் கட்டப்பட்டதென்பதற்குப் பல சான்றுகளுள. பிற்காலத்தில் மருதடி விநாயகர் ஆலயத்தைப் புதுக்கிக் கட்டியபோது, திருச்சன்னிதானம் மேற்கு நோக்கிய வாயிலாகக் கட்டப்பட்டது. பல்தேயஸ் பாதிரியார் இலங்கையைப்பற்றி எழுதிய நூலில் கொடுத்திருக்கும் படத்தில், மருதமரம் மேற்கு வாயிலைக்

கொண்ட கிறீஸ்தகோயிலுக்கு முன்னே நிற்பதைக் காணலாம். கோப்பாயில் தமிழரசருடைய அரண்மனையை யிடித்து, அவ்விடத்திற் கிறீஸ்த கோயில் கட்டப்பட்டது. இப்போது தெல்லிப்பளையிலுள்ள அமரிக்கன் மிஷன் ஆலயம் பழைய பறங்கியர் கோயிலைத் திருத்திப் புதுக்கு விக்கப்பட்டதாகும். புத்தூரிலுள்ள கோயிலும் புராதன புத்த கோயிலை யிடித்துப் பறங்கியர் கட்டிய ஆலயமே. அங்கிருந் தெடுக்கப்பட்ட புத்த விக்கிரகம் இப்போது யாழ்ப்பாண வெஸ்லியன் மிஷன் பாதிரியார் வளவில் வைக்கப் பட்டிருக்கின்றது. நல்லூரிலும், யமுனரிக் கருகே விளங்கும் கிறீஸ்த கோயிலிருக்குமிடம் ஒலிவேருவினல் இடிக்கப்பட்ட புராதன கந்தசுவாமி கோயில் கட்டப்பட்டிருந்த விடமே. சங்கானை, அச்சுவேலி, வாணி யென்னுங் கிராமங்களிலுள்ள பழைய கிறீஸ்த கோயில்கள் இன்றும் அழிந்த நிலையிலிருப்பதைக் காணலாம்.

இந்தியாவிற் கத்தோலிக்க சமயம், பெரும்பாலும், கீழ்சாதியார் என்று எண்ணப்பட்ட சனங்களிடையே பரவிய தாகையால், தத்துவபோத சுவாமிகள் என்றும், வீரமாமுனிவர் என்றும் (Robert de Nobilis and Father Beschi) இருரோம தேசத்துக் குருமார் மதுரைக்கு வந்து, ரோமதேசப் பிராமணரெனச் சொல்லி, முப்புரி நூலணிந்து, வேட்டி உடுத்து, மிதியடியில் நடந்து, மாமிச உணவை நீக்கித், தமிழ் இலக்கிய இலக்கணங்களைக் கற்றுத்தேறி, தமிழ்ப் புலவர்களாகிக் கிறீஸ்த நூல்களைத் தமிழில் எழுதி, கிறீஸ்துமத நூற் பெயர்களுக்கு அம்மொழிப் பெயர்களைத் திரித்துத் தமிழ்ப் பெயர்கள் வைத்துத், தங்கள் நல்லொழுக்கமான நடையாலும், வைராக்கிய நெறியாலும், அநேக உயர்ந்த சாதிச் சைவ நன்மக்களைக் கிறீஸ்தவாக்கினர். வீரமா

தத்துவ போதசுவாமியும் வீரமாமுனிவரும்.

முனிவரியற்றிய தேம்பாவணி என்னும் நூல் தமிழ்ச் செய்யுணடையில் இலக்கியச் செறிவு பொதிந்த நூல்களில் ஒன்றாயிருக்கின்றது. இவ்வீரமாமுனிவர் தமிழ் எழுத்துக்களிலும் சில மாறுதல்கள் செய்தனர். உயிர் மெய்யெழுத்துக்களில் ஈகார, ஏகார, ஓகார உயிர்மெய்யெழுத்துக்களுக்கு வேறுபாடுகள் காணச் சுழியமைத்தவரிவரே. தத்துவ ஞான போதகர் சில காலமாக யாழ்ப்பாணத்தில் வசித்தாரென ஓர் ஐதிகமுண்டு. இவரைக் கத்திய ரூபத் தமிழுக்குப் பிதாவென்று சொல்வதுமுண்டு. தத்துவஞான போதகர் 1650லும் வீரமாமுனிவர் 1742 லும் இறந்தனர். இக்காலத்தில் ஆங்கிலத்தைப் பிள்ளைகளுக்குக் கற்பித்து, அதன் மூலமாகச் சமயத்தைப் போதித்துக் கிறீஸ்தவராக்கச் செய்யும் முயற்சிகளைப் பார்க்கினும், அக்காலத்தில் கிறீஸ்து சமயவிருத்தி நோக்கி வந்த மேலைத் தேசவாசிகள் தமிழைக் கற்று, அதன் சுவையை யறிந்து, அப்பாஷையிலேயே சமய போதனை செய்த யுத்தி பாராட்டற் பாலதே.

சந்தைகள் இப்போது யாழ்ப்பாணத்தில் நடைபெறுஞ் சந்தைகள், பறங்கிகள் காலத்திலே ஆலய சேவைக்குச் செல்லும் சனங்கள் கோயில்களுக் கணிமையில் பண்ட மாற்றுச் செய்த விடங்களிலேயே, பெரும்பாலும் நடைபெறுகின்றன. சாவகச்சேரியில் பறங்கிகள் கோயிலத்திவாரத்தை இன்றுஞ் சந்தையின் மேற்குப் பக்கத்திற் காணலாம். அந்நிலயமே புராதன வாரிவன ஈச்சுரன் கோயில் இருந்த இடம் என்றும் அறியலாம். அக்கோயில் மூலலிங்கத்தின் ஆவுடையார் இன்றும் பாதிரியார் வீட்டிற் கிடக்கின்றது.

பள்ளிக்கூடங்கள். கோயில்களுக் கணித்தாய்ப் பறங்கிகள் பள்ளிக்கூடங்களையுங் கட்டினர். இவைகள் பெரும்பாலும் சமய பாடங்களைக் கற்பிப்பதற்கே அமைக்கப்பட்டன. உயர்ந்த சமய அறிவுபெற வேண்டியவர்கள்

யாழ்ப்பாணச் சீதாரியிற் கற்கவும், அதனினும் மேலாகப் பெறப் போர்த்துக்கேய பாஷையிற் கற்போர் கொளும்புக்கும் கோவைக்கும் அனுப்பப்படவும் ஒழுங்கு செய்யப்பட்டிருந்தது.

பறங்கிகள் யாழ்ப்பாணக் குடாநாட்டையுந் தீவு பற்றுக்களையும் 32 கோயிற் பற்றுக்களாகப் பிரித்துப், பற்றுக்கொரு கோயிலாக அமைத்தனர். அதனால் அப்பிரிவுகள் கோயிற் பற்று என்னும் பெயருடன் இன்றும் வழங்கி வருகின்றன. அவைகளாவன:- **கோயிற் பற்றுக்கள்.**

வலிகாமத்தில்,

நல்லூர், சுண்டிக்குளி, வண்ணார்பண்ணை, மானிப்பாய், சங்கானை, பண்டத்தரிப்பு, வட்டுக்கோட்டை, உடுவில், மல்லாகம், தெல்லிப்பளை, மயிலிட்டி, அச்சுவேலி, புத்தூர், கோப்பாய், எனப்பதினான்கும்,

வடமராட்சியில்,

உடுப்பிட்டி, கட்டைவேலி, பருத்தித்துறை என மூன்றும்,

தென்மராட்சியில்,

நாவற்குளி, சாவகச்சேரி, கச்சாய், வரணி, எழுதுமட்டுவாள் என ஐந்தும்,

பச்சிலைப்பள்ளியில்,

முகமாலை, புலோப்பளை, தம்பகாமம், முள்ளிப் பற்று என நான்கும்,

தீவுபற்றில்,

காரைதீவு, ஊராத்துறை, வேலணை, அல்லைப் பிட்டி, புங்குடுதீவு, நயினாதீவு, என ஆறுமாக முப் பத்திரண்டு கோயிற் பற்றுக்களாம்.

வன்னிநாட்டில்,

பூநகரி, பல்லவராயன்கட்டு, பெருங்களி, மாந்தை, நானாட்டான், அரிப்பு, என ஆறு கோயிற் பற்றுக்களும்,

மன்னாரில்,

சிதாரி, தோட்டவெளி, கரிசல், எருக்கலம்பிட்டி, சம்பேதுரு, பேசாலை, தலைமன்னார் என எழு கோயிற் பற்றுக்களுமுளவாயின.

இவை யொவ்வொன்றிலும் ஒவ்வொரு கோயிலிருந்தது மன்றித், தனிக் கோயில்களும் மாகையப்பிட்டி, தொண்டைமானாறு முதலிய இடங்களிலிருந்தன.

வேளாண்மை அருகல்

பறங்கிகளோடு நெடுங்காலமாகச் செய்த யுத்தத்தினால் காணிகள் செய்கையற்று, வேளாண்மை கைவிடப்பட்டு, ஊர் பாழாய் விட்டது. பறங்கிகளும் வேளாண்மைத் தொழிலை விருத்தி செய்ய வேண்டிய முயற்சிகள் செய்தாரல்லர். வைசூரியும் பேதிநோயும் பல முறைகளில் தோன்றி நாட்டின் வளனையழித்தன.

முஸ்லீங்களைத் தொலைத்தல்.

கி. பி. 1626ல் இலங்கைத் தேசாதிபதியாயிருந்த கொன்ஸ்தான்தினோ தே சா தே நோறொன்ஞ (Constautino de Sa de Noronha) என்பவன் போர்த்துக்கல் தேசத்தரசன் கட்டளைப்படி, தங்கள் வியாபாரத்துக் கிடையூறு யிருந்தார்களென் றெண்ணப்பட்ட முஸ்லீங்கள் எல்லாரையுந், தங்களுக்குக் கீழ்ப்பட்ட ஊர்களிலிருந்துந் துரத்தி விட்டான். அதனால் அவர்கள் கும்பல் கும்பலாய்ப் போய்க் கண்டியரசனைச் சரணடைந்தார்கள். அவனும் அப்படி வந்தவர்களில் 4000 பேர் கொண்டசனத்தொகையை மட்டக்களப்பிலிருத்தி, எஞ்சியோரைத் தன் தேசத்திற் பல கிராமங்களிலும் வசிக்கச் செய்தான். மத்திய மாகாணத்திற் பலமுஸ்லீங் கிராமங்கள் சிதறியிருப்பதற்குக் காரணமிதுவே.

மட்டக்களப்புக்கோட்டை

கி. பி. 1626ல் கண்டியரசன் அனுமதி கொண்டு, பறங்கியர் மட்டக்களப்பில் ஒரு கோட்டையைக் கட்டினார்கள்.

கி. பி. 1627ம் வருடம் பெப்ருவரி மாசம் 22உ பெரும் புயல் ஒன்று யாழ்ப்பாணத்தில் வீசியது. சண்டமாருதத்தின் உரத்தால் கடல் பொங்கிக், கரை கடந்தோடிக் கரைப்பட்டினங்களுட் புகுந்து பிரவாகித்தது மன்றிப், பல வீடுகளையுங் கோயில்களையும் வீழ்த்திச் சனங்களுக்கு உயிர்ச்சேதமுஞ் செய்தது. யாழ்ப்பாணச் சீதாரியிலும் ஊராத்துறையிலுஞ் சனங்கள் கிறீஸ்த கோயில்களுட் புகுந்து நிலைடைந்திருந்தனர். **வெள்ளப் பிரவாகம்**

கி. பி. 1627ம் வருடம் மார்ச்சு மீ 22உ பிலிப் தே ஒலிவேரு 53ம் வயசில் மரிக்க, அவன் சரீரம் அற்புத மாதா கோயிற் படிகளுக்கருகே அடக்கஞ் செய்யப்பட்டது. அவனுக்குப் பின் லாங்ரோட் தே செயிக்ஸாஸ் காபிறேரா (Lancrote de Seyxas Cabrera) என்பவன் யாழ்ப்பாணத்திற்குக் கப்பித்தான் மேஜர் ஆனான். **ஒலிவேறு மரணம்**

கி. பி. 1628ல் கொன்ஸ்தான்தினோ தே சா வாகிய கொளும்புத் தேசாதிபதி மாத்துறை வழியாய் மட்டக்களப்புக்குந் திருக்கோணமலைக்கும் யாழ்ப்பாணத்திற்கும் ஏகி, அங்குள்ள கருமங்களை ஒழுங்கு செய்து, திருக்கோணமலையையும் மட்டக்களப்பையும் யாழ்ப்பாணக் கப்பித்தானுக்குக் கீழாக்கித் திரும்பினான். **தேசாவின் சுற்றோட்டம்**

கண்டியரசனான செனறத் என்பவன் லியூக்கு குமாரன் மகளாகிய யாழ்ப்பாண அரச குமாரத்தியை மணந்த தன் மகனுக்கு யாழ்ப்பாணவரசுரிமை உடையதென நினைத்து, 1629ம் ஆண்டு தனக்கும் பறங்கிகளுக்கும் யுத்தம் நடந்த காலத்தில், தனது முதலிமார்களிலொருவனாகிய அத்தப்பத்து முதலியாரைப் 10,000 வீரரைக்கொண்ட படையுடன், யாழ்ப்பாணத்தைப் பிடிக்கும்படியனுப்பினான். அவ்வாறு சிங்களப்படை வரும்வழியில் பச்சிலைப்பள்ளிக் கோயிலை **கண்டியரசன் யாழ்ப்பாணப் படையெடுப்பு**

பிடித்து அங்கிருந்தவிரு குருமாரைக் கொன்றுவிட்டு, யாழ்ப்பாணம் வந்து பல கோயில்களைத் தீக்கிரையாக்கி, யாழ்ப்பாணக் கோட்டைக்கு முன் நின்று 13 நாள் வரை கலகஞ் செய்தனர். துணைவலிக் குறைவை எண்ணிப் பறங்கிகள் கோட்டைக்குள் நுழைந்து பதுங்கியிருந்தனர். கண்டியரசன் படையனுப்பிய செய்தியை அறிந்த கொன்ஸ்தான்றினோ தே சா, கொழும்பிலிருந்து 7000 லாஸ்கொறீன்சும் 700 பறங்கிகளுங் கொண்டபடைக்கு மாத்துறை திஸ்ஸாவையாகிய தொமிங்கு கர்வல்லோ சாங் (Domingos Carvallo Cao) என்பவனைத் தளபதியாக்கி யாழ்ப்பாணப்படைக்கு உபபலமாக வனுப்பினான். அவன் யாழ்ப்பாணக்கரையி லிறங்கியவுடனே கோட்டைக் கப்பித்தானுக்கு அறிவித்துக், கப்பித்தான் வந்து சேருமுன் சிங்களப் படையைத்தாக்கி, அவர்களைச் சின்னாபின்னமாக முறியவடித்து, முதலியாரையும் படைவீரருட் பலரையுங் கைதிகளாக்கினான். சிறைப் பட்டோருட் சிலர் குரூரமாய்க் கொல்லப்பட்டனர். எஞ்சியவர்கள் அடிமைகளாக விற்கப்பட்டார்கள்.

'துப்பாசி' யென்னுஞ் சொற்பிறப்பு

பறங்கிகளுக்குஞ் சுதேசிகளுக்கும் பிறந்தபிள்ளைகள் 'துப்பாசி' யெனப்பட்டனர். இருபாஷைகளில் ஒன்றை மற்றொன்றுக்கும் உத்தியோகத்தரைத் 'துப்பாசி' என்று சிங்களத்தில் இன்றும் வழங்கிவருவது நோக்கத்தக்கது. பிற்காலத்தில் இத்துப்பாசிகள் தம்பூறு அடித்தல், செருப்பு சப்பாத்துத்தைத்தல் முதலிய தொழில்களைக் கைக்கொண்டனர்.

வரிகள்

தமிழரசர் காலத்தில் அறவிடப்பட்ட வரிகளையே பறங்கிகளும், பெரும்பாலும், அறவிட்டு வந்தார்கள். காணிவரி, தமிழரசர் காலத்தில், எவ்விதமாக அறவிடப் பட்டதெனத் தெரியவில்லை. பறங்கியரே முதன் முதல் காணித் தோம்பு எழுதினார்கள். கி. பி. 1623ல்,

காணிவரி: காணித் தோம்பு

ஒலிவேறாவின் கட்டளைப்படி, காணித்தோம்பு பனை ஓலையில் எழுதப்பட்டது. அக்காலத்தில், அத்தொழிலை வகுத்த உத்தியோகத்தரின் கவனக் குறைவால், பதிவு பூரணமானதாயிருக்கவில்லை. கி. பி. 1645ல், கோவைக்குப் பிரதிகாவலனாக நியமிக்கப்பட்ட தொம் பிலிப்மஸ்கறிஞா (Dom Philipe Mascarenbas) யாழ்ப்பாணத்தைத் தரிசித்த பொழுது, திருத்தமான தோம்பு ஒன்று எழுதப்பட்டது. ஊர் ஊராகப் பிரித்து, அவ்வவ்வூர்களிலுள்ள காணிகளின் பெயரும், பரப்பும்; உடையவன் பெயரும், அரசிறை வரியும், சாதிகளும், அச்சாதிகள் பிரதானிகளுக்குச் செய்ய வேண்டிய கடமைகளும்; அரசினருக்குச் செய்ய வேண்டிய ஊழியமும், செலுத்த வேண்டிய வரிகளும் விவரமாக எழுதப்பட்டன. இப்புதுத் தோம்பின்பின் யாழ்ப்பாண வாசிறை வருமானம் அதிகரித்த படியினால், அது யாழ்ப்பாணப் பட்டாளத்தின் செலவுக்குங்கண்டு, மேலும் இலங்கைப் படைகளுக்குஞ் செலவழிக்கக் கூடியதாக, 45,000 செருபிம் மிகுந்து வந்தன.

துறை வரி நிலையம் அலுப்பாந்தி† யெனப்பட்டது. இக்காலத்தும் அச்சொல்லே உபயோகிக்கப் படுகின்றது. அரசாட்சி பாக்றரே (Factor) துறைமுகத் தலைவராயுமிருந்தனர். அவருடைய காரியதரிசியே அலுப்பாந்திக் கடமைகள் பார்த்து வந்தனர். அவ்வேலைக்குச் சம்பளம் இல்லை. வேறு ஊதியமுண்டு. எல்லா ஏற்றுமதி இறக்குமதிச் சாமான்களுக்கும், மதிக்கப்பட்ட விலையில் நூற்றுக்கு ஏழு (7%) வீதம் தீர்வை நியமிக்கப்பட்டது. நாகபட்டினத்திலும், கொளும்பிலும், மன்னாரிலுந் தீர்வை கட்டிய சாமான்களுக்கு யாழ்ப்பாணத் துறைகளில் தீர்வை யில்லை. அரசாட்சி

துறைமுகத் தீர்வை

† 'அலுப்பாந்தி' யென்பது 'அல்பாந்திகா' (Alfandiga) என்னும் போர்த்துக்கேய சொல்லின் சிதைவு; அதுவும் அராபிச் சொல்லே.

யாரிடங் குத்தகை யெடுத்துச் சேர்க்கப்பட்ட சாய வேருக்கும் புகையிலைக்கும் 4% வீதமே அறவிடப்பட்டது. பாக்குக்கு 11% வீதம் அறவிட வேண்டுமென்று கட்டளை யிருந்தாலும், அவணத்துக்கு † ஒரு லாறிம் வீதமாக அறவிடப்பட்டது. ஆனால் மாஸ்கறிஞ்ஞா தோம்பு எழுதுவித்த போது, பிற பொருள்களுக்குப் போல 7% வீதமாக இதற்கு மாக்கப் பட்டது. மிளகு அதிகமாய்க் கண்டி அரசனுடைய ஊர்களிலிருந்து வந்ததால் 10% வீதமும், யானைகளுக்கு $7\frac{1}{2}$% வீதமும் அறவிடப் பட்டன. யானைகளுக்கு $\frac{1}{2}$% வீதங் கூட்டியது உத்தியோகத்தர் வேதனத்துக்காகவே. அரிசிக்கும் நெல்லுக்குந் தாகுவரி அறவிட்டபடியால், துறைமுகத் தீர்வை யில்லை. போர்த்துக்கல் தேசத்திலிருந்து வந்த பழங்களுக்குங் குடி வகைக்கும் 1% வீதமே அறவிடப் பட்டது. துறைமுகத் தீர்வையுஞ் சில காலங்களில் குத்தகையாக விற்கப்பட்டது. குத்தகைகாரன் அதற்குரிய அரச கட்டளைப் படியே அறவிட வேண்டுமென விதியிருந்தது.

குத்தகை சீலைவரி, தாகு, புகையிலைவரி, சாயவேர் வரி, சாராயவரி, ஊடுபோக்குகளின் ‡ ஆயவரி முதலியன குத்தகையாக விற்கப்பட்டன.

துணிவரி தமிழரசர் காலத்திற் போலவே அரசாட்சி முத்திரை யில்லாத துணிகள் விற்கப்பட மாட்டா. முத்திரை குத்துவதற்கும் ஒரு வரி அறவிடப்பட்டது. அது சப்பா (Chapa) வெனப்பட்டது. பழங்காலத்திற் போலவே 3 சேலைக்கும், 4 கச்சுக்கும், 100 தலைக் கட்டுலேஞ்சிக்கும் முறையே வரி ஒவ்வொரு பணம் துணி நெய்கிறவன் ஒவ்வொருவனும் குத்தகை காரனிடத்திற் பெயர் பதிய வேண்டுமெனவும், பிரசித்த

---

† ஒரு அவணம் 24,000 பாக்கு கொண்டது.

‡ ஊடுபோக் கென்பது நீர் நிலைவழி.

மான விடத்தில் விற்கவேண்டுமெனவும், அப்படி விற்கப்படுந் துணிகள் குத்தகைகாரனால் முத்திரை குத்தப்பட வேண்டுமெனவும், வண்ணாருஞ் சாயக்காரரும் முத்திரையில்லாத துணிகளை வெளுக்கவாகுதல், சாயம்போடவாகுதல் கூடாதெனவும் கட்டளையிருந்தது. அக்காலத்தில் முத்திரைகுத்துமிடம் பெரிய கடைநிலையமாகும்.

தாருவரி எல்லாக்கடைகளிலுஞ் சந்தைகளிலும், சாப்பாட்டுப் பொருள்கள்மேல் அறவிடப்பட்டது. தமிழரசர் காலத்திலுமப்படியே நடந்தது. எச்சமயக்காரனுயிருந்தாலும் கப்பலிற் கொண்டு வருஞ் சாமான்களுக்கு 'அரியாதனை' யென்னும் வரியாகிய 3 பணங் கட்டவேண்டும். பெரியகடையிலாகுதல் சந்தைகளிலாகுதல் ஒருபண நெல்லுக்கு ஒருபிடி நெல்லு தாருவரியாகக் கொடுக்கவேண்டும்; விற்பவனுமப்படியே. முத்திரைகுத்தாத மாக்கால் பாவிக்கப்படாது. ஐரோப்பியனுகுதல் சுதேசியாகுதல் வீட்டில் மாக்கால் (கொத்து) வைத்திருக்கப்படாது. தாருவரி

கொழும்புத்துறையிலே, பூநகரிக்குப் போய் வருபவர்களும்,மீன்பிடிகாரரும்,மீன்பிடிக்கப் போகும் ஒவ்வொருதோணியும் தலைக்கொவ்வொரு பெரிய காசு † வீதம் வரிகொடுக்கவேண்டும். நெல்லு, அரிசி, முதலிய தானியங்களானல் ஒவ்வொரு சுமைக்கு ஒருமரக்கால் கொடுக்கவேண்டும். அலுப்பாந்தியில் நாட்டுவியாபாரத்துக்கெனப் பதியப்பட்டு வரிகொடுத்த துணிகளுக்கு இங்கேவரியில்லை. கொழும்புத்துறைஆயவரி

பச்சிலைப்பள்ளியிலுள்ள ஊடுபோக்குகளிலும் வரி அறவிடப்பட்டது. வியாபாரிகள், முத்திரை குத்தப்பட்ட துணிகளில், ஒருகச்சுக்குக் காற் பண ஊடுபோக்குவரி

---

† 15 பெரிய காசு கொண்டது ஒரு பணம். 93ம் பக்கக் குறிப்பைப்பார்க்க.

மும், 25 நிறப்புடைவைகளுக்கு அரைப் பணமும், 75 வெள்ளைத் தலைக்கட்டுலேஞ்சிகளுக்கு ஒருபண மும், மறுசாமான்களுக்கு 8% வீதமுங் கொடுக்க வேண்டும். வன்னியிலிருந்து வருஞ்சாமான்களுக் குப் பஞ்சனின் ஒருமாட்டுப் பொதிக்கு $\frac{1}{4}$ பண மும், வரகெனின் 6 மாட்டுப் பொதிகளுக்கு ஒரு பணமும் வரி. தமிழரசர் காலத்தில், வன்னிக்குக் கமஞ்செய்யப் போகிறவர்கள் குறிப்பிட்ட ஒவ் வொரு கமத்துக்குப் பத்துலாச்சமும், அதற்குமேற் பட்ட கமங்களுக்குப் பரப்பின்படி பத்துக்குமேலும் இருபதுவரையும் நெல்லு கொடுக்கவேண்டும். பிற் காலத்தில் அக்கமங்களில் அநேகம் பறங்கிகளுக்கு வரியின்றிக் கொடுபட்டபடியால், இவ்வூடுபோக்கு களில் வரி அறவிடுவது பிரயாசமாயிருந்தது. ஆகை யால், ஒலிவேறுவுக்குப் பின்வந்த கப்பித்தான் மே ஜர், ஊடுபோக்குகளால் நெல்லுக் கொண்டுவரு பவர்கள் ஆராயினும், நான்கு மாட்டுப்பொதிக ளுக்கு ஒருபணம் வரி இறுக்கவேண்டுமென நிய மித்தான்.

புகையிலை வரி — புகையிலை வரியுங் குத்தகையாய் விற்கப்பட் டது. குத்தகைகாரனைத் தவிர ஒருவரும் புகையிலை விற்கப்படாதெனவும், பிறதேசங்களிலிருந்து புகை யிலை வியாபாரத்துக்கு வருவிக்கப்பட்டால் அதைக் குத்தகைகாரனுக்கேவிற்றுப்போடவேண்டுமெனவும், அவனுடைய உத்தரவுச்சீட்டு இல்லாமல் எவரும் புகையிலை வைத்திருக்கப்படாதெனவும், வேளாள ரும் பரதேசிகளும் தங்கள் உபயோகத்துக்கு மாத் திரம் வேண்டிய புகையிலை வைத்திருப்பதேயொழி யச் சந்தையில் விற்கப்படாதெனவும், களவாகக் கொ ண்டுவரப்பட்டால் குத்தகைகாரன் அதைப்பற்றிப் பாக்றருக்கு அறிவிக்கவேண்டுமெனவுங் கட்டளை யிருந்தது.

வேர்குத்தும் ஊழியக்காரர் சாயவேர்களெறுந் தொழிலில் இருக்குங்காலத்தில் வேறுவேலைக்கு அழைக்கப்படமாட்டார்கள். குத்தகைகாரனே அவர்களின் தலைவரிப்பணத்தையுங் கட்டவேண்டும். அவர்கள் அதிகாரத்துக்குச் செய்யவேண்டிய ஊழியம் குத்தகை க்காரனுக்குச் செய்யவேண்டும். குத்தகைகாரன் சாயவேரைப் பிறதேசத்திற்கு ஏற்றுமதிசெய்தால் 4% வீதம் அலுப்பாந்திவரி கொடுக்கவேண்டும். **சாயவேர்**

பறங்கியாசினர் கடலிலேபிடிக்கப்படும் மீன்களில் நாலிலொன்றை வரியாக அறவிட்டனர். அவ்வரியை அறவிடுவதற்கு உத்தியோகரும் நியமிக்கப்பட்டனர். அவர்கள் வரியறவிடுவதோடமையாது, மீன்பிடிகாரரைப் பாதுகாத்தும், அவர்கள் இடையூறுகளைத்தீர்த்தும், மீன்பிடிக்கவேண்டிய காலங்களையு மிடங்களையுங் குறித்துக் காட்டியும் வந்தனர். **மீன்வரி**

தமிழரசர் காலத்தில், அதிகாரிகள் அரசவேதனம் பெறுது 'அதிகாரிவரி'ப் பணத்தினுல் ஊதியம் பெற்றனர். அதிகாரிகளின் சீவனத்திற்கு வேண்டிய பொருள்கள் குடிகளால் கொடுக்கப்பட்டன. பறங்கிகள், அவ்வாறு கொடுப்பது அதிகமானகொடுமைகளுக்கிடமெனக் கண்டு, பணவரியாக்கினர். வேளாளருஞ், சாண்டாரும் (சாணர்), தனக்காருமே அவ்வரியை யிறுக்கக் கடமைப் பட்டனர். அச்சாதியாருக்குள்ளே தலைமைக்கார உத்தியோகங்கள் கொடுபட்டபடியாற் போலும், அதிகாரிவரி அவர்கள்மாத்திரம் இறுக்கவேண்டியிருந்தது. பின், தலைமைக்கார உத்தியோகம்பெற்ற மடப்பளி, அகம்படிமுதலிய மேல்சாதியாளர், தமிழரசர் காலத்துக்குப் பின்வந்தோரானபடியால், அவ்வரியிறுக்குங் கடமை அவர்களுக்கிருக்கவில்லை. இந்தியாவிலிருந்துவந்து குடியேறிய இடையர், கள்ளர், மறவர் முதலிய பிற **அதிகாரிவரி**

மேல்சாதியாளர் பரதேசிகளெனத் தோம்பிலே பதியப்பட்டனர். ஒல்லாந்தர் தோம்பிலும் அவ்வாறே பதியப்பட்டிருக்கின்றது. அவர்களுங் காலகதியில் வேளாளரிடத்திற் சம்பந்தஞ் செய்து வேளாளராக மாறிவிட்டனர். பரதேசிகளெனத் தோம்பிற் பதியப்பட்டிருந்த காலத்தில் அவர்கள் தேசவழமைச் சட்டத்துக் குட்பட்டவரல்லர்.

மறுளை மரணவரி மறுளை யெனப்பட்டது. உரிமைக்காரரில்லாது ஒருவனிறந்தால் அவனுடைய சொத்து முடிக்குரியதாகிவிடும். ஆனால் காணிகளின் அரைவிலை கட்டினால் அக்காணிகள் இறந்தவனுடைய இனத்தவனுக்குக் கொடுக்கப்படும். அக்காலந் துவக்கம் அவனும் அவன் உரிமைக்காரரும் குடிமைகள்‡ளாகவே எண்ணப்படுவார்கள். உரிமைக்காரரில்லாதிறந்தவனுடைய காணியும் அவன் மனைவியுடைய சீதனக்காணியும் வெவ்வேறாகக் கணிக்கப்பட்டன. சீதனம் உரிமைவழியைச் சேரும். இம் மறுளைவரி அறவிடுவதற்கு அதற்கென ஒருபுத்தகம் எழுதப்பட்டுவந்தது. உரிமைக்காரரில்லாதிறந்தவர்களின் பெயர்களை இறைசுவர் அரசாட்சியாருக்கு உடனே அறிவிக்க வேண்டியது.

வேளாளர், பிரியமானால், ஊழிய நீக்கத்துக்காகவும், தலைவரி ஒருசக்கரம் ஒவ்வொரு வருடமுங் கொடுப்பதற்காகவும், இயல்புக்குத்தக்கபடி 30 சக்கரந்துவக்கம் 60 வரையும் ஒரேமுறையிற் கொடுத்து விடுதலை பெறலாம். இதுவும் மறுளை யெனப்பட்டது. அப்படிக்கொடுத்து விடுதலைபெறுங்காலத்தில் ஆண் பிள்ளைகளிருந்தால் அவர்கள் தலைவரிப்பணங் கொடுக்

---

‡ காணியாளனிடத்திருந்து பெற்றகாணிகளினிடம் பயிர் செய்து சீவித்து, அக்காணியாளனுக்குப் பணிசெய்யும் பிரிவினரைக் குடிமையென்பது இந்நாட்டு வழக்கு.

கவேண்டும். அதற்குப்பின்பிறக்கும் ஆண்களுக்குத் தலைவரிப்பணமில்லை. இவைகளைப்பற்றிய சீட்டுகள், (certificates) கப்பித்தான் மேஜருடைய கையொப்பத்துடன் பெற்று வைத்துக்கொள்ளவேண்டியது. முதலிமாருந் தலையாரிகளுஞ் செய்த மாறுபாடுகளினால் இவ்வரி கி. பி. 1631ல், தோம்பு எழுதியதற்குப் பின்னர் நீக்கப்பட்டது.

முடிக்குரிய காணிகளை அதிகமாய்ப் பறங்கிகளுக்கு மூன்று தலை முறைக் காலவரை கொடுத்து, அவர்களிடமிருந்து வரி அறவிடப்பட்டது. இவ் வரி அறவிடுவதற்கென ஓர் இறைசுவர் நியமிக்கப்பட்டிருந்தனர். இவ்வரி போறோஸ் (Foros) எனப்பட்டது. தொம்கொன்ஸ்தாந்தினோ பூநாயக முதலியார், தொம் அம்புறோசியோ இராமநாதன் என்னும் இருதமிழருக்கும் அவ்விதங் காணிகள் கொடுபட்டிருந்தன. வன்னிக்காணிகளிலும் பறங்கியர் பெயர்களைத் தவிர தொம் பிலிப்பு கைலாயபட்டங்கட்டி யென்னு மொருவர் பெயருங் காணப்படுகிறது. போறேஸ்

யானைகளை உத்தர வில்லாம லொருவரும் பிடிக்கப்படாது. அப்படிப் பிடித்தால் அரசாட்சியாரிடம் ஒப்பித்து விடவேண்டியது. களவாய் அபகரிப்பவர்களுக்குக் கொடுந் தண்டனையும் விதித்து யானையும் பறிமுதலாகும். இக்களவைக் காட்டிக் கொடுப்பவர்களுக்கு யானை விலையிற் பாதி பரிசாகக் கொடுக்கப்படும். வன்னியர்களும் யானைத்திறை கொடுத்துத் தங்கள் பிரிவுகளை ஆண்டு வந்தார்கள். ஆனால் அவர்கள் அத்திறையை முறையாகக் கொடுப்பது அரிது. யானைகள்

கி. பி. 1645ம் ௵ ஆனிமீ 26௳ உடுப்பிட்டித் தனக்காரர், தங்கள் காணிகள் நிலங்களுக்குக் கொடுக்க வேண்டிய வரிகளுக்காக, வருடா வருடம் இரண்டு கொம்பன் யானைகள் அல்லது நான்கு கொம்பில்லா

யானைகள் கொடுப்பதாகப் பொருந்திக் கொண்டனர். கொம்பன் யானை கொடாது போனால் யானையொன்றுக்கு 100 பர்தாங்கு வீதம் கொடுக்கவேண்டியிருந்ததால் அரசாட்சியாருக்கு வருவாய் அதிகரித்தது.

முள்ளியவளைச் சனங்களுமப்படியே பொருந்திக் கொண்டனர். வேளாளர் யானைபிடிக்குந் தொழிலைக் கைக்கொண்டிராததால் அவர்கள் சங்கத்தார் வயலில் இருந்த கரையார விதானைக்குச் செலவு கொடுத்துப் பிடிப்பித்தார்கள்.

இறையாகவும் வரியாகவும் வரவேண்டிய யானைகள் கிடைத்தபின், மேற்கொண்டு பிடிபட்டிருக்கும் யானைகளை அரசாட்சியாரே விலைகொடுத்து வாங்குவர். அனேகம் யானைகள் வசப்படுத்திப்பழக்குமுன் கொடு பட்டதால், பெற்ற சில நாளையில் இறந்து போவதைக் கருதி, முகாவில்என்னு மிடத்திலே யானைக் கொட்டிலொன்று கட்டி, கரையாரவிதானையிடத்தில் 6 பழகிய யானைகள் ஒப்புக்கொடுத்துப், பிடிபட்ட யானைகளைப் பழக்கவும், கொட்டிலில் எட்டு நாட்கள்வரை தங்கிய பின்னரே அரசாட்சியாருக்குக் கொடுபடவேண்டு மென்றுங் கட்டளையிடப்பட்டன. பழகியயானைகள் வேட்டையிலுதவுவதற்கும், புதுயானைகளைப்பழக்கவும் அவைகளைத் தண்ணீருக்குக் கொண்டுபோகவும், பட்டினத்துக்குக் கொண்டுவரவும் உபயோகப்பட்டன.

தூதனவரிகள்

தமிழரசர்காலத்தில் அரசனுடைய உத்தரவில்லாமலும், தகுதிப்படி 3, 4, சக்கரம் வரிகொடாமலும் ஒருவரும் பிணத்தைத்தகனஞ்செய்யக் கூடாது. யாழ்ப்பாணம் பறங்கியர் ஆட்சிக்குள்வந்த பின் அவர்கள் பிணங்களைத்தகனஞ் செய்ய இடங்கொடாது புதைப்பித்ததால், இவ்வரி மாணதானமாக அறவிடப்பட்டது. அதுபோலவே கலியாணவரியாகப் பண்டாரத்திற்குக் கொடுக்கப்பட்ட ஒரு சக்கரம் விவாகப் பிரசித்தஞ்செய்வதற்காக எடுக்கப்பட்டது.

வீதஜம்

ஒருவனுடைய நன்மதிப்புக்கருதி, எக்காரணத்தாலோ, அவனுடைய சீவியகாலம் வரையில் அனுபவிக்கும்படி அரசால் கொடுக்கப்படும் காணிப்பரிசு, வீதஜம் எனப்படும். பரிசுபெற்றவன் இறந்தபின் அவனுடைய உரிமைக்காரன், அப்பரிசுக்காணியின் அரைவிலைகொடுத்து அரசனிடமிருந்து உரிமைச் சீட்டுப்பெற்றுக்கொள்ளலாம். பறங்கியரும் அப்படியே செய்துவந்தனர்.

வரி அறவிடுதல்

வரி அறவிடுந்தொழில் இறைசுவர்களுக்கும் அதிகார உத்தியோகருக்குமுடையது. அவர்கள் சனங்களுக்குமிகவுங் கொடுமைசெய்ததுமன்றி ஒரு வருடத்தில் அறவிட்டதொகையை முந்தியவருடத்து நிலுவைக்காகக் கட்டியும்வந்தார்கள். வலிகாமத்திற்கு ஒருவரே இறைசுவராகவும் அதிகாரமாகவும் இருந்தனர். அதிகார உத்தியோகத்திற்குச் சம்பளமும், இறைசுவர் உத்தியோகத்திற்கு அறவிட்ட பணத்தில் 1% வீதமும் பெற்றனர். காரைதீவும் தண்ணித்தீவென அழைக்கப்பட்ட ஊராத்துறையும் அதனையடுத்ததீவுகளும் வலிகாமத்துடன் சேர்ந்திருந்தன. எல்லாவிவரங்களையுங் கொண்டபட்டோலையொன்று இறைசுவர் கையிலிருந்தது. தென்மராட்சியுமப்படியே. வடமராட்சியும் பச்சிலைப்பள்ளியும் ஒரு இறைசுவருக்குக்கீழிருந்தன.

டோன்பட்டம்

பறங்கிகள் 'டோன்' 'தொம்' என்னும் பட்டங்களை நூறு இறைசாலுக்குக் குறையாமல் விற்றுப் பணமீட்டினர். பணமீந்தவன் நாமம்வரையப்பட்ட வெள்ளித்தகடொன்றைத், தேசாதிபதி, அவனைமுழந்தாளில் நிற்கவைத்து, அவன்நெற்றியிற்கட்டி, அவன் பெயருடன் அப்பட்டத்தை முதலில்வைத்து உச்சரித்து, அவனை 'எழும்புக' வென்று சொல்வது வழக்கம். குறிக்கப்பட்ட தொகையை எவ்விதத்திலேனும் சம்

பாதித்துக்கொடுத்துப், பட்டம்பெறும் விருப்பம் சுதேசிகள் எல்லாரிடத்து மிருந்தமையால், அரசாட்சியாருக்கு இஃதொரு பெரும் பணவருவாயூற்றாகவிருந்தது. பறங்கிப்பெயருடன் 'டொன்' என்னும் பட்டத்தையுஞ் சேர்த்துப் பெருமையுடன் அழைக்கும் வழக்கம் இன்றுஞ் சிங்களவருக்குள் நடைபெறுகின்றது.

அரசிறை வருமானம் யாழ்ப்பாண அரசியலில் இருந்து 1645-ம் வருடம் பறங்கியர் பெற்ற அரசிறைவருமானம் பின்வருமாறு கிடைத்திருக்கிறது.

	பர்தாங்கு	சக்கரம்	மா			
யாழ்ப்பாணம்						
முடிக்குரிய காணிகளின்வரி	1380	1	6½			
குத்தகைகள்	8156	0	0			
வலிகாமம்	9637	2	13			
தென்மராட்சி	3491	1	5			
வடமராட்சி	2453	1	13			
பச்சிலைப்பள்ளி	2421	1	12½			
வன்னி	302	0	17½			
காணிகளின்வரித் தொகை				28,341	4	12½
கழிவு-பறங்கிகளுக்குக்கொடுத்தகாணிகள்				2,171	1	8½
மிகுதி.				26,170	3	4
வன்னியரின் 37 யானைகள் ஒன்று 250 பர்தாங்காக				9,250	0	0
				35,420	3	04
முழுச்செலவு				12,763	1	10
ஆதாயம்				22,657	1	14
மன்னார்						
நிலவரிமுதலிய	5,599	3	00			
முத்துக்குளிப்பு	6,000	0	0			
30யானைகள்	7,500	0	0			
தொகை	19,099	3	0			
செலவு	3,906	6	0			
மிகுதி				16,192	7	0
				38,850	3	14

=77,700 இலங்கைசெருபிம் முழு ஆதாயமாகும்.

முத்துக் குளிப்பு

முத்துக்குளிக்குமுன் வீதோர் (Vedor) உடைய கட்டளைப்படி, பரவருடைய பட்டங்கட்டிகள் இரண்டு தோணிகளுடனும் கரையாரத் தலைவன் இரண்டு தோணிகளுடனும், பாக்றருங் காரியதரிசியுஞ் சேர்ந்து, புரட்டாசி மாசத்தில் சலாபம் சென்று சிப்பிப் பார்களைப் பரிசோதித்துக் குளிக்கவேண்டிய இடங்களில் மிதப்புகள் அமைத்து, விடுதிவீடுகள் கட்டவுங் கோயில்கட்டவும் இடங்களை நியமிப்பார்கள். அடுத்த பங்குனி மாசத்தில் குளிப்புத் தொடங்குமெனப் பிரசித்தஞ் செய்யப்படும். மன்னார்க் கப்பித்தான் மேஜர் தேவையான கட்டிடங்களைக் கட்டுவிப்பான். சச்சரவு உண்டாகாதபடி, ஒவ்வொரு சாதியாருக்கும் உத்தியோகருக்கும் வெவ்வேறு கட்டிடங்கள் அமைக்கப்படும். பங்குனி மாசத் தொடக்கத்திலே குளிப்பை நடத்துவிக்கும் வீதோரும் மறு உத்தியோகரும் அவ்விடஞ்சென்று, குளிக்கும் நாளைப் பட்டங்கட்டிகளுக்கு அறிவிப்பார்கள். குறிக்கப்பட்ட நாளில் தோணித் தண்டல்கள் வீதோர் முன் போய்த் தத்தம் தோணிகளிலிருந்து குளிப்போரின் பெயர்களையும் மதத்தையும் பதிவிக்கவேண்டும். அன்றியும் வேறுதோணிகளாகுதல் குளிகாராகுதல் இல்லையென்று உறுதிமொழி கொடுத்தலும் வேண்டும். இவ்விவரங்கள் பதிந்த புத்தகத்திலிருந்தே "இராணியின் சப்பாத்துச்செலவு" என்னும் வரியும், தோணிக்காரருங் குளிகாரருங் கொடுக்கவேண்டிய பரிசுப் பணமும், இந்துக்களும் முஸ்லீம்களும் கொடுக்க வேண்டிய தண்டப்பணமுங் கணிக்கப்படும். இவ்விரு வகையாரும் பிறசமயத்தவராதலால் இத்தண்டம் அவர்களுக்கு ஏற்பட்டது.

சிப்பி கொள்ளவருஞ் செட்டிகளும் வியாபாரிகளும் அவரவர் மதிப்புக்குத்தக நியமிக்கப்பட்ட

தொகையை வீதோரிடங்கட்டிச் சீட்டுப் பெறவேண்டும். சீட்டிற் கண்ட தொகைவரைக்கும் ஏலத்தில் சிப்பிகொள்ளலாம். முத்துக்குளிப்பு குத்தகையாய் விற்பதில்லை. கடைவாடகையுஞ், சப்பாவரியுங், குளிப்புக்குப்பின் அவ்விடத்தில் மணல் கொழிக்கும் உரிமையுங் குத்தகையாய் விற்கப்படும். தோணித்தண்டல்கள் ஒவ்வொரு முஸ்லீங் குளிகாரனுக்காக 5 பதக்கும், இந்து மதக் குளிகாரனுக்காக $2\frac{1}{2}$ பதக்கும் அரசாட்சியாருக்குத் தண்டமாகக் கொடுத்தல் வேண்டும். அவ்வரியுங் குத்தகையாய் விற்கப்பட்டது. கீழக்கரைக் குளிகாரர் ஒவ்வொருவருந் தங்கள் பங்கிலிருந்து நான்கு முத்துக்கள் மன்னார்க்கப்பித்தானுக்கு இனமாகக் கொடுக்கும் வழக்கம் இருந்தது. இதைப்போன்ற முறைகேடான அனேக இறைவரிகளினல் தண்டல்களுங் குளிகாரரும் மிடியடைந்து நொந்தனர். பலமுறைகளில் தண்டல்களுக்குத் தங்கள் தங்கள் தோணிகளை விற்கும்படி நேரிட்டன. அதனல் தோணிகளுங் குளிகாரரும் அருகி அருகிக் குறைந்தனர். முஸ்லீம்களும் இந்துக்களும் வாரொழிந்தனர்.

– கி. பி. 1645-ம் வருடத்தில் நடந்த முத்துக்குளிப்புக்காலத்தில் கொளும்பிலிருந்து கோவைக்கு இராசப் பிரதிநிதியாய்ச் சென்ற மஸ்கறிஞ்ஞா (Don Philipe Mascarenhas) ஏறிச் சென்ற கலம் காற்றுலொதுக்குண்டு தற்செயலாய்ச் சலாபக்கரை சேரநேர்ந்தது. அப்போது அங்கு நடந்த முத்துக்குளிப்புமுறைகளையுங் குறைகளையுங் கவனித்து, மஸ்கறிஞ்ஞா திருத்தியமைத்த பிரமாணங்கள் ஒருவழியில் நன்மைபயப்பதாயிற்று. அவ்வாறே யாழ்ப்பாணஞ் சென்றும், அங்கு சிலபிரமாணங்களைத் திருத்தஞ் செய்துவைத்தான். முத்துக்குளிப்புப் பிரமாணத்தை

1645-ம்வரு ஜுலைமீ 18 ந்தேதி வெளிப்படுத்திவிட்டு, அங்கு நின்றுங் கோவைசென்றான்.

பின்பு இக்கட்டளைப்படியே சலாபம் நடைபெற் றது. இக்கட்டளைப்படி தோணிக்காரர் கொடுக்கும் பரிசு 6000 பதக்கும், 'இராணியின் சப்பாத்து' வரி 400 பதக்கென்றும் (இவ்வரிகுளிப்புக்கரையோரத்தி லிருக்கும் கிறீஸ்தபிள்ளைகள் படிப்பதற்கு விடப்பட் டது) முஸ்லீம்கள் இந்துக்களாகிய இருவரிடமும்முன் சொல்லியதண்டவரி யறவிடலாமென்றும், மன்னார்க் கப்பித்தானுக்கு 300 பர்தாங்குக்கு மேற்படாமல் ஒரு குளிப்பில் சிப்பிகள் கொடுக்கவேண்டுமென்றும், வீ தோருக்கு 200 பர்தாங்கும், பாடிவீட்டுக் கப்பித்தா னுக்கு 150ம், பாக்றருக்கு 50ம், அவனுடையகா ரியதரிசிக்கு 30ம், மார்க்கவூழியஞ் செய்வோருக்கு 100ம் ஆகிய பதக்குகள் கொடுக்க வேண்டுமென்றும் இருந்தன. குளிகாரரால் பட்டங்கட்டிகளுக்கும், கணக்கப்பிள்ளைகளுக்கும், துவிபாஷிகருக்கும் கொ டுத்துவந்தவை தடைப்படவில்லை. மறுசெலவுகளுக் கும் 300 பதக்கு விடப்பட்டன. மேலே சொல்லப் பட்ட பிரமாணங்களில் குறைதல் கூடுதல் நிகழ வேண்டுமாயின், கோவை இராசப் பிரதிநிதியின் உத்தரவு பெறவேண்டும்.

தமிழரசர் காலத்திலேயுள்ள தேசவழமைப்படி யே பறங்கிகளும் நீதி செலுத்தி வந்தது மன்றிச் சுதந்தர சுவிகாரமுறைகளையுஞ் சனங்கள் கைக்கொள் ளும்படி செய்துவந்தனர். தமிழரசர் காலத்தில் தத் தம் முன்னோருக்குச் சுதந்தரமில்லை. பிற்சந்ததிவழிக் குத்தான் உரிமையுண்டு. அதுவும் ஆண்களுக்குத் தான். பெண்களுக்கு சீதனம் மாத்திரமே உண்டு. சிறைப்பட்டோருக்குச் சுதந்தரமில்லை. சிறைவிமோ சனமானபின், பிதா உயிருடனிருந்து வீட்டிலுள்ள

சுதந்தரமும் சுவிகாரமும்

அசைவுள்ள பொருள் பங்குபிரித்தால், பங்குகிடைக்கும். பிதாவின் அசைவற்ற பொருளிற் பங்கில்லை. மாதாவுக்குப்பின் மாதாவழிப் பொருள்களில் உரித்துண்டு. ஆண்பிள்ளைகளில்லாவிடத்தும், மஞ்சணீர்ச் சுவிகாரமில்லாத விடத்தும், ஆண்சகோதரவழிக்கே உரிமைசேரும். சுவிகாரஞ் செய்வதேயானல் அன்னியர் பிள்ளைகளுக்குச் சுவிகார உரிமையில்லை. சகோதரன் சகோதரிபிள்ளைக்கே மஞ்சணீர்ச் சுவிகார உரிமையுண்டு. சகோதரிபிள்ளைக்கானல், மறுஉரிமைக்காரரின் உத்தரவுடன் செய்யவேண்டும். சகோதரன் பிள்ளைக்கு அவ்வித உத்தரவு வேண்டியதில்லை. பிள்ளையில்லாதிறந்தவன் வேளாளனானல் அல்லது பரதேசியாயிருந்தால், உரிமைக்காரன், அதிகாரத்துக்கு அல்லது இறைசுவருக்கு ஒருசக்கரவேதனங் கொடுத்து உரிமை உத்தரவுச்சீட்டுப் பெறவேண்டியது. உரிமைப்பொருள் பண்டாரத்துக்கு, அஃதாவது, அரசாட்சியாருக்குப் போய்விட்டால், உரிமைக்காரன் உரிமையை நிரூபித்தபின், பண்டாரத்துக்கு மறுளை வரிகொடுத்து, அரசனிடமிருந்து உத்தரவு பெறவேண்டியது. நியாயமான உரிமைக்காரன் உண்டேல் அரசனுடைய உத்தரவின்றிப் பிறவிடத்தில் மஞ்சணீர்ச் சுவிகாரஞ் செய்யலாகாது.

வன்னியும் வன்னியரும் பறங்கியர் அரசாட்சிக்குட்பட்ட தேசத்தில் வன்னிநாடு இருந்தாலும், வன்னியர் ஒருகாலத்திலும் அவ்வரசாட்சிக்குக் கீழ்ப்பட்டிருந்தாரல்லர். அவர்கள், பல்முறையும், கடற்கரைப் பட்டினங்களிலும், யாழ்ப்பாணக் கிராமங்களிலும் நுழைந்து கொள்ளையடித்துச் சூறையாடிப்போவர். ஆகையினல் யானையிறவுக்கடற்கரையிலே 'பைல்' (Pyl) 'பெஸ்சூற்றர்' (Beschuter) என்னுமிரண்டிடங்களில், பறங்கியர் கோட்டைகள் கட்டி, யானையிறவுக் கோயிற் சுவரிலே, பீரங்கி, துப்பாக்கிகள் வைத்துச் சுடுவதற்

குத் துவாரங்களுமிட்டுவைத்திருந்தனர். கிழக்குக் கரையோரமாகவும், மேற்குக்கரையோரமாகவும் இருந்த ஊர்கள், பறங்கிப்பட்டாளங்கள், பலமுறைகளில், திருக்கோணமலைக்கும் மன்னூருக்கும் அப்பாதைகள் மார்க்கமாகப் போய்வந்தபடியால், குடிசனமற்ற பாழ்நிலமாயிருந்தன. வன்னிநாட்டிலுள்ள குளங்கள் ஆண்டுகடோறுங் கட்டுகள் உடைந்துவர, அவைகளைத்திருத்திக் கட்டுவோரின்மையால் வேளாண்மையுங் குறைந்து வந்தது. காட்டுக்காய்ச்சலு மக்காலத்திற்றான் வன்னிநாட்டிற் காலூன்றத் தொடங்கியது. ஒருகாலத்திலே செழிப்புஞ் செல்வமும் பெற்று உன்னத நிலையிலிருந்த வன்னிநாடு, காட்டுக்காய்ச்சலின் உக்கிரத்தைத் தடைபண்ண வேண்டிய முயற்சிகளில் அரசினர் தலையிடாதபடியால், இப்போது மனிதசஞ்சாரமற்ற வனாந்தரமாகி யாழ்ப்பாணவளனை யோங்கவிடாது சீர்கெடச் செய்யும் ஓர் உதிரமற்ற உடலாகக் கிடக்கின்றது. வன்னிக் குளங்கள் காட்டுக் காய்ச்சல்

வன்னிநாடு, பெருங்களிப்பற்று, பனங்காமம், கருநாவற்பற்று, முள்ளியவளை, தென்னமரவாடியென ஐந்து பிரிவுகளாகப் பிரிக்கப்பட்டு, ஒவ்வொரு பிரிவும் ஒவ்வோர் வன்னியனாட்சிக்குள்ளாய் இருந்தது. வன்னிப்பிரிவுகள்

நாற்பது வருடங்கள் மட்டுங் கொடுங்கோலோச்சிய பறங்கிகளின் பழக்க வழக்கங்களும் அவர்கள் பாஷையும் யாழ்ப்பாணத்தில் வேரூன்றி நிற்பது மிகவுமிறும்பூது விளைக்குஞ் சரிதமாகும். ஆடவரும் பெண்களும் இவர்கள் உடைகளைப் பின்பற்றியதோடு, சிங்களம் தமிழ் என்னுமிரு பாஷைகளிலும், இவர்கள் பாஷைச்சொற்கள் கலந்து பாவிக்கப்பட்டும் வருகின்றன. பறங்கியரின்பின் 148 வருடங்களாக அரசாண்ட ஒல்லாந்தரின் பாஷைச் சொற்கள் இந்நாட்டு மொழிகளிற் கலவாதிருத்தலை நோக்குங்கால், அது பறங்கியர் பழக்கவழக்கங்களும்பாஷையும்

பெரிதும் ஆச்சரியமானதொன்றும். ஒல்லாந்தரும் வரம்பிகந்து வழுவுற்ற பறங்கிப் பாஷையையே பேசி வந்தனர். சட்டை, களிசான், அங்கிறுக்கா முதலிய உடைச்சொற்களும், கதிரை, மேசை, வாங்கு, கவுச்சி, அலவாங்கு, அலுமாரி, கோப்பை, பீங்கான், கரத்தை, பேனை, கடதாசி, கவுத்தோர் முதலிய நானாந்த உபயோகப் பொருள்களைக் குறிக்குஞ் சொற்களும், மேஸ்திரி, அமிறுல், கப்பித்தான் முதலிய உத்தியோகச் சொற்களும், இன்னுமனேக குறிப்புச் சொற்களும், தமிழ்மொழிச் சொற்களாக எண்ணப்பட்டு உபயோகிக்கப்படுகின்றன. சிதாரி, பறங்கித்தெருவென்னுமிடப்பெயர்களும் பறங்கிகளையே நினைப்பூட்டுகின்றன.

பெயர்களும் வழக்கங்களும்

பறங்கிகளிட்ட சில்வா, பர்ணாந்து, சொயிசா, பீரிஸ், பின்ரோ, மச்சாடு, சேவியர், மனுவேல், அந்திருது முதலிய பெயர்களும், நெற்றியிற் குரிசுக் குறிபோடுதல், மாடுகளுக்குக் குரிசுக்குறி சுடுதல், கோயில்களில் அதிர்வெடிதீருதல் முதலிய வழக்கங்களும் சிங்களர் தமிழராகிய இருவருள்ளும் இன்றும் நடமாடிவருகின்றன.

பறங்கியரின்போராசையுங்கொடுங்கோன்மையும்

ஐரோப்பிய தேசத்தினர் கீழைத்தேசங்களில் நடாத்திய அரசாட்சியைக் கவனிக்கும் பொழுது, அவர்களுள் போர்த்துக்கேயர் சமய அபிமானத்திலும் பார்க்கப் பொருள் வாஞ்சையினால் செய்த கொடுஞ் செயல்களும் வன்கண்மையும் குன்றின் மேலிட்ட தீபம்போற் பிரகாசிக்கக் காணலாம். வியாபார நோக்கமாக மறுதேசங்களைத் தேடிக்கண்ட பெருமையும், போன போன இடங்களில் எல்லாம் இலகுவிற் கிடைத்த வெற்றியும், அதனாலெய்திய செருக்குமே அவர்களை அவ்வாறு நடக்கத் தூண்டியனதாகும். அவர்கள் புரிந்த கொடுங்கோன்மையும் குரூரச்செயல்களும் அவர்கள்சாதிச் சரித்திராசிரியர்களே எழுதிப்போந்த நூல்களில் பரக்கக்காணலாம்.

ஆறும் அதிகாரம்

ஒல்லாந்தர் காலம்

கி. பி. 1595-ம் வருடந் தொடக்கம் ஒல்லாந்த தேசக் கப்பல்கள் கீழைத் தேசங்களுக்கு வியாபார நோக்கமாக வந்தன. தொடக்கத்தில், யாவா, மொலூக்கஸ், சீனம் முதலிய தேசங்களில் ஒல்லாந்தர் வியாபாரம் பண்ணினர். கி. பி. 1602-ம் வருடம் மேய் மாதம் 30ந்திகதி ஸ்பில்பேர்க் (Spilberg) என்னும் ஒல்லாந்த கப்பற்றளகத்தன் மட்டக்களப்புக்குச் சென்று, அங்கிருந்த வன்னிய சிற்றரசன் உதவி பெற்றுக், கண்டியரசனை விமலதர்மனைக் கண்டான். அரசனும் அவனை மரியாதையுடனும் உவகையுடனும் வரவேற்று, முகமனகூறி, ஒல்லாந்தர் உதவிகொண்டு பறங்கியர்களை இலங்கையிலிருந்தும் அகற்றலாம் என நினைத்து, அவ்வொல்லாந்தருடன் வியாபாரஞ் செய்வதற்கு உடன்பட்டதோடமையாது, அவர்கள் விரும்பிய விடங்கடோறும் கோட்டைகள் கட்டுவதற்கும் இணங்கினன். அடுத்தவருடம் ஸ்பில்பேர்க் தனக்குப் பதிலாக விட்டுப் போன கப்பித்தான் ஒருவன், மட்டக்களப்புக்கு விஜயஞ் செய்திருந்த வரசனை அவமரியாதையாக நடத்தினன் என்னுங் குற்றத்துக்காகக் கொல்லப்பட்டான். அதன்பின் சிலவாண்டுகளாக ஒல்லாந்தர் இலங்கைக்கு வாராதொழிந்தனர்.

ஒல்லாந்தர் வருகை

அப்பால் 1609ல், ஒல்லாந்த வரசன், மார்செல்லஸ் தே பொஸ்கூவர் (Marcellus de Boscover) என்னுந் தானைபதியைக் கண்டிக்கனுப்பி, இனிமேல் கண்டியரசி

கண்டியரசனுடன் ஒல்லாந்தர் உடன்படிக்கை

ஒல்லாந்தருடன் மாத்திரம் வியாபாரஞ் செய்ய வேண்டுமெனவும்,† தாங்கள் தேவையான கோட்டைகள் கட்ட இடங்கொடுக்க வேண்டுமெனவும், அவற்றிற்குப் பிரதியுபகாரமாகக் கண்டியரசி பறங்கிகளுடன் பகைத்துப் போர் விளைக்க நேரிடின் தாம் படையனுப்பி உதவி செய்வதாகவும், கண்டியரசியாகிய டோனு கத்தறினுவுடனும் அவள் புருஷனுகிய சேனறத் தென்பவனுடனும், பறங்கிகளுக்கு விரோதமாக, ஒரு சமாதான உடன்படிக்கையைச் செய்வித்துக்கொண்டான்.

பாளுகம வன்னியன் கதி

கி. பி. 1612ல் ஒல்லாந்தர் கொட்டியாரத்திற் கட்டிய கோட்டையைப் பறங்கியர் பிடித்துக் கொண்டு, பாளுகமத்திலிருந்த வன்னிய சிற்றரசனுடன் ஓர் உடன்படிக்கையுஞ் செய்துகொண்டனர். இதையறிந்த கண்டியரசன், 1613ல் வன்னியசிற்றரசனைத் தன்னிடத் தழைப்பித்து உடன்படிக்கையின் இரகசியத்தை விசாரித்து, அவனைச் சிரச்சேதஞ் செய்வித்து, அவனுடன் சேர்ந்தவர்களை யானையினுல் மிதிப்பித்து, அவ்வன்னியன் பொருள்களையும் நிலங்களையும் அபகரித்துக் கொண்டான். அக்காலத்தில், நவசர் (நமசிவாயம்) என்னும் யாழ்ப்பாணத்தரசன் பிரதிநிதி கண்டியரசன் சபையிலிருந்ததாக அறியக் கிடக்கின்றது.

ஒல்லாந்தர் கட்டியகோட்டைகள்

கி. பி. 1622ல், திருக்கோணமலையில் ஒரு கோட்டையும், 1627ல் மட்டக்களப்பில் ஒரு கோட்டையும் ஒல்லாந்தர் கட்டினர்.

இராசசிங்கனும் ஒல்லாந்தரும்

கி. பி. 1630ல் சேனறத் அரசன் மகனுகிய இராசசிங்கனுடன் பறங்கிகள் போர் செய்து தோல்வியுற்ற

† எவர்களும் வியாபாரப் பொருள்களை அரசனிடங் கொடுத்து விலை பெற்றுக் கொளளவேண்டும். அரசனே வியாபாரஞ் செய்வன்: பிறர் செய்யக்கூடாது. இது அக்கால வழக்கு.

னர். 1632ல் செனறத் தாசன் இறக்க, அவன் மகன் இராசசிங்கன் அரசனானவுடன், அவன் வத்தாவியாவிலும் (Batevia) பழையக் காட்டிலும் (Pulicat) இருந்த ஒல்லாந்தருக்குத் தூதனுப்பி, அவர்களுதவியைக் கேட்டனன். ஒல்லாந்தர் கண்டியரசன் வேண்டுகோளுக்கிசைந்து, கி. பி. 1638ல், சில கப்பல்களுடன் வெஸ்றர் வோல்ட் (Westerwold) என்னுங் கப்பற்றளபதியை அனுப்பினார்கள். அத்தளபதி தன் போர்க் கப்பல்களுடன் இலங்கை சேர்ந்து, மட்டக்களப்புக் கோட்டையைப் பிடித்துக்கொண்டு, பறங்கிகளுடன் யுத்தம்நிகழின் அதற்குத் தாம் படையனுப்பியும், யுத்தஞ்செய்தும், உண்டாகும் செலவைக் கண்டியரசன் பொறுத்துக் கொள்ள வேண்டுமென, அவ்வரசனுடன் ஒரு பொருத்தஞ் செய்து கொண்டான்.

செய்துகொண்டு, ஒல்லாந்தருங் கண்டியரசனுங் கூடி, கி, பி. 1639ல் நீர்கொழும்பு, காலி, மாத்துறைக் கோட்டைகளையும் தம்வசமாக்கினர். அவ்வருடத்திலேயே கொழும்பையும் பிடிக்கக் கூடிய வசதிகளிருந்தும், ஒல்லாந்தரின் அதிகாரம் மேம்பட்டு வருவதை யறிந்த இராசசிங்கன், தன்படைத் துணையையும் உதவியையும் நீக்கிக், கொழும்பு முற்றுகையைக்கைசோரவிட்டான். பிடித்த கோட்டைகளைக் கண்டி யரசனை எய்த்து ஒல்லாந்தர் கைப்பற்றினர். கோட்டைகளைக்கைப்பற்றுதல்

கி. பி. 1646ல் ஒல்லாந்தரும் போர்த்துக்கேயரும் இணங்கிப், பத்துவருட சமாதான உடன்படிக்கையொன்றைச் செய்து கொண்டு, அதற்கமையத் தாந்தாங்கைப்பற்றிய கோட்டைகளை ஆட்சிபுரிந்து வந்தனர். இதை யறிந்த இராசசிங்கன் தன்னாற் செய்யக்கூடிய இடுக்கண்களை அவ்விரு திறத்தாருக்கும் இயற்றிவந்தான். ஒல்லாந்தர் அவற்றை பத்துவருட உடன்படிக்கை

யெல்லாஞ்சகித்து, தாம் கண்டியரசனுக்கு அடங்கியவர்களாகவும், அவனுக்கு உதவிசெய்பவர் களாகவும் காட்டி நடித்து வந்தார்கள்.

ஒல்லாந்தர் கொளும்பைக் கைப்பற்றல்

கி. பி. 1652ல் போர்த்துக்கேயருக்கும் ஒல்லாந்தருக்கும் போர்மூண்டது. 1656ல் ஒல்லாந்தர் இராசசிங்கனுடன் இணங்கி அவன் உதவிகொண்டு, களுத்துறையையுங் கொளும்பையுங் கைப்பற்றினர். அதன்பின் அவனுடன் விரோதமுற்று இரண்டு வருடங்களாக வாளாவிருந்தனர்.

மன்னாரைக் கைப்பற்றல்

கி. பி. 1658ம் ௵ பெப்ருவரி மாசத்தில் றைக்லொவ் வன் ஹூன்ஸ் (Ryklof Van Goens) என்னும் ஒல்லாந்த தளபதி ஒன்பது கப்பல்களோடும் வேறு பலதோணிகளோடும் 1500 பேர்களைக்கொண்ட படையோடும் மன்னார் சென்று, அங்கு ஆயத்தமாய் நின்ற பறங்கிக் கப்பல்களைச் சாடி, சிலவற்றை நீரிலமிழ்த்தியும், சிலவற்றைக் கைப்பற்றிக் கொண்டுங் கரையிலிறங்கினன். பறங்கியர் கரையிலே அகழ் தோண்டி அவற்றின் மறைவில் நின்று, ஒல்லாந்தரை இறங்கவொட்டாது தடுத்தனர். ஒல்லாந்தர் குண்டு மாரி பெய்து, அம்மாரி மறைப்பால் பறங்கிகள் காணுவாறு கரையிலிறங்கி, அவர்களைச் சிதறவடித்து வெற்றிகொண்டனர். யாழ்ப்பாணத்துப் பறங்கிக் கப்பித்தான் மேஜராகிய அந்தோனியோ அமிறல் தே மென்ஸேசும் (Antonio Amiral de Menzes) அன்று அப் போரில் மடிந்தான். தோற்ற பறங்கிகள் யாழ்ப்பாணத்தை நோக்கி ஓடி, அச்சமயம் பெய்த மழையின் உதவியால் ஒல்லாந்தருக் ககப்படாது தப்பினர். ஒல்லாந்தர் கோட்டைக்கு முற்றுகை போட்டு நாலு நாட்களாகக் குண்டுமாரி பெய்தனர். நாலாம் நாளாகிய பெப்ருவரி மீ 22ந்உ, பறங்கிகள் சமாதானம் பேசி, யுத்தமரியாதையுடன் வெளிவந்து,

ஒல்லாந்தருக்குத் தம்மை ஒப்புக்கொடுத்தனர். ஒல்லாந்தர் கோட்டையைக் கைப்பற்றி, சில மாக்கலங்களை முத்துச்சிப்பிப் பார்களுக்குக் காவலாகவைத்து, அடுத்த மார்ச்சு மாசத்தில், தம்படைகளுடன் மாதோட்டம் வழியாக யாழ்ப்பாணத்திற்குப் போனார்கள்.

பூநகரியைச் சேர்ந்து, சாவகச்சேரிக் கரையை அடைவதற்கு அவர்கள் பட்டஇன்னலோ வதிகம். பறங்கிகள் இவர்கள் வரவை யறிந்து யானையிறவில் காத்திருந்தார்கள். இவர்கள் யாதொரு தடையுமின்றி சாவகச்சேரிக் கரை சேர்ந்தனர். அவ்வேளையில், பறங்கிப்பெண் ணொருத்தியைத் தனக்கு மணம் முடித்துக் கொடுக்கவில்லையெனப் பறங்கிகளுடன் முன்னரே பிணங்கியிருந்த வன்னியன் ஒருவன் துணையும் ஒல்லாந்தருக்ககப்பட்டது. பூநகரிக்கடலைக்கடத்தல்

சாவகச்சேரி வாசிகள் ஒல்லாந்தரை உபசரித்து வேண்டிய உணவுப் பண்டங்களை உதவினர். மார்ச்சு மாசம் 3ந்வ இரவு நாவற்குளியிற்றங்கி, மறுநாள் உப்பாற்றைக் கடந்து சுண்டிக்குளிக் கோயிலுக்கு முன்பாக வரும்போது, அங்கெதிரிட்ட பறங்கிப் படையைச் சந்தித்து, அவருடன் சமராடினர். சமரில் பறங்கிகள் தோற்றுக் கோட்டைக்குள்ளோடி ஒளித்துக்கொண்டனர். ஒல்லாந்தர் அன்றிரவு அவ்விடத்தே தங்கி, மறுநாள் தாம் சென்றவழி யெங்கணும் குண்டுமாரி சொரிந்து கொண்டு போய்க் கோட்டையைக் கிட்டினர். நகரிலுள்ள சனங்களும் பயந்து கோட்டைக்குள் புகுந்து நிறைந்தார்கள். ஒல்லாந்தர் கப்பல்களும் கோட்டைக்கு முன்பாகத் தோன்றின. அன்று அவ்விடத்துள்ள கிணற்று நீரைக் குடித்து முப்பது ஒல்லாந்தர் மரித்தனர். அக்கிணற்றிலே பறங்கிகள் நஞ்சு போட்டுவைத்தார்க

ஒல்லாந்தர் யாழ்ப்பாணக்கோட்டையை அடைதல்

கிணற்றில் நஞ்சு

ளெனஅறிந்து கோட்டையைப் பிடித்தபின், பறங்கிகள் எழுபதின்மரை அக்கிணற்று நீரைக் குடித்து இறக்கச் செய்த பின்னரே, ஒல்லாந்தர் அக்கிணற்றைத் தூர்த்தனர்.

கோட்டை முற்றுகை

மார்ச்சு மாசம் 9ந் உ பட்டணத்திலிருந்த யேசுசபைக் கல்லூரியுங் கோயிலும், 18ந் உ டொமினிக்கன்சபை ஆலயமும் மடமும் ஒல்லாந்தர் கைப்பட்டன. மார்ச்சுமாசம் 16ந் உ தொடக்கம் கோட்டை முற்றுகை யிடப்பட்டது. கோட்டைக்குள்ளிருப்போர் ஊராத்துறைக் கடல்மார்க்கமாய் உணவுப் பொருள்களை வருவித்துக்கொள்வதைக் கண்ட ஒல்லாந்தர், அந்தோனி அமிறல் தேமென்ஸேஸ் கட்டிய கடற்கோட்டையையும் அதற்கணித்தாயுள்ள தீவுகளையுங் கைப்பற்றாது, யாழ்ப்பாணக் கோட்டையைப் பிடிப்பது முடியாதெனக் கண்டு, முற்றுகையைச் சோர

கடற் கோட்டையைப் பிடித்தல்

விடாது, கடற்கோட்டையைத் தாக்கக் காரைதீவுக்கு ஒரு பட்டாளத்தை யனுப்பினர். அவ்விடத்திருந்து கடற்கோட்டையை ஒப்படைக்கும்படி கேட்கப், பறங்கிகள் துணிவுடன் மறுத்தனர். உடனே ஒல்லாந்தர் கரையிலிருந்து எவருங் கோட்டைக்குச் செல்லாதவாறு முற்றுகை போட்டுக், காரைதீவுக் கரையிலிருந்து கோட்டைக்கு எட்டாத பீரங்கிக்குண்டுகள் சொரிந்து கொண்டிருந்தனர். ஆனால் பதினைந்தாநாள், தண்ணீரின்மையால் நாவறண்டு துன்புற்றுக், கோட்டைக்குளிருந்த ஜெரோணிமோ தே பாய்வ (Jeronimo de Paiva) என்னும் பறங்கிக் கப்பித்தானுஞ் சேனையும் வெண்கொடி யுயர்த்தி, ஒல்லாந்தரிடம் சமாதானம் வேண்டினர். ஒல்லாந்தர் இணங்கிச், செரு வொழித்துக், கப்பித்தானையுங் குடும்பத்தையும் இந்தியாவுக்கனுப்பிவிட்டு, ஏப்பிறல் மாச நடுக்கூற்றில், அக்கோட்டையைத் தம்வசமாக்கினர்.

யாழ்ப்பாணக்கோட்டைபிடித்தல்

யாழ்ப்பாணக் கோட்டை முற்றுகைச் சமர மூன்று மாச காலமாக நடந்துவந்தது. அந்தோனியோ தே அமிறல் மன்னாரிலிறந்த பின்னர் அந்தோனியோ மெந்தெஸ் அறன்ஹா (Antonio Mendes Aranha) என்பவன் கப்பித்தான் மேஜராகிக் கோட்டையைக் காப்பாற்றிவந்தான். கோவையிலிருந்தாவது கொளும்பிலிருந்தாவது உதவிப்படை வருமென நம்பிக் கோட்டையைக் கைவிடாது சமர் செய்து கொண்டு, பறங்கிகள் பொறுத்திருந்தனர். ஆனால் கோவையிலிருந்துவந்த உதவிப்படையை ஒல்லாந்தர் தங்கப்பல்களைக்கொண்டு வராது தடுத்தனர். குண்டுகள் முற்றுஞ் செலவாகிவிடவே, இடுகாட்டில் புதைகுழிகளுக்கு மேலிருந்த கல்வெட்டுச் சிலைகளை உடைத்தும், கோயில்களிலிருந்த வெண்கலப்பாத்திரங்களைப் பொடிப்படுத்தியும், பீரங்கிளிற் போட்டுக் குண்டுகளாகப் பாவித்தனர். மூன்று மாசமுற்றுகையினால் தீன்பண்டங்கள் குறையவே, பசியும் பிணியுங் கோட்டைக்குள் நிறைந்தன. உள்ளிருந்த நாய்களும் பூனைகளும் ஆகாரமாயின. நோயாலுங் குண்டுக்காயங்களினாலும் இறந்த பறங்கிகள் 1600 பேர் என்ப. இனிமேல் தம்மால் முடியாதெனக் கண்ட பறங்கிகள், ஜூன்மீ 21-ந்உ, வெண்கொடி உயர்த்திச் சமாதானங்கேட்டனர். சமாதான உடன்படிக்கை செய்து, அதன்படி, யுத்தமுரசதிரப் பறங்கிகள் கொடிகளுடன் வெளிப்போந்து, ஒல்லாந்தருடைய கொடித்தம்பத்திற்குமுன் தங்கொடிகளைத் தாழ்த்தினர். கோட்டையிலிருந்து வெளிச்செல்வோர் தத்தம் உடைகளையும் உணவுப்பொருள்களையு மன்றி வேறொன்றினையும் எடுத்துச் செல்லப்படாதெனக் கட்டளையிடப்பட்டனர். கோட்டையுள்ளிருந்தோர் வெளிச்சென்று முடிய மூன்று நாட்கள் கழிந்தன. முதல் வெளிவந்த சேனையின் பின்னால் குருமார்முதலி

யோர் வந்தனர். இம்மியளவேனு மிரக்கமின்றி ஆண் பெண் என்னும் பேதம் பாராது, ஒல்லாந்தர், வெளிச் செல்வோர் ஒவ்வொருவருடைய உடைகளையுங் களைந்து சோதனை செய்தேவிட்டனர்.

கோட்டை நிலைமை

சனங்கள் வெளிப்போந்தபின்பு, கோட்டைக் குள், ஒருநாள் படை உத்தியோகத்தர் விரும்பியவற் றை எடுத்துக்கொள்ளவும், மறுநாள் படைவீரர் எஞ் சியவற்றை எடுத்துக்கொள்ளவுமாக விடப்பட்டனர். பிணநாற்றமும் ஊத்தையும் நிறைந்திருந்தபடியால், சிலநாட்களாக அவைகளைச் சுத்திசெய்த பின்னரே ஒல்லாந்தர் கோட்டைக்குள் நுழைய இடமுண்டா யிற்று. கோட்டையின் மதில்கள் உடைந்துஞ் சே தப்பட்டுங் கிடந்தபடியால், ஒல்லாந்தர் உடனே செய்ய வேண்டிய திருத்தங்களைச் செய்து, பின் நாட் செல்லச் செல்லக் கோட்டையைப்பருப்பித்துந் திருத் தியுங் கூட்டியும் அரண்படுத்தினர்.

பறங்கிகளை நடத்தின முறை

ஒல்லாந்தர் பறங்கிக் கன்னிகைகளையும் இளம் விதவைகளையுந் தமக்காக்கி, ஐரோப்பாவிற்குப் போகவிரும்பிய சிலரை மிருகங்களைப் பட்டியி லடைப்பதுபோல் கப்பல்களில் நிறைத்து அனுப் பினர்கள். சீதாரியிலிருந்த சில பறங்கிக்குடிகள் ஐரோப்பாநாடு செல்ல விரும்பாது ஒல்லாந்தரின் கீழ் உத்தியோகங்களில் அமர்ந்தனர்.

ஒல்லாந்தரின் ஆட்சிநோக்கம்

அன்றுதொடக்கம் கடற்கரையடுத்த நாடுகளிலும், கீழ்நாடு எனப்படுஞ் சிங்கள தேசத்திலும், ஒல்லா ந்தர்அதிகாரம் ஓங்கியது. தாமடைந்த வெற்றியின் பயனாக இயன்றவரை தனம் பெருக்கும் நோக்கமே பெரிது முடையராயினர். ஆனால், அவர்களின் அரசியலோ போர்த்துக்கேயரின் இரக்கமற்ற கடு ரமான அரசியலைப்போன்றதல்ல. போர்த்துக்கே யர் பிடிவாதமுள்ள மதாபிமானத்துடன் தங்கள்

சமய விருத்தியொன்றையே நாடி நின்றனர். ஒல்லாந்தர் வியாபாரத்திலும் அதன் விருத்தியிலுமே நோக்கங் கொண்டனர். போர்த்துக்கேயர் சுதேசமன்னருடன் ஆண்மைகொண்டு போர் புரிந்து, அவர்கள் மாட்டுத் தமக்குள்ள வைரத்தை நிறைவேற்ற வேண்டி, அதற்காக எவ்விதசெலவுகளையும் பொருட்படுத்தாது சமாடிவந்தனர். ஒல்லாந்தரோ தம் வியாபாரங் குன்றாது வளரவேண்டிக், கண்டியரசன் அக்கிரமத்தையும் இறுமாப்பையும் பொருட்படுத்தாது, தங் தானுபத்தியத் தலைவன் சிறைப்படினும், சிரச்சேதமுறினும், தாமனுப்பிய பரிசுப் பொருள்கள் ஏற்கப்படாதெறியப்படினும், மனவருத்தமின்றி முன்னையினும் மிகப்பணிவுடனும் பொறுதியுடனும் அமைந்து இன்மொழிகூறியே நடந்து வந்தனர்.

யாழ்ப்பாணம் ஒல்லாந்தர் கைப்பட்டுப் பலநாட்கள் கழியுமுன், ஒல்லாந்தரைக் கொன்று வேரறத் தொலைக்க வேண்டுமென்னுமோர் அந்தரங்க சூழ்ச்சி யாழ்ப்பாணத்தாரிட மிருப்பதாக மனுவேல் அந்திரேடா வென்னுஞ் சிங்கள முதலிகண்டு வெளிப்படுத்தினன். இச்சூழ்ச்சித் தலைவரான பதினைந்து பேர் கொலை செய்யப்பட்டனர். அவர்களுள் டொன்லூவிஸ் பூதத்தம்பியெனும் யாழ்ப்பாண முதலியாரும், அரச விரோதிகளல்லேமென விசுவாசசத்தியஞ் செய்து கொடுத்து யாழ்ப்பாணத்தில் வசித்த பறங்கிகள் ஐவரும், மன்னார்த் தலைவன் ஒருவனும், கல்தேரு (Caldera) வென்னுங் கத்தோலிக்க குருவும் இச் சதியாலோசனைக் கூட்டத்தலைவரா யிருந்தனர். பார்த்தோர் நடுங்கும்படியான மிகக்கொடூர வதைக்கு மூவர் ஆளாகினர். அவர்களைச் சிலுவைகளிற் பிணித்து, நெஞ்சுகளைப் பிளந்து ஈரல்களை ஈர்த்தெடுத்ததுமன்றி, அவ்வீரல்கள் அவர்கள் வாய்களிலுந் திணிக்கப்பட்டன. பின் அவர்கள் சிரங்கள் கொய்யப் சதியாலோசனையுந்துரோதண்டனையும்

பட்டுக் கடைவீதியில் வைக்கப்பட்டன. கல்தேரு சிரச்சேதஞ் செய்யப்பட்டார். வேறுபதின்மர் தூக்கிலிட்டுக் கொல்லப்பட்டபின் அவர்கள் தேகங்கள் பருந்துகள் விருந்துண்ண மரங்களில் தொங்கவிடப்பட்டன. இத்தண்டனையைப்பற்றிப் பல்தேயஸ் பாதிரியார் சித்திரத்தில் வரைந்து காட்டியிருக்கின்றார்.

பூதத்தம்பி நாடகம்

இச்சதியாலோசனையில் பூதத்தம்பியுடைய பெயரையுங் கபடமாய் அந்திருது முதலி நுழைத்துப் பூதத்தம்பியைக் கொல்லுவித்தான் என்பதே வைபவமாலையார் கருத்தாகும். பூதத்தம்பிக்கு யாழ்ப்பாணத்தை இராமன் ஆண்டாலும் இராவணன் ஆண்டாலும் ஒன்றுதான். ஆகையினால் அவன் பறங்கிகளின் சதியாலோசனையிற் பிரவேசிக்க வேண்டிய நியாயமில்லை. பறங்கியர் செய்த சதியாலோசனை வெளிவந்தபோது, அவன் அதிற்பிரவேசியாதிருந்தாலும், தருணம் பார்த்திருந்த அந்திருது பூதத்தம்பியையும் அகப்படுத்துவதற்கு இது ஏற்றதெனக் கருதினால், அவன் எழுதியதாகக் காட்டிய கடிதமொன்றே சாலுமன்றோ. மயில்வாகனப் புலவர்கர்னபரம்பரையை ஆதாரமாகக்கொண்டே பூதத்தம்பிகதையை எழுதியிருக்கவேண்டும். பூதத்தம்பி இறந்து 78 வருடங்களுக்குள் தான் எழுதிய நூலில் பூதத்தம்பியின் உண்மைச் சரிதத்தை மாற்றி எழுதவேண்டியதற்கு ஆவசியகமில்லை. இப்பிரபல சரிதம் அக்காலத்தில் யாவர் வாயிலுங் கேட்கப்பட்டு வந்ததுபோலும். அன்றியும் இக்குரூரகொலை நடந்தது விளம்பி வருடத்திலேயென்று (1658 A. D.) அவர் எழுதிப்போனதே அவர் கூற்றின் உண்மையை ஒருவாறு தெரிவிக்கும்.

ஒல்லாந்த உத்தியோக நியமனங்கள்

ஒல்லாந்தரென நாமிங்கே கூறிச்செல்லும் "ஒல்லாந்த கிழிந்திய கம்பனி" யாரின் கையிற் சிக்கிய இலங்கைக் கடற்கரைத் தேசங்களும், தென்னிந்தி

யாவிலே சில பகுதிகளும், கொழும்பிலிருந்த தேசாதிபதி ஒருவரின் ஆட்சியின் கீழ் வைக்கப்பட்டன. இத்தேசாதிபதியின் கீழ் யாழ்ப்பாணமுங் காலியும் இருகம்மந்தோரின் (Commandeur) ஆட்சியிலிருந்தன. அதிகாரமுறையில், யாழ்ப்பாணக் கம்மந்தோர் உத்தியோகர் தேசாதிபதிக்கு இரண்டாவதாகவும், காலிக்கம்மந்தோருக்கு மேற்பட்டவராகவும் மதிக்கப்பட்டபடியால், தேசாதிபதி மாற்றம் பெறும்போது, யாழ்ப்பாணக் கம்மந்தோர் உத்தியோகரே அவர் பதவிக்கு நியமனம்பெற உரிமையுடையவராயிருந்தனர். கம்மந்தோருக்கு 'கௌரவ' என்னும் மகுடவாசகத்தால் அழைக்கப்படும் உரிமையுமிருந்தது. கம்மந்தோருத்தியோகருக்குக் கீழ், ஒல்லாந்த சாதியாரான ஒரு 'திஸ்ஸாவை' யையும், ஓர் உப திஸ்ஸாவையையும், ஒப்பர் கூப்மன் (Opper Koopman), கூப்மன், ஒன்டர் கூப்மன் (Onder Koopman) என வர்த்தக நாம சிவில் உத்தியோகத்தரையும், அவர்களின் கீழ் சுதேச தலைமைக் காரராக முதலியார், மேயொருல் அல்லது இறைசுவர், ஆராச்சி, கையாள், பட்டங்கட்டி முதலியோரையும் அமைத்தனர். பறங்கிக்காரர் காலத்திற் போலவே ஒல்லாந்தரும் யாழ்ப்பாணத்தை நான்கு பிரிவுகளாகவும், முப்பத்திரண்டு கோயிற்பற்றுகளாகவும் பிரித்து அதிகாரம் செலுத்திவந்தனர். நான்கு பிரிவுகளுக்கும், தீவுபற்றுக்கும் ஒவ்வொரு முதலியாரும் இறைசுவரும், கிளாக்கும் நியமிக்கப்பட்டனர். யாழ்ப்பாணக் கம்மந்தோருக்குக் கீழ் மன்னார், திருக்கோணமலை, மட்டக்களப்பு என்னும் மூவிடங்களு மிருந்தன. தலைநகராகிய கொழும்பைப் போல, ஒவ்வொரு உத்தியோகப்பகுதிக்கும் உத்தியோகத்தருங் காரியாலயமும் உண்டு.

தீவுகளெல்லாம் ஒல்லாந்த தேசப் பெயர்களி தீவுப் பெயரால் வழங்கப்பட்டன. காரைதீவுக்கு "அம்ஸ்றெர் ர்கள்

டாம்" (Amsterdam) என்றும், ஊர்காத்துறைக்கு "கைற்ஸ்" (Kayts) என்றும், தண்ணித்தீவுக்கு "லயிடின்" (Leyden) என்றும், புங்குடுதீவுக்கு "மிட்டில்பேர்க்" (Middleberg) என்றும், நயினுதீவுக்கு "ஹார்ளெம்" (Haarlem) என்றும், அனலைதீவுக்கு "ரொற்றர்டாம்" (Rotterdam) என்றும், நெடுந்தீவுக்கு "டெல்ற்" (Delft) என்றும், இரணைதீவுக்கு "ஹூண்" (Hoon) என்றும், "என்கயிசன்" (Enkuysen) என்றும் பெயர்கள் கொடுக்கப்பட்டன.

திஸ்ஸாவையின் கடமைகள்

திஸ்ஸாவையின் கடமைகளாவன:— கோட்டைக்கு வெளியிலிருக்கும் படைப் பொறுப்பும், றோட்டுகளைத் திருத்துவதும், சேற்று நிலங்களை நீர் போக்கி உலரச்செய்வதும், வேளாண்மையைவிருத்தி படுத்துவதும், நற்குணமும் நல்லொழுக்கமு முடைய ஒருவரால் காலை மாலை பிரசங்கஞ் செய்விப்பதும், உணவுப்பொருள்களின் விலையை நியமிப்பதும், கடைகளையுஞ் சந்தைகளையும் மேற்பார்வையிடக் கணக்கர்களை நியமிப்பதும், மற்றும் பொருள்பெருக்கும் நன்மைக்கான வழிகளைத் திட்டஞ்செய்வதுமேயாம்.

முதலியாரின் கடமைகள்

முதலியாரின் கடமைகளாவன:— தத்தம் பிரிவுகளில் நடக்கும் சங்கதிகளை விசாரித்துக் காலத்துக்குக் காலம் அறிக்கைப்பத்திரம் அனுப்புவதும், அந்தப் பிரிவுகளில் எவ்வெவ்வேலைகள் நடாத்தவேண்டுமோ அவற்றை நடாத்துவித்தலுமேயாம்.

இறைசுவர் கடமை

மேயொருல், இறைசுவரின் கடைமைகளாவன:- தோம்புகளின்படி தலைவரி, நிலவரி, நெல்வரி முதலிய வரிகளையும், ஊழியத்திற்காக 'சிக்கோஸ்' தண்டத்தையும் † அறவிடுவதும் மூன்று மாசங்களுக் கொரு

† இராஜகாரியம் என்னும் ஊழியஞ்செய்யவேண்டியவர்கள் ஊழியத்திற்குப் போகாத ஒவ்வொருநாளுக்குங் கொடுக்கவேண்டிய ஒருபணம் 'சிக்கோஸ்' (Chicos) தண்டம் எனப்பட்டது.

முறை, கம்மங்தோரின் உத்தரவுப்படி, தனதிகாரி யிடம் அறவிட்ட பணத்தைக் கட்டுவதும், ஊரார் தத்தம் எஜமான்களுக்குச் செய்யவேண்டிய கடமை களைக் குறைவறச் செய்கின்ருர்களா வெனப் பார்ப் பதுமேயாம்.

கிளாக்குமார் மேயொருல்மாரின் கணக்குகளைப் பதிந்து வைத்துத் தோம்புக் கணக்குகளோ டொப் புடையனவோ எனப் பார்வையிடுவதேயாம். கிளாக்குமா ரின் கடமை

யாழ்ப்பாணத்தைப் பிடித்தபின் முதல் கம்மங் தோராயிருந்த "றைக்லொவ் வொன் ஹூன்ஸ்" (Ryckloff Van Goens), அரசிறை உத்தியோகங்களும் நீதிப்பரிபாலன உத்தியோகங்களும் சுதேசிகளுள் உயர்ந்த சாதியினருக்கே கொடுக்கப்பட வேண்டு மென, 1658-ம் ஆண்டு ஒக்டோபர் மாசம் 31-ந் தேதி வரைந்து வைத்த அறிக்கையிற் கண்டபடியே, வே ளாளருக்கு அதிகமாகவும் மடப்பளியாருக்குக் குறை வாகவுமளிக்கப்பட்டு வந்தது. பட்டங்கட்டியென் னுமுத்தியோகம் கரையாருக்கும் முக்குவருக்குமே யுரியன. கி. பி. 1694-ம் ஆண்டில் மற்றைய சாதியா ருக்கும் உத்தியோகங்கள் கொடுக்கப்பட்டபடியால், இதையிட்டு அவ்வருடத்து ஜூலை மாசத்தில் வேளா ளரும் வன்னியருஞ்சேர்ந்து பெருங்கலகம் விளைத் தனர். உயர்தலஉத் தியோகம்

அதிகாரம் மாசம் 6 இறைசாலும், முதலிமாரும் இறைசுவர்களும் பத்துப்பணமும் ஒருபறை அரிசி யும், கிளாக்குமார் 8 பணமும் ஒருபறை அரிசியும் வேதனமாகப் பெற்றுவந்தனர். கி. பி. 1661-ம் ஆண் டில் சில முதலிமாரைத்தவிர மற்றையோர் வேலைகளி னின்றும் நிறுத்தப்பட்டனர். தலைமைக் காரர்வேத னம்

சுதேசிகளுக்கு உயர்தாத் தலைமைக்கார உத்தி யோகங்கள் கொடுத்தபோது, அவர்களுக்குக் கொ உத்தியோக வரிசைகள்

டுத்த உத்தியோக நியமனச் சீட்டுகளில், அவர்களுடைய வரிசைகளுங் கூறப்பட்டன. கி. பி. 1758-ல் நியமிக்கப்பட்ட யானைத் தாகனாகிய வண்ணார்பண்ணை வெள்: தொன்பிலிப்பு சிற்றம்பல முதலியாருக்கு அரசவூழியமில்லாது 12 சிவியார் கொடுக்கப்பட்டது மன்றி, என்னேரமும் எவ்விடத்திலுந் தலைப்பாகை அணிந்து கொள்ளலாமென்றும், தண்டிகை பல்லாக்குக்கள் சிவியாரால் காவப்படலாமென்றும், போகுமிடமெங்குங் குடை கவித்துப் போகலாமென்றும் இடங்கொடுக்கப்பட்டது.

மன்னார் முதற் கணக்கப்பிள்ளையாகிய டொன் மானுவேல் இராசகாரிய மானா முதலியார் உத்தியோகம் இளைப்பாற, அவர் மருகனாகிய மானிப்பாய் வெள்: வேலாயுதன் சுவான் இராமநாதன் அவ்வுத்தியோகத்திற்கு, கி. பி. 1761-ல் ஆகஸ்து மீ 10-ந்உயில்,டொன் சுவான் இராசகாரிய இரத்தினசிங்க முதலியார் என்னும் பெயருடன் நியமனமான பொழுது, சாதிவரிசைகளுடன், அரசவூழியமில்லாது 6 அடிமைகள் கொடுக்கப்பட்டன.

யாழ்ப்பாணக் கம்மந்தோரின் முதல் வைத்தியனாகிய மடப்பளி டொன் சுவான் கந்தப்பன் இலங்கைகாவல முதலியார் இறக்க, அவரிடத்துக்கு 1756ம் ஆு செப்டம்பர்மீ 29ந்உ நியமனமான தெல்லிப்பளை வெள்: பூலோகசிங்க முதலியார் பிலிப்பு குமாரவேலனுக்கு மாசம் ஒரு இறைசால் சம்பளமும், அரச ஊழியமில்லாது 6 அடிமைகளும் சாதிவரிசைகளுடன் கொடுக்கப்பட்டன.

மாகாண சபை

கம்மந்தோருக்கு உதவியாக, அரசாங்க மாகாண சபையொன்று யாழ்ப்பாணத்திலிருந்தது. அதற்குக் கம்மந்தோர் தலைவராகவும், திஸ்ஸாவையும் அரசிறை வருமான உத்தியோகத்தனும், சம்பளக் கணக்கனும்

Zoldy Bockhouder), வர்த்தகப் பரிபாலன உத்தியோகஸ்தனும் (Negotie Bockhouder), களஞ்சியக் கணக்கனும் (Pakhuis Meester), அரசாங்க நியாயவாதியும் (Public Prosecutor), அரசாங்க காரியதரிசியும், யாழ்ப்பாணத்திலிருந்த வன்னிக் கப்பித்தானும் அங்கத்தினராக இருந்தனர்.

கி. பி. 1658-ல் யாழ்ப்பாணக் குடிசனம் 1,20,000 என மதிக்கப்பட்டது. 1766-ல் மதிக்கப்பட்ட குடிசனத்தொகை 1, 87, 600. குடிசனம்

யாழ்ப்பாணத்திலே, அந்நாட்டுக் குடிசனங்களுள் பலதலைமுறைகளாகக் கையாளப்பட்டுவந்த வழக்கங்களின்படியே, நீதிபரிபாலனம் நடந்து வந்தது. பறங்கியரைப் போலவே ஒல்லாந்தரும் அதனைப் பின்பற்றி நீதி செலுத்தி வந்தனர். கொழும்பிற் போலவே யாழ்ப்பாணத்திலும் நீதிமன்றங்கள் அமைக்கப்பட்டன. "ருட் வான்ஜஸ்ற்றிஸ்" (Raad Van Justice) என்பது தற்கால சுப்றீம் கோடுபோன்ற ஒருமேற் கோடாகும். இதில் சீதாரிக்குட்பட்ட சுதேசிகளுக்கு 120 இறைசால்களுக்குமேற்பட்டதும், ஐரோப்பியன் வாதியாயினும் பிரதிவாதியாயினும், யாழ்ப்பாணவட்டாரத்துக்குள் எங்கு வசிப்பினும், இத்தொகைக் குட்படவரினும் சிவில் வழக்குக்களும், கிறிமினல் வழக்குக்களும் விளங்கப்படுவதுமன்றிக், கீழ்க்கோடுகளிலிருந்துவரும் அப்பீல்களும் கேட்கப்பட்டன. மரணசாதன வழக்குக்களும், சிவில்கோட்டாலனுப்பப்படும் கலியாணகாரிய வழக்குக்களும் இக்கோட்டுக்குரியன. இக்கோட்டில் வழக்கு விசாரிக்கும் நீதியதிபர் கம்மந்தோரே. இக்கோட்டிலிருந்து அப்பீல்கள் கொழும்புக்கோட்டுக்கும், அதிலிருந்து 300 இறைசாலுக்கு மேற்பட்ட வழக்குக்கள் வத்தாவியா (Batavia)க் கோட்டுக்கும் எடுக்கப்பட்டன.

நீதிநிலையங்கள்

'ருட்வான் ஜஸ்ற்றிஸ்'

'லான்ட்றுட்' அதற்கடுத்த கோடு 'லான்ட்ருட்' (Landraad) எனப்படும். அதில், சுதேசிகளின் எல்லாக் காணி வழக்குக்களும், சீதாரிக்கு வெளியே வசிப்பவர் களுக்கு, 120 இறைசால்களுக்கு மேற்பட்ட கடன் முதலியவழக்குக்களும் விளங்கப்பட்டன. ஆதியில் காணிவழக்குக்களுக்கு மாத்திரம் கோடாயிருந்த இக் கோட்டுக்கு, 1742-ல் மற்றுஞ் சிவில் வளக்குக்கள் விளங்குமதிகாரங் கொடுக்கப்பட்டது. அதில் ஓர் ஒல்லாந்த திஸ்ஸாவை நீதியதிபாயமர்ந்து, ஒல்லாந்த காரியதரிசி ஒருவன் உதவியுடனும், தேசவழமைகளை யெடுத்துக்காட்டும், முதலிமார் இறைசுவர்களில் தேர்ந்தெடுத்த நான்குபேரைக் கொண்ட, ஓர் யூரிச் சபை உதவியுடனும் வழக்குக்கள் விசாரிப்பார். இப் போது யாழ்ப்பாணத்திலே 'டிஸ்திரிக்' கோடாகப் பாவிக்கப்படுங் கட்டிடமே ஒல்லாந்தருடைய பிந்திய காலத்தில் "லான்ட்ருட்" டாகவிருந்தது. முதலிமார் பாய் விரித்திருந்த மேடை இன்றும் உண்டு. 1696-ல் டொன் லூயிஸ் பூதரும் டொன்டெனிஸ் நிற்சிங்காரய ரும் அக்கோட்டிலிருந்த முதலிமார். மன்னர் முத லிய சிற்றூர்களில் 'ருட்வான் ஜஸ்ற்றிஸ்' என்னுஞ் சுப்றீம் கோடில்லாதபடியால், அவ்வூர்களிலிருக்கும் "லான்ட்ருட்" டிலே ஐரோப்பியருடைய வழக்குக் களும் விசாரிக்கப்பட்டன.

'சிவில்றுட்' 'சிவில்ருட்' (Civil Raad) என்னுஞ் சின்னக் கோடுகளில் 120 இறைசால்களுக்குக் குறைந்த கடன் வழக்குக்களும், ஒப்பந்தம் முதலியவற்றைப் பற்றிய வழக்குக்களும் விசாரிக்கப்பட்டன. இவ்வழக்குக் களுக்கு ஐரோப்பியருக்கென வேறு கோடில்லை. இக் கோட்டிலேயே கிறிஸ்தவர்களின் கலியாண அறிவித் தல்கள் கொடுக்கப்பட்டன. விவாதமுண்டானல் 'ருட்வான் ஜஸ்ற்றிஸ்' என்னுங் கோட்டிலே விளக் கம் நடக்கும். இக்கோடுகளில், இப்போதுள்ள முடிக்

குரிய தாணிக்குச் சரியான 'பிஸ்கால்' என்னும் உத்தியோகத்தால் சீதாரிக்குள்ளும், திஸ்ஸாவையினல் சீதாரிக்கு வெளியே மாகாணப் பிறவிடங்களிலும், வழக்குக்கள் விசாரிக்கப்பட்டன. சிறுகுற்றங்களும் இக்கோட்டிலேயே விசாரிக்கப்பட்டன. பாரதூரமான கிறிமினல் வழக்குக்களைப் பிஸ்காலே விசாரித்து, மேற்கோட்டுக்குப் பாரப்படுத்திப், பின்தானே முடிக்குரிய தாணியாகநின்று வழக்கை நடத்துவர். இக்கோட்டு விளக்கம் எழுதப்படுவதில்லை. சிவில்வழக்குக்களில், தீர்ப்பின்படி பணங்கொடாத கடன்காரன் கடன்மறியலுக்குள்ள எட்டுநாட்களுக்குச் சிறைக்கனுப்பப்படுவான். பணங்கொடுத்த நேரமே சிறை நீக்கம் பெறலாம். சிறையில்நெற்குத்தி அவரவரே சமைத்துண்ண வேண்டும்.

'ஜோன்மற்சுக்கர்' (Joan Maatzuyker) என்னுங் காவிக் கம்மந்தோர், ஒல்லாந்து தேசச் சட்டங்களைத் தழுவி யெழுதிய 'வத்தாவியாச் சட்டங்க'ளே இத்தேசத்திலும் பாவிக்கப்பட்டன. ஆனல் தேசவழமைக்குள் அடங்காக் கருமங்களே அச்சட்டங்களாற் தீர்மானிக்கப்பட்டன. சட்டங்கள்

கி. பி. 1707ல், கொழும்புத் தேசாதிபதி 'கொர்னேலிஸ் ஜோன்சிம்மன்ஸ்' (Cornelis Joan Simonsz) என்பவரின் கேள்விப்படி "கிளாஸ் ஐசாக்ஸ்" (Claasz Isaacs) என்னும் யாழ்ப்பாணத் திஸ்ஸாவையினல், யாழ்ப்பாண வழக்கங்களெல்லாம் ஒருங்கு சேர்த்து, ஒரு நியாயப்பிரமாண நூலாக வெளியிடப்பட்டது. அந்நூலிற் கூறப்பட்டிருக்கும் வழக்கங்கள் உண்மையானவை யென்று, அந்நாள் யாழ்ப்பாணத்திலிருந்த முதலிமார் 12 பேர் கைச்சாத்திட்டிருக்கின்றனர். இத்தேச வழமை நூல் 1 சுதந்தரங்களும் ஆதன உரிமையும், 2 மஞ்சனீர்ப்பிள்ளை, 3 காணிகள் ஆட்சி, 4 தேசவழமைச்சட்டம்

கன்கொடை, 5 ஒற்றியும், ஈடும், 6 கூலிக்குப்பிடித்தல், 7 கொள்வனவு, விற்பனவு, 8 சிறைகள், 9 வட்டிக்குப் பணங்கொடுத்தல், என்னும் ஒன்பஃது அதிகாரங்களைக் கொண்டது. இந்நூலிற் கண்ட சட்டங்களின்படியும், காலத்துக்குக் காலம் இன்ன குற்றத்துக்கு இன்னது தண்டமென விளம்பரஞ் செய்யப்பட்ட தண்டவிதிக் கட்டளைகளின்படியும் நீதிபரிபாலனம் நடத்தப்பட்டது.

பறங்கிக் கலப்பும்பாஷையும்

தொடக்கத்தில் வந்த ஒல்லாந்தப் படைவீரர் குடும்பங்களுடன் வாராதபடியால், பறங்கிப் பெண்களையே மணஞ்செய்து வந்தனர். ஆகையினால் ஒல்லாந்தரும் பறங்கிகளெனப்பட்டனர். ஒல்லாந்தர் 148 ஆண்டுகளாக அரசு செய்திருந்தும், 38 வருடங்களே அரசாண்ட பறங்கிகளின் பாஷையும் வழக்கங்களும் இவ்விவாக சம்பந்தத்தினால் நிலைபெறலாயின. பிற்றை நாட்களில் ஒல்லாந்தக் குடும்பங்கள் ஏராளமாக வந்து குடியேறியும், பறங்கிப் பாஷை வழக்கற்றுப் போகமுடியவில்லை.

ஒல்லாந்தர் குடியேற்றம்

ஒல்லாந்தக் குடும்பங்கள், பதினைந்து வருடங்களுக்கு முன் தம்மூர்க்குச் செல்லக்கூடாதென்றும், அப்படித் திரும்பிச் செல்ல நேரிடின் தத்தம் செலவிலே செல்ல வேண்டுமென்றும் பொருந்திக், கப்பற் செலவில்லாமற் கொண்டுவரப்பட்டு, இலங்கையிற் பல பட்டினங்களிலுங் குடியேற்றப்பட்டனர். வேளாண்மைக்கு வேண்டிய நிலங்கள் கொடுக்கப்பட்டன. ஆனால், வேளாண்மையில் அதிக நயமின்மை கண்டு, அனேகர் தங்களுக்கு உவந்த வேறு தொழில்களைக் கைக்கொண்டனர். இலங்கையின் வளத்தையுஞ் செல்வத்தையும் பற்றிக் கேள்விப்பட்டுப், பேரவாவுடன் வந்த கம்பனி உத்தியோகத்தர் தங்கள் சம்பளமும் மேல்வருமானமும் தஞ்சிவ

வருவாயும் ஊதியமும்

னத்திற்குப் பற்றுதெனப் பன்முறையும் முறை யிட்டனர். சம்பளமோ அற்பம், வியாபார ஊதிய மோ அதனினு மற்பம். கம்மந்தோருக்கு மாதச் சம்பளம் முப்பது பவுண் என்றாலும், மேலூதியம் பெறுதற்கு அநேக இரகசிய வழிகளிருந்தபடியால், சிலர் சிறிது காலத்துள் செல்வாயினர். அரசிறை வருமானத்திற் சேர்ந்த உத்தியோகஸ்தர் சிலரின் களவும், கைலஞ்சம் ஏற்கும் உண்மையும் பிரசித்தி யெய்தின. அரசாட்சிப் பத்திரங்களையுஞ் சீட்டுகளை யும் மாற்றுவதற்கும் அழிப்பதற்கும் அவர்கள் பின் னின்றாரல்லர்.

கம்பனி உத்தியோகத்தில் அமராத மற்றும் பறங் கிகளும் தக்கவாறு சன்மானிக்கப் பட்டனர். வேளா ண்மைக்கு வேண்டியகாணிகள் அவர்களுக்குக் கொடு க்கப்பட்டன. வியாபாரசுதந்தரம் அவர்களுடையதாயி ருந்தது. அதனால் சுதேசிகளும் முஸ்லீங்களும் கடை வியாபாரஞ் செய்யாவாறு தடுக்கப்பட்டனர். முஸ் லீங்களின் புதுக்குடியேற்றம் தடைபண்ணப்பட்டது. முன்னே குடியேறிய முஸ்லீம்களுக்கு வேளாண் மையுங் கடலோடுந் தொழிலுமே நியமிக்கப்பட்டன. இந்திய முஸ்லீங்களுக்குத் தங்கள் வியாபாரப் பொ ருள்களுடன் துறைமுகங்களுக்கு மாத்திரம் வருவ தற்கு இடங்கொடுக்கப்பட்டது. வியாபார நிபந்தனைகள்

பறங்கிகளுக்கும் சுதேசிகளுக்கும் பிறந்தபிள்ளை கள் "துப்பாசி" யென்றழைக்கப்பட்டது போலவே, ஒல்லாந்தருக்குஞ் சுதேசிகளுக்கும் பிறந்த பிள்ளைகள் "மெஸ்றிசீஸ்" (mesteces) என்றழைக்கப்பட்டனர். ஒல்லாந்தபடைவீரர் சுதேசப் பெண்களைக் கலியா ணஞ் செய்வது அதிகரித்து வந்தபடியால், அப்பெண் கள் 'இறைப்பிறமாது'க் கிறீஸ்தவர் என்று பாதிரி மாரிடமிருந்து அத்தாட்சிப்பத்திரம் பெறவேண்டுவ சுதேசிகள் ஒல்லாந்தர் கலப்பு

தோடு, கிழமைக்கொருமுறை கோயிலுக்குப் போக வேண்டியவர்களுமானார்கள். அவ்வாறு செய்யாது விடின் அவர்கள் கணவர்களின் சம்பளம் பறிமுதலாக்கப் பட்டது.

சமயமுயற்சி

ஒல்லாந்தர் யாழ்ப்பாணத்தைப் பிடித்த காலந் தொடக்கம், தங்கள் சமயமாகிய "இறப்பிறமாது" அல்லது திருத்தியமைத்த கிறீஸ்துசமயத்தையே ஊக்கத்துடனும் வைராக்கியத்துடனும் போதித்துச் சனங்களை முன் கைக்கொண்டொழுகிய கத்தோலிக்க சமயத்தினின்றும் திருப்ப முயன்றனர். சில சிவில் உத்தியோகஸ்தருங் குருமாருஞ் சேர்ந்த "ஸ்கொலாஸ்கென்" (Scholaschen) என்னும் ஒரு சபையாரால் சமயவிருத்திக்காக வேண்டியன செய்யப்பட்டு வந்தன. முன்னிருந்த பறங்கிகளின் ஆலயங்களையே புதுக்கியுந் திருத்தியும் உபயோகித்தார்கள். கோட்டையிலிருந்த கோயிலிலும், பட்டினத்திலுள்ள பள்ளிக்கூடங்களிலும் ஒல்லாந்த பாஷையிலும், மாகாணத்திலுள்ள 38 கோயில்களிலும், அவற்றைச் சேர்ந்த வித்தியாசாலைகளிலுந் தமிழ்ப்பாஷையிலும், நான்கு குருமாரால் பிரசங்கங்கள் செய்விக்கப்பட்டன. சனங்கள் திரள்திரளாய் ஞானஸ்நானம் பெற்றாலும், உண்மையான விசுவாசிகள் அல்லர் எனவும் தங்கள் தெய்வங்களை வணங்கும் வழக்கத்தைக் கைவிட்டாரல்லரெனவும், அரசகட்டளைக்குப் பயந்தும், உத்தியோகம் பெறும் நோக்கமாகவும், கிறீஸ்தவர்களாக நடிக்கின்றார்களெனவும், சிறிதுகாலத்துள் அரசாட்சியார் அறிந்தார்கள். அன்றியும் அக்காலத்தில் கத்தோலிக்க பார்க்கத்தினரும் அநேகர் இருந்தபடியால், அவர்களைச் சில "போக்கிலிகள்" குருமாரெனநடித்து, இரகசியமாக அவர்களைத் திரும்பவிடாது வைக்கப்படுத்தித் தடுக்கின்றார்களென நினைத்து, கி. பி. 1689ல் இந்தியாவுக்கும் இலங்கைக்கும் பிரதிகாவல

ளுக விருந்த 'லோட் மைதிறெட்' (Lord of Mydrecht) என்பவன் எல்லாக் கத்தோலிக்க கோயில்களேயும், இரகசியமாயிருந்த மடங்களேயும் அழிப்பித்துத், தங் கள் குருமாரைப்பழக்கும் பயிற்சிக்கழகமாகிய 'செமி னேரி' ஒன்றை ஸ்தாபித்தான். 1690ல் இச் 'செ மினேரி' 5274 இறைசால் செலவழித்துக் கட்டப் பட்டது. இச்செமினேரியில் எபிரேயு, கிறீச், லத் தீன், ஒல்லாந்து, போர்த்துக்கீஸ், சிங்களம், தமிழ் என்னும் ஏழு பாஷைகள் பயிற்றப்பட்டன. சமய விருத்திக்கான பிரயத்தனங்கள் எவ்வளவோ முயன் று செய்தும், உண்மையாகக் குணப்படுவோர் தொ கை அருகிவருவது, தமிழில் தமது சமய நூல்கள் இன்மையாலென எண்ணித், தமிழிலுஞ் சமயநூல் கள் அச்சிட்டு வெளிப்படுத்தப்பட்டன. குருமார் வசிப்பதற்கு வீடுகளுங் கம்பெனியாராற் கட்டிக் கொடுக்கப் பட்டன. குருமார் சுற்றுப் பிரயாணஞ் செய்கையில் ஊழியக்காரர் அவர்களின் சாமான்க ளேச் சுமக்க வேண்டும் என்றும், ஊரார் அவர்க ளுக்கு வேண்டிய உணவுப் பொருள்கள் உதவ வேண்டு மென்றும் விதிக்கப்பட்டிருந்தது.

பல்தேயஸ் பாதிரியாரின் குறிப்புகள்

பல்தேயஸ் (Baldeus) என்னுங்குரு கி. பி. 1658ம் ஆண்டு தொடக்கம் 1665ம் வருடம் வரை யாழ்ப்பாணத்திலிருந்து சமய சேவைசெய்து பல விடங்களுக்கும் பிரயாணஞ் செய்தார். அவர் அக் காலத்திலுள்ள சனங்களின் பழக்கவழக்கங்களேப் பற்றியும், ஒவ்வொரு கோயிற் பற்றிலுங் குறிச்சியிலு மிருந்த சனத்தொகையைப் பற்றியும், அவ்விடங்க ளிலுள்ள கோயில்களேப்பற்றியும், நாட்டுப்புறத்தாரது ஆசார ஒழுக்கங்களேப் பற்றியும் விரிவாய்ப் படங்களு டன் எழுதியிருக்கின்ருர். பிராமணர் சன்மார்க்கம், சுத்தம், மரியாதையுடையவர்களென்றும், கிறீஸ்தவர் களானுலும் மாமிச போசனிகளல்லவென்றும், மது

பானிகளாகாரென்றும், தங்கள் குலத்திலன்றிப் பிற குலத்தில் விவாகஞ் செய்யார்களென்றும், வேளாளர் அரையிலேவேட்டியைத் தாறுகட்டி உடுப்பார்களென்றும், மடியிலே வெற்றிலை பாக்கு வைத்திருப்பார்களென்றும், உறையிலே சொருகப்பட்ட கத்தி தொங்கிய இடுப்புடையவர்களென்றும், அவர்கள் வீடுகளும் வளவுகளுஞ் சுத்தமாயிருக்குமென்றும், தங்களைச்சேர்ந்த குடும்பங்களிலே விவாகஞ் செய்துகொள்வார்களென்றும்,ஒருவரோடொருவர் பகைமை யுடையவரானபடியால்,கோட்டுக்குப்போகவும் வழக்குப்பேசவும் நிபுணர் என்றுஞ் சொல்லியிருக்கின்றார். சிவியாரைப்பற்றிப் பேசுங்கால், அவர்கள் தமிழரசருக்கு மாத்திரமே சிவிகை ஊழியஞ் செய்த படியால், அதுபோல் ஒல்லாந்த மேலுத்தியோகத்தருக்கும் சிவிகை சுமப்பதேயன்றிப் பிறருக்கு அத்தொழில் செய்யார்கள் என்றுங் கூறியதோடு, இந்நாட்டிலே தங்கத்தாலும், வெள்ளி, தந்தம் முதலியவற்றாலும் சித்திரமான நுட்பவேலைகள் செய்யக் கூடிய கைதேர்ந்த தொழிலாளர் உண்டென்றும் எழுதியிருக்கின்றார். பல்தேயஸ் பாதிரியார் நின்று பிரசங்கஞ் செய்தாரென்ற ஐதீகமுடைய புளியமரம் ஒன்று இன்றும் பருத்தித்துறைச் சந்தைக்கருகே நிற்பதைக் காணலாம்.

சமயநெருக்கடி

தொடக்கத்தில் சமயவிருத்தியைப் பற்றிக் கடுமையாக வற்புறுத்தாத ஒல்லாந்தர், காலஞ்செல்லச் செல்ல, அதன் விருத்தியில் நாட்டம்வைத்தவராய், சனங்கள் சைவசமய ஆசாரங்களை முற்றாக நீக்கி, கிறீஸ்த ஆலயங்களுக்கு ஒவ்வொரு ஞாயிற்றுக்கிழமையும் போகவேண்டும் என்றும், பிள்ளைகள் கிறீஸ்த பள்ளிக்கூடங்களுக்குப் போய்க் கிறீஸ்தசமய பாடங்கள் கற்கவேண்டுமென்றும் கட்டளையிட்டனர். ஆகையினால், சனங்கள் உள்ளுக்கொன்றும் வெளிக்கொன்றுமாக நடித்து ஒல்லாந்தரை முன்னை

யிலும் அதிகமாக ஏமாற்றி வந்தனர். பாலர் துவக்கம் விருத்தர் வரை பலதலைமுறைகளாக இவ்வேமாற்ற வேலையில் சனங்கள் ஈடுபட்டுப் பழகிவந்ததால், இக்காலத்துஞ் சிலரின் ஒழுக்கம் ஏமாற்ற நிலையேயன்றி உண்மைநெறியல்லவெனக் கூறுவது மிகையாகாது. கிறீஸ்துமத விரோதியாக ஒருவன் ஒழுகி வந்தது காணப்படின், அவன் கடுந்தண்டனை விதிக்கப் பெறுவான். சைவப் பெண்களை மணந்த கிறீஸ்த ஆடவர் சிலருக்கு மரணதண்டனை விதிக்கப்பட்டதெனப் பல்தேயஸ் குரு எழுதியிருக்கின்றார். சமயநடிப்பும் தலைமுறை ஏய்ப்பும்

ஒல்லாந்தர் தங்கள் அரசாட்சியின் பிற்கூற்றில் சமய விஷயமாகக் கொண்டவன்கண்மையைக் குறைத்துக் கொண்டனர். குணபூஷண சிங்கையாரியன் காலத்தில் வரப்பட்ட காருகவினைஞரது தொழில் விருத்தியற்றிருந்தபடியாற் போலும், தென்னிந்தியாவிலிருந்து அக்கைத்தொழிலை நடத்துவதற்குக் கொண்டுவரப்பட்ட சேணியச் செட்டிகள் சமயத் தடையின்றித் தங்களுக்கு வேண்டிய சமய ஆலயமாகிய பெருமாள் கோயிலைக்கட்டி அதில் வணங்கி வந்தார்கள். அவர்கள் சமயக் கொள்கைகளை விலக்கிக் கிறீஸ்து மதத்தைத் தழுவும்படி அவர்கள் மாத்திரம் வற்புறுத்தப்படவில்லை. இதைப்பற்றிக் குருமார் பலமுறைகளில் முறையீடுசெய்தும், அரசிறைவருமானத்திலும் தம் பொருள்வருவாயினும் முட்டுப்பாடுவருமென வறிந்து வாளாவிருந்தனர். சமய போதனைகளுக்கு வேண்டிய குருமாரும் வரவர அருகிவந்தனர். சனங்கள் உண்மைக் கிறீஸ்தவர்களாகாது, உள்ளத்தில் தமது முன்னைய மதப் பற்றையே வளர்த்து வருபவர்களாயிருந்தபடியால், பலவந்தத்தினாற் பயனில்லையெனத் தேர்ந்து பாராமுகமாயிருந்தனர். சமயபிடிவாதநெகிழ்ச்சி பெருமாள் கோயில்

வண்ணார்பண்ணைச்சிவன்கோயில்

வண்ணார்பண்ணையிலிருந்த பெருந்தனவந்தரும் சலாபம் முத்துக்குளிப்புக் குத்தகையைப் பலமுறைகளில் நடத்திவந்தவருமாகிய வைத்தியலிங்கச் செட்டியார் யாழ்ப்பாணக் கம்மந்தோரின் நண்பானபடியால், அக்கம்மந்தோரின் உதவி கொண்டு, கி. பி. 1787ம் ஆண்டு வண்ணார்பண்ணை வைத்தீஸ்வரன் கோயிலைக்கட்ட உத்தரவு பெற்று, 1791ல் கோயிலை நிறைவேற்றிக் கும்பாபிஷேகஞ் செய்து, அளவிறந்த மானியங்களும் பொருள்களும் கோயிலுக்காகச் சாசனஞ் செய்துவைத்தனர்.

நல்லூர்க்கந்தசுவாமி கோயில்

பறங்கிகளா லிடிக்கப்பட்ட நல்லூர்க் கந்தசுவாமி கோயில் அருச்சகரின் சந்ததியோராகிய சில பிராமணர், 1793ல் அரசாட்சியாருக் கோர் விண்ணப்பஞ் செய்து, கோயில் அமைக்க உத்தரவு பெற்று, முன்னே கோயிலிருந்த விடமாகிய யமுனரிக்குப் பக்கத்தே கிறீஸ்த ஆலயம் அமைக்கப்பட்டிருந்தபடியால், "பிராமண வளவு" என்னுந் தங்கள் உரிமைக் காணியில் சிறு கோயிலொன்றமைத்துத் தாங்களே வணங்கி வந்தனர். இக்கோயிலிருக்குமிடம் அம்பலவாணர் கந்தப்பசெட்டி † பெயரில் தோம்பு பதியப்பட்டிருக்கிறது.

ஒல்லாந்தர் திருத்திய கோட்டைகள்

ஒல்லாந்தர் பறங்கியர் கட்டிவிட்ட கோட்டைகளையே புதுப்பித்தும் பருப்பித்துஞ் செப்பனிட்டனர். கி. பி. 1695ல் யாழ்ப்பாணக்கோட்டை முருகைக்கற்களால் கட்டப்பட்டு முடிந்தது. அகழி மாத்திரம் தோண்ட வேண்டியிருந்தது. மன்னார்க் கோட்டையும் ஊராத்துறைக் கடற் கோட்டையும் அதற்கு முன் நிறைவேறியிருந்தன. மன்னார்க் கோட்டை அகழியுந் தோண்டவேண்டியிருந்தது. காங்கே

---

† இப்பெயர் அக்கோயிற் தெய்வத்தின் பெயரைக்குறிக்கும். இதுபோலவே அக்காலம் மறுகோயில்களுக்கும் தோம்பில் பதிவுண்டு.

யன்துறையிலுங் கோட்டையொன்று கட்ட ஒல்லாந்தர் எழுப்பிய அத்திவாரம் இன்றும் இருக்கின்றது. வருடத்தில் எட்டு மாதங்களுக்கு அவ்விடத்திற்குக் கப்பல்கள் வரமுடியாதிருத்தல் கண்டு கைவிட்டனர் போலும். பூநகரி, யானையிறவுக் கோட்டைகளையுஞ் செப்பனிட்டனர்.

இக்கோட்டைகளுக்குக் காவலாயிருந்த படைகளின்விபரம். சேனுவீரர் கணக்கு

	ஐரோப்பியர்	மெஸ்ற்றிசியர்	துப்பாசிகள்	தொகை
யாழ்ப்பாணம்	287	56	7	350
மன்னார்	52	2	9	63
கடற்கோட்டை	21	4	1	26
பூநகரி	1	1	21	23
பைல், பெஸ்கூற்றர் யானையிறவு	11	3	45	59
மறுபணிவிடை	13	10	2	25
மொத்தம்	385	76	85	546

கி. பி. 1696ல் திருக்கோணமலை மட்டக்களப்புக் கோட்டைகளையிடித்து அத்துறைமுகங்கள் இரண்டையுங் கண்டியாசன் வசமாகவிட்டனர்.

கி. பி. 1768ல் யாழ்ப்பாணக் கோட்டைக்குள், கொத்தளத்தின் மீதிருந்த பீரங்கிகளன்றி 64 பீரங்கிகள் இழுக்கும் வண்டிகளுமிருந்தன. அவற்றில் 25 வண்டிகளில் பீரங்கிகள் ஏற்றப்பட்டும் நாலு வண்டிகள் வெறுமையாயும் படைவீட்டில் விடப்பட்டிருந்தன. வெடிமருந்து 57,000 இருத்தல் கோட்டைக்குளிருந்தது. யுத்ததளவாடங்கள்

மேற்சொல்லிய படையுடன், 31 ஆராச்சிமாரும் 4 கண்காணிகளும், 799 லாஸ்கொறீன்ஸும் கொண்ட லாஸ்கொறீன் படையும் யாழ்ப்பாணத்தில் வைக்கப்பட்டன. விற்படைக்கு ஒரு முதலியாரும் ஈட்டிப் லாஸ்கோறீன் படை

படைக்கு ஒரு முதலியாரும் கப்பித்தான்களாக விருந்தனர். அப்படையைச் சேர்ந்தவர்களில் 200 பேருக்கு மாதந்தோறும் 7 பண வீதஞ் சம்பளங்கிடைத்தது. இவர்களுக்கரிசி கொடுப்பதில்லை. இவரிற் சிலர் மன்னர், அரிப்பு, கற்பிட்டி, திருக்கோணமலை ஆதியாமிடங்களுக்கு ஆறு மாசங்களுக் கொரு முறை மாற்றவும் பெறுவர். மற்றையோர் யாழ்ப்பாணத்தில் பலவிடங்களிலும் வேலையிலமர்ந்திருந்தனர்.

கோட்டைக் கோயில் கோட்டைக்குள்ளிருக்கும் கிறீஸ்த ஆலயம் ஆயிரம் மூன்றரைப் பணமாக வாங்கிய இருபாலைச் செங்கற்களினற் கட்டப்பட்டு கி. பி. 1706ம் ஆண்டில் முடிவுற்றது.

அனுதைப் பிள்ளைகள் மடம் ஒல்லாந்தரின் அனுதைப் பிள்ளைகளைத் தாபரிக்கும் மடமும் அமைக்கப்பட்டது. இது, ஒருவிசேட நியாயப்பிரமாணத்தினுல், இறந்தவர்களின் சொத்தில் உரிமைக்காரரில்லாத பணத்தைக்கொண்டு நடத்தப்பட்டது.

வன்னியர் வன்னியென்னும் விசாலமான நாடு பலமாகாணங்களாகப் பிரிக்கப்பட்டு, வன்னியர்களின் அரசாட்சியில் விடப்பட்டிருந்தது. தொடக்கத்தில் வன்னித் தலைவர்கள் ஒல்லாந்தரால் மிகவுங் கண்ணியமாக நடத்தப் பட்டார்கள். போர்த்துக்கேயர் காலத்திலே, வரியாக $42\frac{1}{2}$ கொம்பில்லாத யானைகளும், 125 தீராந்திகளும் அறவிட்டு வந்தது போலத் தாங்களும் ஒப்புக்கொண்டு, வன்னியரிடமிருந்து திறையாகப் பெற்றூர்கள். அதிகமாக அவ்வரியை அறவிட நெருக்கினுல், வன்னியர்கள் கண்டியரசனுடன் சேர்ந்து கொள்வார்களென்று பயந்தும், வன்னிவழியாகக் கண்டி சென்று வரும் பொதிமாட்டு வியாபாரிகள் மூலமாகக் கண்டி இரகசியங்களை யறிந்து கொள்ளலாமென்று நினைத்தும், வன்னியர்களை இதமாக நடத்தி வந்தனர். ஆனல்,

பனங்காமத்துக் கைலாய வன்னியன ஒரு கட்டுப்பாட்டுக்கு முடன்பட்டானில்லை. அதனால், ஒல்லாந்தர், மற்ற வன்னித்தலைவர்கள் அவனோடு பகைக்குமாறு, சில சூட்சிகள் செய்தனர்.

கி. பி. 1679லும் 1697லும் பின்னாற் கூறப்படும் வன்னியர் வன்னி மாகாணங்களில் அதிகாரிகளாயிருந்தனர்.

மாகாணம்	1679ல்	1697ல்	யானைத் திறை
1. பனங்காமம், பாந்தன் வெளி	டொன்பிலிப் நல்ல மாப்பாணன்	டொன்பிலிப் நல்லமாப்பாணன்	13½
2. பேகன்விளாங் குளம்	டொன்கஸ்பார் குஞ்சியனார், இலங்கைநாராயண முதலியார்	இலங்கை நாராயணன்	4½
3. மேற்பற்று, முள்ளியவளை	குட்டிப்பிள்ளை	பெரியமெயினார் உடையார்	8½
4. கரிக்கட்டுமூலை	சேந்தயினார்	டொன் தீயோகு புவி நல்லமாப்பாணன்	7
5. கருநாவற்பற்று, புதுக்குடியிருப்பு	திரிகைலை	அம்பலவாண வன்னியன்	7
6. தென்மராவாடி	செம்பாத்தை	சேதுகாவல மாப்பாணன்	2
		மொத்தம்	42½

1697ல் புதுக்குடியிருப்பு பேகன் விளாங்குளத்தோடும், கரிக்கட்டுமூலை மேற்பற்றோடும் சேர்க்கப்பட்டு முள்ளியவளை தனியாக அமைக்கப்பட்டது.

யானைத் திறை

வன்னியர் திறைகொடுப்பதற்குப் பலகாலுஞ் சுணக்கியும், சிலகாலம் ஒல்லாந்தரின் மேலாசை ஏற்காதும் ஆண்மையுடன் நடந்தனர். வன்னி கம்பனியாரின் கைவசமாகி எட்டுவருடங்களுக்குள், 74½ யானைகளும், 1680ல், 313 யானைகளுந் திறைப் பாக்கியாக இருந்து வந்தது. இதனை அறவிடமுடியாதிருந்

ததைக் கண்டு, பாக்கியை முற்றுய் நீக்கியபின்னும், 1694ல், 18½ யானைகளும், 1696ல், 70 யானைகளும் நிலுவையாய் விட்டன.

வன்னியர் செருக்கு

வன்னியர் செருக்கைப்பற்றியும், கீழ்ப்படியாமையைப்பற்றியும், கம்மந்தோர்களின் அறிக்கை வெளியீடுகளிற் காணலாம். உதாரணமாக, நல்ல மாப்பாணன், நிச்செயசேனதிராயன், இலங்கை நாராயணன் என்னும் மூன்று வன்னியரும், 1694 தொடக்கம் 1697 வரை கம்மந்தோராயிருந்த ஹென்றிக் சுவாடிகுறான் (Hendrick Zwaarde Croon) என்பானுடன் பிணங்கி, கொழும்பு சென்று, அங்கு தேசாதிபதியினல் மிக்க மரியாதையுடன் வரவேற்கப்பட்டதும், யாழ்ப்பாணத்தில் கம்மந்தோரில்லாத காலங்களில் அரசியற்சபை அங்கத்தவரால் இவர்கள் கனம்பண்ணப்பட்டு வந்ததும், ஒருகால் தேசாதிபதி யாழ்ப்பாணத்து நல்லூரிலே வந்திருந்த காலத்தில், இவ்வன்னியர்கள் மேளதாளம் முதலிய வரிசைகளின்றி அழைக்கப்பட்டபடியால், அன்று போகாது, பின்னொருநாள் ஆங்குச் செல்ல, தேசாதிபதி அழைப்பைப் பொருட்படுத்தாது விட்டகுற்றத்தைக் கவனியாது, அவர்களைக் கண்டமாத்திரத்தே கௌரவப்படுத்தி யனுப்பியது மாதிய செயல்களால் கம்மந்தோருக்குச் சீற்றம் பொங்கியது. இதனைத், தன் அறிக்கைப்பத்திரத்தில், "இவ்வன்னியர்கள் பிறப்பால் கம்பனியின் பிரசைகளாக விருந்தும், சாதியில் பொதுவான வேளாளராயிருந்தும், காலகதியிலே மிகவுஞ் செருக்குற்றோராய், 'வன்னியன்' என்னும் பதவி மிகவும் மேம்பாடுடைய தொன்றென நினைத்திருக்கின்றார்கள். 'வன்னியன்' என்னும் பதவி கம்பனியாரால் அளிக்கப்பட்டதாயிருந்தும், கம்பனியையாவது அதன் மேலுத்தியோகத்தரையாவது கனம் பண்ண வேண்டுமென நினைக்கின்றாரில்லை. கம்பனி உத்

நியோகத்தர்முன்சென்று தக்கமரியாதையுடன் பணிவு காட்டுவது தங்களுக்கு வேண்டிய தொன்றல்லவெனவுங் கருதுகின்றார்கள்" என எழுதியிருக்கின்றான்.

அதன் பயனாக 1690ல் மூன்று மாசங்களுக் கொருவன் மற்ற வன்னியரின் நன்னடைக்குப் பொறுப்பாக மாறிமாறி யாழ்ப்பாணத்தில் வசிக்க வேண்டுமென்று ஒரு கட்டளை ஏற்பட்டது. கம்பனிக் குரித்தான கோட்டமொன்றில் இப்பிணைக் குரிய வன்னியன் வைக்கப்பட்டான். அவனுக்குச் சங்கை செய்யும் மாதிரியாக வெளியிற் கூறி, ஓர் ஆராச்சியையுஞ் சில லாஸ்கொறீன்களையும் அவ்வன்னியனுக்குக் காவலாக வைத்தார்கள். எனினும், இவ்வேற்பாடு சில வன்னியரால் அற்பகாலம் மாத்திரங் கைக்கொள்ளப்பட்டுப் பின்னவர்கள் நிராகரித்து வாராதொழிய அது நீங்கிற்று. **வன்னியரை அடக்கு முறை**

வன்னியர், ஒல்லாந்தர் அறியாது, வெகுகாலமாக மறைவு வியாபாரம் நடத்திவந்தார்களெனத் தேசாதிபதி ஹென்றிக் பெக்கர் (Hendrick Becker) காலத்தில் (கி. பி. 1714ல்) வெளிப்பட்டது. ஒல்லாந்தரின் காவலில்லாத அளம்பில், கியாளவத்தை யென்னுஞ் சிறு குடாக்களிலும், முல்லைத்தீவிலுமிருந்து பாக்கும் யானைத்தந்தமும் கள்ளத்தோணி மார்க்கமாக இந்தியாவுக் கனுப்பி, அங்கிருந்து புடைவைகள் எடுப்பித்ததை டொன் அந்தோனி குலசேகரம் என்பான் மூலமாக ஆசாட்சியார் அறிந்தார்கள். இக் குற்றத்திற் கஞ்சிய வன்னியர் கண்டியரசன் துணையை நாடி, அவனுக்கு வெகுமதிகளுடன் ஒரு தானாபத்தியம் அனுப்பி, வன்னி நாட்டைக் கண்டியரசனுக்கு ஒப்புவித்து, தாமவ்வரசனுக்குக் கீழடங்கி இருப்பதாகத் தெரிவித்தனர். ஆனால் அக் காலத்தில் கண்டியை யாண்ட வரசன் ஒல்லாந்தரு **வன்னியரின் கள்ளவியாபாரம்** **கண்டியரசனுக்கு வன்னியர் அனுப்பியதானாபத்தியம்**

டனை நட்புக்கொண்டிருந்தமையால், இவ்வன்னியரின் வெகுமதிகளை ஏற்காது தானுபதிகளைச் சிறையாள ராக்கி, அவர்களைக் கொளும்புத் தேசாதிபதியிட மனுப்பிவைத்தான்.

வன்னியர் தண்டனை

இச் சதியாலோசனைக்கு மூலகாரணராயிருந்த டொன் தியோகு புவிநல்ல மாப்பாணனையும், டொன் கஸ்பார் நிச்செய சேனாதிராயனையுந் தண்டிப்பதற்கு, 1715ம் ஆண்டில், ஒல்லாந்தர் படையொன்றை அனுப்பி, அவ்வன்னியர் இருவர்களையுங் கைதிக ளாக்கி, அவர்கள் பொருள்களையும் பூமிகளையும் அப கரித்ததுமன்றித் தங்கள் படைச்செலவையும் அவர் களிடமே யறவிட்டனர்.

துறைமுகக் காவல்

பின்பு, தங்களுக் குதவியாயிருந்த குலசேகரனை வன்னியனுக்கி, கீழக்கரையிற் கள்ளவியாபாரங்கள் நடவாது தடுப்பதற்குச் சேமக் கப்பலொன்றையும் நியமித்து, முல்லைத்தீவில் மரத்தால் கோட்டை யொன்றியற்றி, 24 ஐரோப்பியரையும் 20 லாஸ்கொ றீன்களையுங் கொண்ட படையொன்றைப் படைத் தலைவருடன் அங்கிருத்தினார்கள்.

மாகாண வன்னியர்

கி. பி. 1716ம் ஆண்டில்

1. டொன் அந்தோனி குலசேகரம்.
2. டொன் பிலிப்பு கந்தப்பு மயிலாத்தை
3. டொன் கஸ்பார் சேந்தையினுர் வாரி
4. கந்தப்பர் சிலம்பயினுர்.

என்னும் நால்வரும் வன்னிமாகாணங்களுக்கு வன் னியாக நியமிக்கப்பட்டிருந்தனர்.

1766ல் உள்ளவன்னியர்

கி. பி. 1766ல் இருந்த அந்தோனி மோயாட் (Anthony Mooyart) என்னுங் கம்மந்தோரும் முன் சொல்லிய பிரகாரமே வன்னியருடைய செருக்கைப்

பற்றித் தன்னறிக்கையிலுங் கூறியிருக்கிறான். அக் காலத்திருந்த வன்னியர்கள்:-

		யானைத் திறை
பனங்காமத்திற்கு -	மரியாகதிரிநாச்சி வன்னிச்சி	16
கருநாவற்பற்று, கரிக்கட்டுமூலை, முள்ளியவளை, மேற்பற்றுஎன்னும்நாலுபிரிவுகளுக்கும்.	டொன் தீயோகு புவிநல்ல மாப்பாணன்	13
தென்னமரவாடிக்கு-	பிரான்சிஸ்கோ சேதுகாவல மாப்பாணன்	1

பின் கூறிய இரு வன்னியரின் பெயர்களைக் கொண்ட வேறிருவர் 1697லும் அவ்வவ்வூர்களுக்கு வன்னியர்களாக விருந்தார்களெனத் தோற்றுவதால், பிந்திய இருவரும் முந்தியவர்களின் பேரப்பிள்ளைகளென ஊகிக்கலாம்.

கி. பி. 1765ல் பனங்காமத்து வன்னியனாகிய நிச்செயசேனாதிராயன் இறக்க அவன் மகளாகிய மரியா கதிரிநாச்சி பராயமற்ற பிள்ளையாக விருந்தபடியால், இலகுநாதநல்லநாச்சி பராமரிப்புக் காரியாக நியமிக்கப்பட்டிருந்தனள்.

மேற்பற்று வன்னிச்சி

மேற்பற்று வன்னிச்சி இலங்கை நாராயணன் என்னும் மடப்பளியை மணந்து பெற்ற பிள்ளைகளுக்கு வன்னியப்பதவி உரித்தில்லையென 1765ம்௵ ஒக்டோபர் ௴ 1ந்தேதி அரசாட்சியார் தீர்ப்புச் செய்தபடியால், கருநாவற்பற்று வன்னியனாகிய புவிநல்ல மாப்பாணனே மேற்பற்றுக்கும் வன்னியனானான்.

யானைத் திறை

புவிநல்ல மாப்பாணன் மிக்ககர்வமுடையவனும் யானைத்திறையை ஒழுங்காகச் செலுத்தும் வழக்கமில்லாதவனுமாயிருந்தான். கி. பி. 1766ல் அவனிடமிருந்து 22½ யானைகள் கம்பனிக்குப் போகவேண்

டியிருந்தன. வன்னியரின் முடிவற்ற குழப்பங்களினால், கம்பனியார் வன்னியைத் தாங்களே பொறுப்பேற்று ஆளவேண்டுமென்று ஆலோசித்து, தங்கள் ஆளுகை முடிவுபெறப் பத்து வருடங்களுக்கு முன், கப்பித்தான் நாகெல் (Captain Nagel) என்பவனை வன்னிக்கு அதிகாரியாய் நியமித்தனர். அவனும் பட்டாளத்துடன் போய் அங்கு தங்கினான். இதனால் தங்களதிகாரங் குறைந்ததென நினைத்த அக்காலத்திருந்த நல்லநாச்சி, சிதம்பரநாச்சி யெனும் இரு வன்னிச்சிகளுங் குழப்பம் உண்டாக்கினாலும், கம்பனிப் பட்டாளத்துக்குப் பயந்தோடி நுவரகளாவியிற் கரந்துறைந்தனர். இதன்பின், கப்பித்தான் நாகெலுடைய வேள்விப்படி வன்னி இறை வருமானம் வருடம் 10,000 இறைசாலாக அவனுக்குக் குத்தகையாய்க் கொடுக்கப்பட்டது. அவனே வரிகளை அறவிட்டுவந்தான். பின்புவன்னிக் குழப்பங்கள் அமைதியுற்றன. வன்னிச்சிமாருந் திரும்பித் தத்தம் ஊர்வந்துறைந்தனர்.

ஊர்அதிகார மாற்றம்

தொடக்கத்தில் மன்னாருக்குச் சேர்ந்த மாதோட்டம், நானாட்டான், முசலியென்னும் ஊர்களும் வன்னியர் ஆட்சியின் கீழிருந்தன. கி. பி. 1692-ல் பொதுசன விருப்பத்தின்படி, பெருங்களிப்பற்று, வன்னியர் ஆட்சியினின்றும் பிரிக்கப்பட்டு, பூநகரி அதிகாரத்தின் கீழ் விடப்பட்டது. ஆனால் அப்பற்றுச்சனங்கள் வருடந்தோறும் இரண்டு யானைகள் திறையாகக் கொடுக்க வேண்டுமென நியமிக்கப்பட்டனர். மாதோட்டம் முதலிய மூன்று ஊர்களும் வேறொரு அதிகாரத்தின் கீழ் விடப்பட்டன. அவ்வூர்ச் சனங்களும் வருடந்தோறும் 8 அல்லது 10 யானைகள் திறையாகக் கொடுப்பதற்கு உடன்பட்டார்கள்.

உத்தியோகத்தருங் குருமாரும் பயணம் பண்ணும் வேளைகளில், ஊர்ச்சனங்களே அவர்களின் உணவுப் பொருள்களைக் கொடுக்க வேண்டியிருந்தது. இவ்வழக்கஞ் சனங்களுக்குப் பெரும் இடரை விளைத்து, "மேயொருல்" களுக்கு அதிக வருவாயை உண்டாக்கிற்று. பிற்காலத்தில், உத்தியோகத்தர் தங்கள் தங்கள் உணவுச் செலவைத் தாங்கள் தாங்களே பொறுக்க வேண்டுமென்றும், குருமாரின் பிரயாணச் செலவு 'சிக்கோ'த் தண்ட இருப்புப்பணத்திலிருந்து கொடுபட வேண்டு மென்றும் ஒரு கட்டளை பிறந்திருந்தும், மேபொருல்கள் அவ்வாறு அறவிடும் பணத்தைக் குடிகளுக்குக் கொடுப்பதரிது. உத்தியோகத்தர் உலாச் செலவும், அதிகாரிகள் வாய்ச்சேலவும்

மன்னுருக்கும் யாழ்ப்பாணத்திற்கும் போக்கு வரவு செய்த அரசாட்சி உத்தியோகத்தர் முதலியோருக்கு உணவளித்து, அதனல் மிடியுற்ற இலுப்பைக்கடவை பல்லவராயன் கட்டுச் சனங்கள் அரசாட்சியாருக்கு விண்ணப்பஞ் செய்தபடியால், கம்மந்தோர் 'பைல்' என்பவர், "கம்மந்தோரின் கைச்சாத்துடைய சீட்டுப்பெற்றவருக்கே உணவு கொடுக்கப்படும்" என்றும், "அவ்வுணவுச் செலவு கம்பனியே பொறுக்கவேண்டும்" என்றும், "அச்சீட்டுகளும் அரசசபையைச் சேர்ந்தவருக்கே கொடுக்கப்பட வேண்டும்" என்றும், ஒரு கட்டளை பிறப்பித்தார். உலாச்சேலவுத்திருத்தம்

அடிமைகள் மற்றைய பண்டங்களைப் போல விலைக்கு வாங்கி விற்கப்பட்டனர். பணமுடையோர் அடிமைகளை வாங்கித் தங்களுக்கு ஊழியஞ் செய்விப்பார்கள். கம்மந்தோர் ஜுவாடக்குமான் ஓரிடத்திற் கூறியபடி "ஒரு அடிமை ஒருபிடி அரிசியின் விலை" யை உடையவனுயிருந்தான். இந்திய நெல்லினும் பார்க்க அடிமைகளே மலிவாயிருந்தார்கள். நெல்லு வியாபாரத்திலும் பார்க்க அடிமை வியாபாரத்திலே அடிமை வியாபாரம்

நயங்கூடிற்று. 1695-ம் ஆண்டில் 3589 அடிமைகள் இந்தியாவிலிருந்து கொண்டு வரப்பட்டு விற்கப்பட்டார்கள். இவர்களே வடசிறைக் கோவியம் எனப்பட்டார்கள். வன்னியிலுங் கண்டி நாட்டிலும் அநேக அடிமைகள் விற்கப்பட்டார்கள். அடிமைகளை விற்கக் கொண்டுபோருங்கால், மிருகங்களைப்போலக் கயிற்றிற் பிணைத்துக் கொண்டு போவார்கள். கிறீஸ்தவராகு மடிமைகளுக்குச் சில வசதிகளுண்டு. ஆகையால் அடிமைகள் கிறீஸ்தவராகப் படாதென ஒல்லாந்தர் கட்டளையிட்டனர். அடிமைகள் தங்களை மீட்டுக் கொள்வதோ அருமையினருமை. அரசாட்சியாரின் அடிமைகள் அடிமை விலையைக்கொடுத்து நீங்கிக் கொளலாம். ஊரவர் அடிமைகள் விலைமீட்சியுடன் அரசினர் உத்தரவும் பத்திரமும் பெறவேண்டும். ஒல்லாந்தர், அடிமைகளின் ஒழுக்கங்களுக்குச் சட்டம் வகுத்து நடத்திவந்தனர். அப்பிரமாணங்களைத் தேசவழமைச் சட்டத்திற் காணலாம். கி. பி. 1824-ல், 15,341 சிறைகள் யாழ்ப்பாணத்திலிருந்தார்கள்.

அதிகாரப் பேட்டி

தலைமைக்காரர் எல்லோரும் வருடம் இருமுறை கம்மந்தோரைக் கண்டு தங்குறை நிறை கூறிப் போகவேண்டும். அப்படிப் பேட்டி காணச் செல்லுங்கால், வெறுங்கையாய்ப் போகாது வெகுமதிகள் கொண்டு செல்ல வேண்டும். மேபொருல்கள் கோழி ஏந்திய கையினராகவும், சாதித் தலைவர்கள் தத்தம் சாதித் தொழிற்குரிய பொருட்களைக் கொண்டுஞ் செல்வர். வன்னிப் பிரதானிகளோ வருடமொரு முறையே சமுகஞ்செல்வர். ஆனால் வெகுமதிகளோ ஆண்டுக் கிருமுறை அனுப்பவேண்டும். இவ்வழக்கந் தமிழரசர் காலந்தொட்டு நடைபெற்று வந்ததால், இது அரசாட்சியாருக்குக் கீழமைந்து நடக்குந் தணத்தை அதிகரிப்பிக்கும் என எண்ணியே கைபா

ளப்பட்டு வந்ததாகத் தெரிகிறது. உத்தியோகத்தர் பல முறைகளிலும் உபகாரங்கள் வாங்கும் நோக்கமாகத், தலைமைக்காரரையுஞ் சனங்களையும் தம்மிடத்துக்கு வரவழைப்பர். இவ் வநீத வழக்கத்தாலாகுங் கேட்டை யறிந்து அரசாட்சியார் இதனைப் பிற்காலத்தே நிறுத்திவிட்டனர். ஆனால், இக்காலத்திலும், ஒருவன் முறைப்பாடு செய்யத் தலைமைக்காரன் முன் செல்லும்போது, "ஏன் வெறுங்கையோடு இவ்விடம் வந்தாய்?" என்று கேட்கும் வழக்கமுடைய தலைமைக்காரரும் உத்தியோகத்தரும் உண்டு.

பறங்கிகள் 'டொன்' பட்டம் விற்றது போலவே, ஒல்லாந்தருஞ் சனங்களின் சாதியெதிர்ப்பை அறிந்து, பணங்கொடுத்தவர்களை 'வெள்' அல்லது 'மடப்பம்' என்றுதோம்பிற் பதிந்தனர். இக்காரணம் பற்றியே, முன் 118ம் பக்கத்திற் சொல்லப்பட்ட ஏழு ஊர்களைத் தவிர மற்றையவூர்களுக்கும் 'மடப்பம்' வந்தது. தொடக்கத்தில் 100 இறைசாலாகவிருந்த விப்பட்டம் வரவரத் தேய்ந்து, 25 இறைசால் வரையும் விற்கப்பட்டது. விலை பெற்றசாதி

ஒல்லாந்தர் வர்த்தகத்தின் பொருட்டே இலங்கையை அடைந்தோராதலால், தமது அரசிறை வருமானத்தைப் பெருக்குவதிலேயே கண்ணுங் கருத்துமாயிருந்தனர். கம்பனியிலொன்றும் பொறுக்காமல், ஆளுகைச் செலவுகளும் மேல் ஊதியமும் இத்தேச அரசிறைவருமானத்தி லிருந்தே பெறவேண்டுமென்னும் நோக்கமாகவே, ஆரம்பமுதல் அந்தியம் வரையில் முயன்று வந்தனர். வியாபாரப் பெருந்காலும், வரியாலும், சம்பளமில்லா ஊழியத்தாலும் பொருள் ஈட்டிவந்தனர். அரசிறை வருமானம்

முதலாவது வியாபாரம். வியாபாரம்

1. யானை - இலங்கைக் காடுகளில் வசிக்கும் யானைகளைப் பிடிப்பித்தும், திறையாகப் பெற்றும்,

அவைகளை வருடந்தோறும் இந்திய அரசர்களுக்கு விற்பதினல் பெரும் பொருள் ஈட்டினர். இவ்வியாபாரமே மிகவுஞ் சிறந்ததாயிருந்தது. வன்னிக்காட்டிலும் தென்மாகாணத்தி லுள்ள மாத்துறை, அம்பாந்தோட்டைக் காடுகளிலும் பிடிப்பிக்கப்பட்ட யானைகளோடு, வன்னியர் இறையாகக் கொடுக்கும் யானைகளையுஞ் சேர்த்து, யாழ்ப்பாணத்துக் கனுப்பி, அங்கிருந்து காரைதீவுத்துறையில் கப்பல் மார்க்கமாய் இந்தியாவுக் கனுப்பி வந்தார்கள். வங்காளம், விஜயநகரம், கோல்கொண்டா, தஞ்சாவூர் முதலிய பேரூர்களினின்றும் வியாபாரிகள்வந்து, யானைகளை ஏலத்தில் வாங்கிச் செல்வர். பூநகரியில் ஒரு உபதிஸ்ஸாவை நியமிக்கப்பட்டு, அவன் மூலமாகவும் யானைகள் பிடிப்பிக்கப்பட்டன. கி. பி. 1697ல் டொன் பிலிப்பு நல்ல மாப்பாணவன்னியன் மகன் டொன் கஸ்பார் நீச்செய சேகிராயன் பூநகரியில் யானைவேட்டைத் தலைவனாக விருந்தான். பூநகரி, பல்லவராயன் கட்டு, இலுப்பைக்கடவை என்னுமிம் மூவிடங்களிலும் யானைக்கொட்டில்களிருந்தன. யானை கொண்டு வருபவன் 12 நாட்கள்வரை அக்கொட்டில்களில் யானையைக் கட்டிவைத்தல் வேண்டும். இக்குறித்த நாட்களுள் யானை நோய்வாய்ப்பட்டிறப்பின், அதைக் கொண்டு வந்தவனுக்கே நட்டம் அடையும். பன்னிரண்டு நாட்களுக்குப் பின் சுகமாயிருக்கும் யானைகளைக் கோட்டைக்குக்கொண்டு சென்று, அவற்றை யெல்லாம் அளந்து கம்பனிக்குறி சுடுவார்கள். விற்றுப் பணம் பெற்றுக்கொண்ட பின்னும்ஒருகுறி சுடப்படும். இவ்விரு குறிகளுமிருந்தாலன்றி யானைகள் கப்பல்களி லேற்றப்படமாட்டா. பிற

காலங்களில், இக்குறியைநீக்கிஇலக்கங்களேசுட ப்பட்டன. யானே ஏலம் அரசாங்கசபை அங்கத் தவர் முன்னிலேயில் நடைபெற்று வந்தது. மன் ஞர்க்காடுகளில் பிடிக்கப்பட்ட யானேகளே விலே யிற் குறைந்தன வாயிருந்தன. திம்மாச நாயக் கனும், டொன் பிலிப்பு சங்கரப்பிள்ளேயும் யா னேத்தாகராயிருந்தனர். 1696ல் சங்கரப்பிள்ளே இறக்க, திம்மாச நாயக்கனேயும் வேலேயினின் றுமகற்றித் 'தாகர்' பதவியை எடுத்துவிட்டனர்.

கி. பி. 1696ல், 161 யானேகள் 53,357 இறைசாலாக விற்கப்பட்டன. வருடந்தோறும் 30,000 தொடங்கி, 50,000 இறைசால்கள் வரைக்கும் யானேகள் விற்கப்பட்டு வந்தன. பின்பு, இந்தியாவில் நடந்த யுத்தங்களினுலும், குழப்பங்களினுலும், யானே வாங்குவோர் அரு கிவர, வியாபாரமுங் குறைந்து வந்தது. 1765ல் 18 யானேகள் 6,700 இறைசாலாக விற்கப்பட் டன.

2. நெல்வேளாண்மை. உணவுப்பொருள் விருத் தியே இன்றியமையாத தெனவுணர்ந்து, ஒல் லாந்தர், நெல்வேளாண்மை செய்யும்படி ச னங்களே ஊக்கப்படுத்தியும், கம்பனிக்குரிய நிலங்களிலே நெல்விளேவித்தும் வந்தார்கள். யாழ்ப்பாணம், பூநகரி, மன்னுர் என்னும் மூ விடங்களிலும் விளேந்த நெல்லு இத்தேசவுண வுக்குப் போதியதாயிருந்ததுமன்றி, மிகுதி யான நெல் மதுரை, நாகபட்டினம், முதலிய பிறதேசங்களுக்கும் ஏற்றுமதி செய்யப்பட் டது. திருக்கோணமலேயிலும் மட்டக்களப் பிலும் விளேந்த நெல் யாழ்ப்பாணத்துக்கு அ னுப்பப்படாதெனக் கட்டளேயிருந்தபடியால்,

கொளும்பு, காலி முதலிய இடங்களுக்கேற் றப்பட்டது. இந்தியாவிலிருந்து ஆயிரக்க ணக்கான அடிமைகள் வருவிக்கப்பட்டுக், கம் பனிக்குறி யிடப்பட்டு, வயல்வேலைகளிலிருத் தப்பட்டனர். முன்னே, மாதோட்டம் வளம் பொலிந்து, சிறப்பும் செழிப்பும் பொருந்தக் காரணமாயிருந்து, பின் அழிந்துபோன கட்டுக்கரைக்குளத்தைத் திருத்தவும், அதில் நீர்குறையாது நிறைவுடனிருக்க, முசலியாற் றுக் கட்டைப் புதுப்பிக்கவும் முயன்றூர்கள். ஒல்லாந்தர் அக்குளத்தின் விரிவையும் பொலி வையுங் கண்டு அதை இராட்சதக் குளமென் றழைத்தனர். இந்தியாவிலிருந்து வந்த அடி மைகளில் 100 பேர் இக்குளவேலைக் கனுப் பப்பட்டார்கள். வேலைச்சிரமத்தினுற் போ லும் அவ்வருமையும் பெருமையுமான முயற்சி நிறைவேருதொளிந்தது.

யாழ்ப்பாணச் சனங்கள் பூநகரியிற் குடி யேறும்படி தூண்டப்பட்டார்கள். பறங்கிப் படையின் உணவினுலும் நோயினுலும் குறை ந்திருந்த மாடுகளுக்காக இந்தியாவிலிருந்து மாடுகள் கொண்டுவரப்பட்டன. ஒல்லாந்த ரால் விளைவிக்கப்பட்ட நெல் ஒருபறை 14, 15 துட்டுகளாகவும், சுதேசிகள் நெல் 10 துட்டுக ளாகவும் கம்பனியார் வாங்கினூர்கள். ஆரம் பத்திலே அதிக ஊக்கத்தோடு வருவாயை முன்னிட்டுச் செய்யப்பட்ட நெல் வேளாண் மை பின் அக்குறைவினுல் கைசோரவிடப்பட் டது. விளைநிலங்கள் பணமின்றி ஒல்லாந்த ருக்கும் பறங்கிகளுக்கும் கொடுக்கப்பட்டா லும், வேளாண்மையில் அவர்கள் விருப்பம் வைத்தாரில்லை. அவர்களுக்கு இனமாகக்

கொடுத்துச் செய்கையற்றிருந்த காணிகள் சுதே சிகளுக்கு விலையாக விற்கப்பட்டன. 1696க்கு முன் கம்பனிக்காணிகள் எல்லாம் விற்கப்பட்டொழிந்தன. சனங்கள் அதிகப்பட அதி கப்பட, வேளாண்மையுஞ் சுருங்கச் சுருங்க இந்தியாவிலிருந்தே நெல் வருவிக்கப்பட்டது.

ஒல்லாந்தர் தங்கள் ஆட்சிக்கடைக்கூற்றில் பின்னும் நெல்வேளாண்மையில் அதிக ஊக்கமெ டுத்தனர். கரைச்சிப்பகுதிக்காணிகளை அளந்து, அப்பகுதியிலுள்ள குளங்களைக்கட்டி, ஆங்குள்ள பரந்த நிலங்களில் நெல்விளைவு செய்வதற்கு 22,000 இறைசால்வரை செலவுக்குவேண்டு மென்றும், அச் செலவை 5 வருடத்துள் அதன் வாயிதாவருவாயாற்பெறலாமென்றும்கப்பித்தா ன்பூனந்தர் (Captain Foenander) செய்த அறிக் கையைக் கொண்டு, வன்னி அரசிறைவருமா னக்குத்தகை எடுத்திருந்த கப்பித்தான் நாகெல் (Captain Nagel) என்பவன், அச்செலவை உட னே செய்வதற்கு அரசாட்சியார் ஆயத்தமின் றேல், வடமாகாண அரசிறை வருமானக் கலக் டரே அச்செலவைவிட்டுக் குளங்களைக்கட்டி அறிக்கையின்படி வாயிதாவை 5 வருடங்களில் அறவிட்டுக் கொள்ளவேண்டுமென்றும், அத் துணிவு கலக்டருக்குமின்றேல், தானே அந் நிபந்தனைகளுக்கமைய அக்கருமத்தை முடிப்ப தாகப் பொருந்திக் கரைச்சியை வன்னி நாட்டு டன் சேர்த்துவிடும்படி கேட்டான். அக்காலத் தங்குறித்த அக்கேள்வியின்பயன் 125 வருடங் கள் சென்று இப்பொழுதே நிறைவேறியிருக் கிறது.

3. பருத்திச் செய்கை: கம்பனியே இந்தியாவிலிருந்து துணிகளை வருவித்து விற்றுவந்தாலும், பறங்கி

யர் காலத்திலும் பார்க்க ஒல்லாந்தர் காலத்திலேயே, பருத்திச்செய்கை அதிகரித்திருந்தது. மன்னாரிலும் பூநகரியிலுமே, மற்றவிடங்களிலும் பார்க்க அதிகமாக விளைந்து வந்தது. சனங்கள் கம்பனிக்கணக்கில், தென்மராட்சியிலிருந்து பூநகரிக்குப் பருத்திச் செய்கைக்காகக் கொண்டு போகப்பட்டார்கள். பருத்திச் செய்கையினால் ஆடை நெசவு தொழிலையும் விருத்திசெய்ய ஒல்லாந்தர் முயன்றனர். ஆனால் நெடுந்தீவிலே பருத்திச் செய்கை குதிரைவளர்ப்புக்கு இடையூறுதலைக் கண்டு, அதனைத் தடை செய்து இருந்த செடிகளுமழிக்கப்பட்டன.

4. சாயவேர்:- சாயவேர் வியாபாரமுங் கம்பனிகையிலிருந்தது. இவ்வேரைக் கிண்டிக்கொடுப்பது யாழ்ப்பாணத்தில் வேர்குத்திப் பள்ளருக்கும் மன்னாரிற் கடையர்குலமக்களுக்குமுடைய தொழிலாயிருந்தது. கம்பனியாரின் சிறைகளிலும் 348 பேர் சாய வேர் கிளறுந் தொழிலில்விடப் பட்டிருந்தனர். இவ்வேர்களில் காரைதீவு வேர் முதலாவதாகவும், மன்னார் வேர் இரண்டாவதாகவும், வன்னி வேர் மூன்றாவதாகவும் விரும்பப்பட்டது. சாயவேர் பிரத்தியேகமாக விற்கப்படாதெனவும், வேர்குத்திகள் தங்களை அடைவுவைத்துப் பணம் பெறக்கூடாதென்றும் பிரமாணங்களிருந்தன. ஒரு வருடத்தில் 80 அல்லது 90 பகார் § கொண்ட வேர் யாழ்ப்பாணத்தில் அகப்பட்டது. சிலவருடங்களில் உள்ளூர்ச் சாயவேர் போதாமையால் தென்னிந்தியாவிலிருந்தும் வருவிக்கப்பட்டது.

---

§ ஒரு பகார் (Bahar) 480 றாத்தல் கொண்டது, பாரம் எனப்பட்டது.

மன்னாரிற் சாயவேர் கிண்டுங் கடையர்அத் தொழிலைக் கைவிடும் நோக்கமாகத் தங்கள் பிள்ளைகளைச் சாயவேர்கிண்டாத கடையரின் பிள்ளைகளுக்கு மணஞ் செய்து வைத்தலை அறிந்து அவ்வாறு கலியாணம் முடிக்கும் பிள்ளைகளும், அவர்களின் பிள்ளைகளும் சாய வேர்குத்தும் தொழிலாளர்களாகப் பட்டோலைகளிற் பதியப் பட்டு அத்தொழிலையே நடத்தவேண்டுமென்று கட்டளைபிறந்தது.

5. புடைவை நெய்தல் சாயம் போடுதல்: ஆடை நெய்யச் சேணியரையுங் கைக்கோளரையும் சாயம் போடச் சாயக்காரரையும் இந்தியாவிலிருந்து எடுப்பித்து, ஆடையின் பேரால் இந்திய நாட்டுக்குச் செல்லும் பொருளைக் குறைப்பதற்கு வெகுமுயற்சிகள் எடுக்கப்பட்டன. சேணியர் வண்ணார்பண்ணையிலும், கைக்கோளர் நல்லூரிலும், சாயக்காரர் ஆனைக்கோட்டையிலும் நல்லூரிலுங் குடியிருத்தப்பட்டார்கள். சாயக்காரருக்கு ஒரு ஒண்டர் கூப்மன் மேற் பார்வைக்காரனகவும், ஒருபிராமணன் கண்காணியாகவும் நியமிக்கப்பட்டனர். நெசவுகாரருக்குஞ் சாயக்காரருக்கும் முற்பணங்கட்டியே கொண்டுவரப் பட்டது. கி. பி. 1664-ல் ஜுவான் மற்ஜைக்கர் (Joan Maatzuyker) எழுதிய அறிக்கையின்படி நெசவுகாரர் 2873 இறைசாலும், சாயக்காரர் 5820 இறைசாலும் கம்பனிக்குக் கடன்கொடுக்க வேண்டியவர்களாயிருந்தார்கள். அனேக வருடங்களாயுங் கடன்குறையாமை கண்டு, ஆடை நெய்வோருக்கு நூலைக்கொடுத்து, நெசவு கூலியில் ஐந்திலொன்றைப் பழைய கடனுக்காகக் கழித்து வந்தனர். சாயக்காரருக்கு ஆடை, சாய

வேர், நீலம், மெழுகு முதலிய வற்றைக் கொடுத்துக் கூலியில் எட்டிலொன்று எடுத்து வந்தார்கள். ஆனால் கம்பனிக்குக் கொடுக்கவேண்டிய கடன் குறைந்து வந்தாலும், அதிலிரண்டு பங்கு வேறுஆட்களிடம் கடன்பட்டுக் கடன்காரராயிருந்தார்கள். களவாகச் சீலைநெசவுகாரரும்சாயக்காரரும் புடைவை விற்றும் சாயமேற்றிக் கொடுத்தும் வந்தார்கள். முன்னே கம்பனி முத்திரை பொறித்த சீலைகளே விற்கப்பட வேண்டுமென்ற சட்டமிருந்ததால், அத்துடன் முத்திரையில்லாத துணிகள் உடுக்கப்படாதென்றுங் கட்டளையிட்டனர். அதுவன்றியும் முன்னேயிருந்த புடைவைகளெல்லாங் குத்தகைகாரனிடங் கொடுத்து முத்திரை குத்துவிக்க வேண்டுமென்றும், † நெசவுகாரருக்குஞ் சாயக்காரருக்குங் கடன் ஒருவருங் கொடுக்கப்படாதென்றும், நெசவுகாரர் ஊரவர்களுக்குத் துணி நெய்து கொடுக்கப்படாதென்றுஞ், சாயக்காரர் சாயம்போட்டுக் கொடுக்கப்படாதென்றும், யாழ்ப்பாணவாசிகள் சாயப்புடைவை தரிக்கப்படாதென்றுங் கட்டளைகள் பிறந்தன. சாயப்புடைவைகள் பெரும்பாலும் இந்தியாவுக்கும் வத்தாவியாவுக்கும் ஏற்றப்பட்டன. சேணியச் செட்டிகளுக்குக் கொடுத்த கடன் குறையாதபடியாலும், அவர்களின் விக்கிரக ஆராதனை மற்றைக் கிறீஸ்த சனங்களின் ஆராதனைக்கு இடையூறாயிருப்பதாக விண்ணப்பிக்கப்பட்டதாலும், அவர்களை இந்தியாவிற்கே திருப்பி அனுப்புவது தகுமென நினைத்தும், கடனை எவ்விதமேனும் அறவிட

† ஒல்லாந்தர் காலத்தில் முத்திரை குத்துமிடம் நல்லூர் மூத்திரைச் சந்தையாயிருந்தது.

வேண்டுமென்ற அவாவினால் அவ்வாறு செய்யாது விட்டனர். புடைவைநெசவுக்கும் பருத்திச் செய்கைக்கும் கம்பனியாரால் அளவிறந்த உற்சாகங் கொடுக்கப்பட்டது. யாழ்ப்பாணத்தில் மாத்திரம் செய்யப்பட்டபுடைவை வரி வருடாவருடம் 10,000 இறைசால் என்ப.

6. குதிரை வியாபாரம்:—நெடுந்தீவிலே குதிரைகளை வளர்ப்பதற்குப் பறங்கிகளே தொடங்கினர். ஒல்லாந்தரும் அத்தொழிலை நெடுந்தீவிலும் இரணைதீவிலும் பெருகச் செய்தனர். இத்தீவுகள் ஒவ்வொன்றிலும் ஓர் ஒண்டர் கூப்மன் மேற்பார்வைக்காரனாக நியமிக்கப்பட்டான். ஒல்லாந்தர் பாரசீயம் (Persia) சாவகம் (Java) முதலிய தேசங்களிலிருந்து நல்லினக்குதிரைகளை வருவித்து வளர்ப்பித்தனர். கி. பி. 1697ம் ஆண்டில் ஒரு வயசு தொடக்கம் $2\frac{1}{2}$ வயசு வரையுள்ள 500 குதிரைக்குட்டிகள் நெடுந்தீவில் மாத்திரம் வளர்ந்தன. பருவமானபின் குதிரைகளைக் கயிறெறிந்து பிடிப்பித்து இந்தியாவுக்கனுப்பி விற்று வந்தனர். இவ்வாறு பிடிப்பதற்குப் பழக்கியவர்கள் பறங்கிகளே. நெடுந்தீவுக்குதிரை யொன்று 25 இறைசாலாகவும் இரணைதீவுக்குதிரை 35 இறைசாலாகவும் விற்கப்பட்டன.

7. முத்தும், சங்கும்:— கி. பி. 1658ல் தென்னிந்தியாவிலும், இலங்கையிலும், போர்த்துக்கேயருக்கிருந்த கரையடுத்த தேசங்கள் ஒல்லாந்தருக்காயினபின், மன்னார் முத்துக்குளிப்புந் தூத்துக்குடி முத்துக்குளிப்பும் அவர்களுடையதாயின. ஒல்லாந்தர்காலத்தில் மன்னார்க்கடலில் முதற்குளிப்பு 1668ம் ஆண்டில் நடந்தது. 1768ம் ஆண்டுக்கு முன் பத்து முறை

குளிப்பு நடத்தப் பட்டது. இக்குளிப்புக்களில் குளிப்பவர்களிடமிருந்து கல்லு † வரி அறவிடப் பட்டது. கிறீஸ்தவர்கள் 70 பணமும், முஸ்லீங்கள்120 பணமும், மறுசமயத்தவர்கள் 94½ பணமும் கல்லொன்றுக்குக் கொடுக்கவேண்டியிருந்தது. கி. பி. 1708-ல் தூத்துக்குடி முத்துக்குளிப்புக்குச் சென்ற 528 தோணிகளில் 4321½ கற்கள் உபயோகிக்கப்பட்டன. ஒவ்வொரு கல்லுக்குங் குளிகாரர் இருவர்.

மன்னார்க்கடற்குளிப்பில் மதுரைநாயக்கவரசனுக்கு 96½ கற்களும், இராமநாதபுரம் சேதுபதிக்கு 60 கற்களும், காயிற்பட்டின முஸ்லீம் தலைவனுக்குப் 10 கற்களும், இந்திய பட்டங்கட்டிகளுக்கு 185 கற்களும், மன்னார்ப் பட்டங்கட்டிகளுக்கு 30 கற்களும், யாழ்ப்பாணத்தாருக்குப் 13 கற்களும், இனமாக அவரவரே குளித்து முத்தெடுத்துக் கொள்ளும்படியான சலாக்கியங்கொடுக்கப்பட்டிருந்தது. இராமேச்சுரம் முதலியகோயிலதிகாரிகள் தங்களுக்கு இனமாகக் குளிப்பதற்குப் பறங்கியரால் கொடுத்திருந்த சலாக்கியம் போல, ஒல்லாந்தரிடத்திருந்துங் கிடைக்கவேண்டுமென்று அவர்களைப் பலமுறை கேட்டும், அப்படிக்கொடுப்பதற்கு ஒல்லாந்தர் மறுத்துவிட்டனர். கி. பி. 1732க்குப் பின் சிலவருடங் குளிப்பில்லாதிருந்து, 1746 தொடக்கம் அடுத்தடுத்து 5 வருடங்கள், வருடஞ் சராசரி 3½ இலக்ஷம் இறைசால் வீதம் குத்தகையாய் விற்கப்பட்டபடியால், இனங்கற்கள் ஒருவருக்குங் கொடுபடவில்லை.

† குளிப்பவர்கள் ஒவ்வொருவரும் காலிற் கல்லொன்றைக் கட்டித் தண்ணீரில் மூழ்குவதனால், அவர்கள் கொடுக்கும் வரி கல்லுவரி யெனப்பட்டது.

இறுங்கற்கள் பெற்றகாலங்களில், பெற்றவர்கள் தங்கள் தங்கள் சமயக் கோயில்களுக்குச் சில கற்களைக் கொடுத்து வந்தார்களேயொழிய, அரசாட்சியார் மனங்கொண்டு எப்போவாகுதல் எக் கோயிலுக்குங் கொடுத்தவரல்லர். ஒல்லாந்தர் காலத்தில் கி. பி. 1768 க்குப்பின் முத்துக்குளிப்பு நடக்கவில்லை.

சங்கு நயினாதீவுக் கடலிலும், மன்னார்க் குடாக்கடலிலும், கற்பிட்டிக்கடலிலுங் குளிக்கப் பட்டது. ஆனல், அதில் அதிகவருவாய்கிடைத்த தாகத் தோன்றவில்லை. 1697ம் ஆண்டு பெரிய தம்பியென்னும் முகம்மதியன் 3000 இறைசாலாகக் குத்தகை கேட்டும், முத்துச்சிப்பிகள் களவு போகுமென்னும் பயத்தால் கொடுக்கப் படவில்லை. தற்காலத்தைப் போலவே அக்காலத் திலும் சங்குகள் நகைகளின் பொருட்டு வங் காளத்துக்கு ஏற்றப்பட்டுவந்தன.

8. உப்பு:- உப்பும் இக்காலத்திற்போல் அரசினர் பொறுப்பிலிருந்தது. இருந்தும் அவர்களுக்குப் பொருள் வருவாயதிகம் இல்லை. யாழ்ப்பாணத் திலே பலவிடங்களிலும் தன்படுவன் உப்பு அதிக மாக விளைந்ததினுல் அதை அரசினர் காவல் செய்து பயன் பெறுதல் அசாத்தியமாயிருந் தது.

9. மரவியாபாரம்:- வன்னிக்காட்டில் நின்ற பெரிய மரங்களையெல்லாம் வீழ்த்தி ஒல்லாந்தர் தம் வீடுகளுக்குங் கட்டிடங்களுக்கு மாகப் பாவித்த தோடமையாது, பிறதேசங்களுக்கும் ஏற்றுமதி செய்து பொருளீட்டினர். அடிமைகளைக் கொண் டும், 'இராசகாரியம்' என்னும் சம்பளமில்லா ஊழியத்தாலும் மிகவுங் குறைந்த செலவில் காட்டு

மரங்களைத் தறிப்பித்தார்கள். மரங்களை வெட்டிக் கடற்கரைக்குக் கொண்டு வரச் சில ஒழுங்குகள் ஆக்கப்பட்டிருந்தனவென்பது 1679ம் ஆண்டு அறிக்கைப்பத்திரத்தினால் தெரிய வருகின்றது. அவ்வொழுங்குகளாவன:—

மரந்தறிக்கும் ஊழியம் ஒரு தின்ஸாவையின் கீழ் நடத்தப்படும். இதற்குக் கம்பனி அடிமைகள் 293 பேர் குறிக்கப்பட்டிருக்கின்றனர். அஃதெவ்வாறெனில், 145 பேர் 20, 25, 30 பேர் சேர்ந்த கூட்டமாய்க் காட்டிற்சென்று மரந்தறிப்பர். இவர்கள் ஒவ்வொருவருக்கும் மாதந்தோறும் ஒரு பறை அரிசியும், சில கருவாடுகளும், சில வேளைகளில் புகையிலையுங் கொடுக்கப்படும். புகையிலை 'சிக்கோஸ்' என்னுங் குற்றப்பணச் சேமநிதியினால் கொள்ளப்பட்டது.

தறித்த மரங்களை 148 அடிமைகள் கரையாருடைய உதவியோடு கடற்கரைத் துறைமுகத்திற்குக்கொண்டு செல்லல்வேண்டும். இவ்வடிமைகள் முன் பறங்கியர்களுக்கு அடிமைகளாய் இருந்தவாறுபோல் ஒல்லாந்தருக்கு மிருந்தால் இவர்களுக்கு யாதும் சம்பளம் கொடுப்பதில்லை. அவர்களே தங்கள் உணவுப்பொருள்களைத்தேடிக் கொள்ளவேண்டும்.

ஒவ்வொருவருடமும் 173 கரையார் நாகர்கோயிலில் இருந்தும், 349 பேர் வடமாட்சியிலிருந்தும், 276 பேர் பச்சிலைப்பள்ளியிலிருந்தும், மொத்தம் 798 பேரும் சேர்ந்து மரங்களைக் கடற்கரைக்குக் கொண்டுசெல்வர். இவர்களுந் தங்களுணவின் செலவைத் தாமே பொறுக்குங் கடப்பாடுடையர். மரங்கள் கோடைகாலத்திற் சுக்கிலபக்க காலங்களில் தறித்து மாரியில் ஏற்றவேண்டும்.

பனைமரங்களுஞ் சொற்ப விலைக்குக் குடிசனங்களால் கம்பனிக்குக் கொடுக்கப்பட்டன. நின்றும் பல்லாண்டு வீழ்ந்தும் பல்லாண்டுக்கு அழிவின்றிப் பயனுதவுங் கற்பகதருவின் மேன்மையை நன்கறிந்த ஒல்லாந்தர், ஆண்டுகடோறும் பல்லாயிரக்கணக்கான மரங்களை வீழ்த்திக் கொளும்புக்குங் காலிக்கும் ஏற்றி, எஞ்சியவற்றை இந்தியாவுக்கு மனுப்பிப் பெருமூதியம் பெற்றனர். தென்மருட்சியிலும், பச்சிலைப்பள்ளியிலும் முதிர்ந்த மரங்கள் அதிகமாயிருந்தபடியால், அவ்விடங்களிலேயே பெரும்பாலும் மரங்கள் தறிக்கப்பட்டன. ஒவ்வொருமரமும் கைமரங்களாகப் பிளக்கப்பட்டபின், அக்கைமரங்களை வயோதிபால்லாதார் ஒவ்வொருவரும் ஒவ்வொன்று கடற்கரைத் துறை முகத்திற்குக் கொண்டு செல்ல வேண்டுமென்றும், வயோதிபர் இரண்டுசலாகைகள் மாத்திரம் கொண்டுபோக வேண்டுமென்றும் கட்டளையிருந்தது. 1677ம் ஆண்டில் 50,687 கைமரங்களும், 26,040 சலாகைகளும் நாகபட்டினத்திற்கு மாத்திரம் அனுப்பப்பட்டன. இத்தொழிலை நடப்பித்த உத்தியோகத்தர் தங்களுக்கும் இவ்வாறு குறைந்தவிலையில் மரங்களைக் கொண்டுவந்து கொடுக்கும்படி சனங்களை நெருக்கினார்கள். இந்த அநீத வழக்கம் பிற்காலத்தில் அரசினரால் ஒருவாறு தடுக்கப்பட்டது. பிற்காலத்தில் அரசினர்க்கு வேண்டிய மரங்கள் தவிர மற்றவை ஊர்விலைப்படியே வாங்கப்பட்டன.

10. முருகைக்கல்லுஞ் சுண்ணும்பும்: செங்கற்களினாற் கட்டப்பட்ட சில கட்டிடங்கள் தவிர, மற்றக் கோட்டை கொத்தளங்கள், மன்றங்கள், கோயில்கள் முதலிய கட்டிடங்கள் முருகைக்

கற்களினாலேயே கட்டப்பட்டன. செங்கல், ஓடு இரண்டும் இருபாலையிற் சுடப்பட்டன. சுண்ணாம்புச் சூளைகள் பருத்தித்துறையிலுங் காங்கேயன்துறையிலு மிருந்தன. செங்கல்லுஞ் சுண்ணாம்புஞ் சுடுவதும், கற்கள் கிளறுவதும் அதிக செலவின்றி ஊரவர்களால் செய்யப்பட்டன. முருகைக் கற்களும் சுண்ணாம்பும் அதிகமாகப் பிறதேசங்களுக்கும் அனுப்பப்பட்டன. 1687ம் ஆண்டுதுவக்கம் 1696ம் ஆண்டு வரையும் 52, 950 வெட்டப்பட்ட முருகைக் கற்களும், 4751 லாஸ்தர் சுண்ணாம்பும் நாகபட்டினத்திற் கனுப்பப்பட்டன.

11. மறுவியாபாரம்: கொளும்புப் பகுதியிலிருந்து வருவிக்கப்படும் மிளகும், பாக்கும், பிறதேசங்களிலிருந்து வரும் பித்தளை, துத்தநாகம், பீங்கான், கோப்பை, சீனிமுதலிய சில்லறைச் சாமான்களும் கம்பனியாரால் ஊரவர்களுக்கு விற்கப்பட்டன. 1697ல் 50,000 இருத்தல் மிளகும், 350 அவணம் பாக்கும் மற்றுஞ் சில்லறைச் சாமான்களும் 9000 இறைசாலாக விற்கப்பட்டன. பட்டுநூற் பூச்சி வளர்ப்பதற்கும் பாரசிய தேசத்துக் கிர்மன் ஆடுகள் வளர்ப்பதற்கும் எடுத்த பிரயத்தனங்கள் பயன் பெறா தொழிந்தன.

இரண்டாவது வரிகள்.

1. தலைவரி: பள்ளிக்கூடங்களிற் கல்விகற்று விலகும் எவ்வயதுடைய ஒவ்வொரு ஆணும் இவ்வரி கொடுக்க வேண்டியிருந்தது. வயோதிபரும் அங்கவீனருமே நீக்கப்பட்டனர். இவ்வரிக்காக ஆட்தோம்பு மூன்று வருடங்களுக் கொருமுறை எழுதப்பட்டுப், பிறப்பெழுதிய கோயில்

அட்டவணைகளுடன் ஒப்புநோக்கப்படும். தலை வரி வருடத்திற்கு 2 அல்லது 4 பணமும், சிறை களுக்கு, 1 பணமும், பின் காலத்துக்குக்காலங் கூட்டியுங்குறைத்தும்அறவிடப்பட்டது. 1675ல் குறைத்தும் பின்பு கூட்டியும், 1690ல் குறைத் தும், 1700ல் கூட்டியும் மாறிமாறி யமைக் கப்பட்டது. திருக்கோணமலை மட்டக்களப்பு என்னும் இடங்களிலுள்ளவர்களிடம் "வாயி தா" வரி தவிர வேறு வரிகள் அனேக வருடங்க ளாக அறவிடப்படவில்லை. ஆனால் அவர்கள், மாங்களைத் திராங்கி, கைமரம், சலாகைகளாகவும், தேன், மெழுகு முதலியனவும் நியமித்தபடி கொ டுக்க வேண்டிய கடமையாயிருந்தது. 1678ம் ஆண்டில் இவ்விரண்டு இடங்களிலும் அறவிடப் பட்டவரி 500 இறைசால் மாத்திரமே.

2. **நிலவரி, மரவரி:** நிலத்தோம்பும் மூன்றுவருடங் களுக் கொருமுறை புதிதாக எழுதப்பட்டது. தோம்புகளில் நன்செய் நிலங்களும், குடியிருப் புக்காணிகளும் அவற்றின் பெயர்களும், புன்செ ய்நிலமாயின் அதிலுள்ள பனை, மா இருப்பை வேம்பு ஆதியாம் வான்பயிர் விபரங்களும், அவை களின் சொந்தக் காரர் பெயரும், பயிர்ச் செழிப் பின்படி விதித்த வரியுங் குறிக்கப் பட்டுவந்தன. இவ்வரிகள் வருமான மதிப்பில் பத்திலொன்றாக மதித்து அறவிடப்பட்டன. இவ்வரிகளை அற விடும் உரிமை குத்தகையாகப் பலமுறைகளி லும் விற்கப்பட்டது. 1679-ம் வருடத்தில் 40,480 இறைசால் தலைவரி நிலவரி இரண்டுமாக அறவிடப்பட்டது. 1697-ல் யாழ்ப்பாணத்தில் மாத்திரம் நிலவரியாக 16,348 இறைசாலும், வாயிதாவாக 8632 இறைசாலும், தலைவரியாக

5998 இறைசாலும் அரசிறை வருமானமாக வந்தன.

1679-ம் ஆண்டுக்குமுன் தலைவரித்தோம்பும் நிலவரித்தோம்பும் ஒல்லாந்த பாஷையில் தாளிலும், தமிழ்ப்பாஷையில் ஓலையிலும் எழுதப்பட்டு, † தாளெழுத்துத்தோம்பு அரசாங்கசபைக் கந்தோரிலும், ஓலைத்தோம்பு ஒவ்வொரு வரிஅறவிடுபவரிடத்தும் கொடுக்கப்பட்டிருந்தன. காணித்தோம்பு சரியாக எழுதுவதற்காகக் காணிகளெல்லாம் மும்முறை அளக்கப்பட்டன. வரி அறவிடுவோர் பலமுறைகளிலும் தோம்புகளை மாற்றுவதை யறிந்து அவைகளைக் கச்சேரிப் பிரதிகளுடன் காலந்தோறும் ஒப்புநோக்கும் வழக்கம் இருந்தது. தோம்புகள் மாற்றப்பட்டிருப்பின், அவற்றைச் செய்தோரை விலங்கிட்டகையினராய் யாவருங்காண நகருக்கு நடுவாகச் செல்லச் செய்து பிறதேசத்துக் கனுப்பப்படுவர். இத்தோம்புகளுடன், ஒவ்வொரு கிராமங்களில் வசிப்போர் பெயர்களும் அவ்வக்கிராமஞ் செலுத்த வேண்டிய மொத்த வரியைக் குறிக்குந் தொகையும் எழுதிய ஒரு சிறுத்தோம்பும் உண்டு. அதில் ஊழியத்தினின்றும் விலக்கப்பட்டோர் பெயர்களும், அவ்வக்கிராமம் இராசகாரியத்தின் பொருட்டு அனுப்பிவைக்க வேண்டிய ஆட்கள் தொகையும், அவ்வூர்க் குடிசனமதிப்பும் எழுதப்பட்டிருக்கும்.

கம்மர்தோர் 'பைல்' இருந்தகாலத்தில் (கி. பி. 1674-1679) வடமருட்சி, தென்மருட்சி, பச்சிலைப்பள்ளியென்னும் பகுதிகளிலுள்ள சனங்

---

† இதற்குப்பின் 20 வருடங்களுக் கொருமுறை தோம்புகள் திருத்தி யெழுதப்பட்டன.

கள் இவ்வரிகளைக் கொடுக்க முடியாது கலகம் விளைத்துப், பலர் வன்னிக் கோடிக் கண்டியரச னுதவியை வேண்டினர். ஆனால் ஒல்லாந்தர் அவர்களைச் சமாதானமாக்கித் தமது வரிகளை ஒருவாறு அறவிட்டு வந்தனர்.

3. துறைமுகத்தீர்வை: பெரிய துறைமுகங்களி னின்றும் வெளியே போகவேண்டிய கப்பல் கள் உத்தரவுச் சீட்டுகள் பெற்றே போகவேண் டும். இவ்விடங்களில் ஏற்றுமதி இறக்குமதி செய் யப்படும் பொருள்களுக்குத் தீர்வை நியமித்து அறவிடப்பட்டது. 1697-ம் ஆண்டில் இவ்வித மான துறைமுகங்களில் அறவிடப்பட்ட தீர்வை 3150 இறைசால் என்ப.

பனையின் பயனாகிய பனாட்டு, கிளங்கு, ஒடி யல், பாய் கயிறு முதலிய பொருள்கள் தென் னிந்தியாவிற்கு அதிகம் தேவையாயிருந்ததால் அவற்றின் விலை அதிகரித்ததுமல்லாமல், யாழ்ப் பாணத்துறைமுகங்களுக்குவரும் மரக்கலங்களு மதிகரித்தன. ஒல்லாந்தர் வந்து 40 வருடங் களுக்கிடையில் யாழ்ப்பாணத் துறைகளுக்குவ ருங் கப்பல்கள் மூன்றுமடங் கதிகரித்தன.

ஆயவரி: கணவாய்கள் வழியாகவும் ஊடு போக்குகள் வழியாகவும், பருத்திப்பஞ்சு, புடை வை,மிளகு, பாக்கு முதலிய பொருள்களைக் கள்ள மாகக் கொண்டு போகாமலும், சிங்களப்படை யெடுப்பு நிகழாமலும், காட்டு மிருகங்கள் ஊருட் புகாமலும், அடிமைகளைக் களவாய்க்கொண்டு செல்லாமலும் அங்கங்கு காவல்வைத்து, ஆய வரியும் அறவிடப்பட்டது. யானையிறவு, 'பைல்,' 'பெஸ்சூற்றர்' என்னும் மூன்றிடங்களிலும் வன் னிக்குப்போய் வருபவர்கள் சீட்டுப் (Pass) பெற்

றே போகவேண்டுமெனக் கட்டளேயிருந்தது. இச் சீட்டுக்கள் ஈர்க்கற்ற பனை யோலைத்துண்டுகளில் எழுதப்பட்டன. ஆனுல் பிரதேசப் பிரயாண உத்தரவுச்சீட்டுக்களும் மற்ற அதிகாரச் சீட்டுக்களும் ஈர்க்குள்ள சட்டத்தில் எழுதப்பட்டன. பிரயாணிகள் உடன் கொண்டு செல்லுஞ் சாமான்களுக்குத் தீர்வையிறுத்தே செல்லவேண்டும். வன்னிக்குப்போய் வருபவர்கள் ஓர் ஆளுக்கு நான்கு பாக நீளமுள்ள மாநார்க் கயிறும், உடன் கொண்டுவரும் மாட்டுக்கும் எருமைக்கும் ஒவ்வொன்றிற்கு நந்நான்கு பாகமுள்ள கயிறும் ஆயவரியாகக் கொடுக்க வேண்டும். வருடந்தோறும் 10,000க்கு மேற்பட்டோர் நெல் விதைப்பிற்கும் அருவி வெட்டிற்குமாக யாழ்ப்பாணத்திலிருந்து வன்னிக்குச் செல்வது வழக்கம். வரியாக அறவிடப்பட்ட கயிறுகள் அரசாட்சியாரின் தேவைபோக, எஞ்சியவை நாகபட்டினத்திற்கு அனுப்பப்பட்டு, ஒரு கயிறு ஒரு துட்டு வீதம் விற்கப்பட்டன.

ஆயவரி கொடாது மறைவிற் செல்வோரைத் தடுப்பதற்கு இம் மூன்று கோட்டைகளுக்கு மிடைப்பட்ட தூரத்திற்கு, நெருக்கமாக வடலிகளும் முள்வேலிகளும் இடைப்பட்டதோடு, சேமந்திரியுங் காவலாளர்களும் வைக்கப்பட்டனர். வடலிகள் வளர்ந்து உயரும் வரை, காட்டுப் பன்றிகளால் சேதம் அடையாவண்ணம், ஒவ்வொன்றையுஞ் சுற்றி வேலி கோலப்பட்டிருந்தது. கொழும்புத்துறை, கச்சாய்த்துறை, பூநகரித்துறையிலும் அவ்வாறே காவல்களமைத்துச் சுங்கம் அறவிடப்பட்டது.

5. தென்னைவரி: தென்னை மரங்களிலிருந்து யானைக்கு ஓலையும் வரியு மறவிடப்பட்டது. கி. பி. 1696ல் வரி நீக்கப்பட்டு ஓலை மாத்திரங் கொடுக்க வேண்டிய கடமையிருந்தது. சில பகுதிகளில் எண்ணெய்யே வரியாக எடுக்கப்பட்டது.

6. புகையிலைவரி: புகையிலைச் செய்கையை விருத்திசெய்யும் நோக்கமாக முற்பகுதியில் வரியறவிடாது, காலந்தாழ்த்து அறவிடப்பட்டது. துவக்கத்தில் புகையிலை விளையுங் காணிகளைத் தோம்பிற்பதிந்து, பின்பு புகையிலை விளைவியர்துவிடினும், உயர்ந்த வரி அறவிடப்பட்டது. பின், சனங்களின் வேண்டுகோளுக்கிணங்கிப், புன்செய் நிலங்களாகத் தோம்பிற்பதிந்து, புகையிலை விளைவித்தால் மாத்திரம் அவ்வரி அறவிடப்பட்டது. இவ்வரியால் வருடந்தோறும் 7000 இறைசால் வருவாயாயிற்று. பிறதேசங்களிலிருந்து வரும் புகையிலைக்கு 100க்கு 30வீதம் வரி அறவிடப்பட்டது.

7. புடைவைவரி: கம்பனிச் சார்பால் நெய்யப்படாத துணிகளுக்கும், பிறநாடுகளிலிருந்து இறக்குமதியாகுந் துணிகளுக்கும், துவக்கத்தில் வரி நூற்றுக்கு இருபத்தைந்து வீதமாயிருந்து பின்பு இருபதாக்கப்பட்டது. வரிப்பண மீந்தபின்பே முத்திரை குத்திக் கொடுக்கப்படும். 1696ல் புடைவைவரியால் வந்ததொகை 4732 இறைசால்.

8. பூணூரவரி: அக்காலத்தில் தலைவிரித்தாடிய கொடிய வரிகளில் இதுவுமொன்று. தற்காலத்து மங்கையர் தம்மையலங்காரப்படுத்த அளவு கடந்த ஆபரணங்களை அணிவதைப்போலவே, அந்நாளிருந்தவர்களும் அதே ஆசைவாய்ப் பட்டிருந்ததை யறிந்த ஒல்லாந்தர், பொன்னூலாய்

நகைகளுக்குப் 'பூணாவரி' யெனவொரு வரிவைத்தனர். அதன் பயனாகப் பல்லோர் நகை யணிவதை யொழித்தனர், ஆசையடங்காச் சிலர் வெள்ளி நகைகளை மாட்டி மகிழ்ந்தனர். வருவாய்க்குத் தக்க வாழ்வு கொண்டு அதற்குத் தக்க வலங்கரிப்பைப் பயின்று கொளாத நகைப்பித்துப் பிடித்த மாதர் மயக்கிற் பட்டு அல்லலுறும் ஆடவர் பலர், இக்காலத்திலும் இவ்வரி இருந்தாலோவென அவாவுகின்றனர்.

9. விவாகவரி: பண்டை நாட்டொடக்கம், வரிசை வாத்தியங்களுக்கு உரிமையுள்ள சாதியார் நன்மை தீமை வந்த காலத்தில், வாத்தியம் வேண்டின் வரி கொடுத்தே பெறவேண்டியிருந்தது. இதன் பலனாகச்சிலர் பிள்ளையார் பூசையுடன் விவாகத்தை நிறைவேற்றிக் கொள்வர். சிலர் ஆபரண வரிக்கஞ்சித் தாலியுங் கொடியுமின்றிக் கூறைச்சேலையோடு மணம் முடிப்பர். இச்சட்டத்தாலஞ்சிய வேளாளர் முதலிய மேல்சாதியார் ஒல்லாந்த அரசுக்கு விரோதமாகச் சதியாலோசனை செய்யவுங், கண்டியரசன் உதவியை நாடவுந் துணிந்தனர். இவற்றையறிந்த தேசாதிபதி அவ்வரியை நீக்கிப் பண்டுபோலத் தத்தமக்குரிய வரிசைகளை அவ்வச்சாதியார் கொண்டு நடத்தலாமென உத்தரவு செய்தார். பண்டைக்கால வரிசைகளைக் கூறுதல் ஈண்டைக்கியைபுடைத்தாகுமெனல் பற்றிக் கூறுகின்றாம்.

பிராமணர்களின் விவாத காலங்களில் மேளவாத்தியமும், வேளாளர்க்கும் அவரோடொத்த சாதியார்க்கும் விவாககாலத்தில் மேளமும் சாவுக்குப் பறையும், இவ்விரு சடங்குகளுக்கும் மேற்கட்டி, நிலப்பாவாடை, சங்கு, தாரை குடவோ

சையும், அவருள் மேலதிகாரிகளுக்கு மேற்கூறி புவரிசைகளுடன் பகற்றீவட்டியும், ஊர்வலம் முதலியவற்றில் முன்னே கசையடித் தொலி செய்து செல்லும் வரிசையும், கோவியர்க்குச் சாவுக்குப் பறையும், ஏனை மறவர், அகம்படியர், இடையர், சிவியாராகியவர்க்கு, விவாகத்திற்கு மேளமும், சாவிற்குப் பறையும், பண்டாரங்களுக் குச் சங்கும், கரையார், முக்குவர், திமிலர் இவர் களுக்கு ஒற்றைச் சங்கும், கம்மாளருக்குச் சே கண்டியுங் குடவோசையும், குயவர்க்குக் குட வோசையும், அம்பட்டர் வண்ணாருக்குத் தாரை யும் வரிசைகளாக விருந்தன. மற்றைச் சாதியா ளர்க்கு வாத்தியமும் வரிசையும் விரித்துக் கூறப் படவில்லை. தற்காலத்திற் சாதியுந் திரிபுற்று வழக் கங்களும் முறைமாறிவிட்டன. வாத்தியத்திற் கும்வரிசைக்கு மாசைப்பட்டுக், கானல் நீரை அவாவிச் சென்ற மானினம்போற் சிக்கித், தம் முயிரைக் கொடுத்துஞ், சிறைப்பட்டு முழல்வார் மிகப்பலர் யாழ்ப்பாணத்திலுண்டு. முன்னர் அவாவிய வரிசைகளிலும், பின்னர்க் கிடைக்கும் கரும்பொற் கடசமும் உப்புச்சாத வரிசையும் மிகச் சிறந்தனபோலும்.

10. அதிகாரிவரி:- இவ்வரி அதிகாரிகளுக்கு வே தனமாகும்படி வேளாளர், சாண்டார் (சாணர்), தனக்காரர் என்னும் மூன்று சாதியினரால், ஆளுக்கு வருடமொன்றிற்கு ஒரு பணத்திற்கு மேற்படாது கொடுக்கப் பட்டது. தமிழரசர் காலத்திலே நடந்ததைப்பின்பற்றி இவ்வரி ஏனைச் சாதியாரிடம் அறவிடப்படவில்லை. 1697ம் ஆண் டில் இவ்வரியால் 1178 இறைசால் கிடைத்தன. இதனைப்பற்றி "இவ்வரி பண்டைக் காலந்தொட்

டு இம்மூன்று சாதியினர் மாத்திரம் கொடுப்பதா யிருந்தது. இன்னும் இவர்களே.கொடுத்து வருகின்றார்கள். இதைப்பற்றி யாரும் முறையிடவில்லை. ஆகையால் இம் முச்சாதியினரும் தாங்களே மிகப் பழைய சாதியினர் என்றும், இவ்வரியிறுக்குஞ் சுதந்திரம் ஏனையோர்க்கின்றித் தங்களுக் களிக்கப்பட்டது தங்கள் மேன்மையின் பொருட்டென்றும், தாங்களே அதிகாரிகளைத் தாங்கும் சுதந்தர முடையவர்க ளென்றும் பாராட்டுகின்றனர். இம் முச்சாதியார்க்கும் முறையே ஒப்புடையரெனக் கணித்துக்கொள்ளும் மடைப்பளி, அகம்படி, பரதேசி என்னுஞ் சாதியார்களின் விருப்பத்தையும் ஆதரித்தால் கம்பனியார் எளிதிற் பொருளீட்டலாம். வரியிறுக்கத் தகுதியுடைய பிறசாதியாருள்ளும் இவ்வரியைப் புகுத்தினல், தாமுஞ் சாதியிற் கண்ணியமடையலாம் என்னும் மனக்கிளர்ச்சியால், பேருவகையுடன் வரி கொடுப்பார்கள் என்பதற் கையமில்லை''. என்று கம்மங்தோர் ஜுவாடக்குறான் தன்னறிக்கைப் பத்திரமொன்றில் வரைந்துள்ளான். எனினும், அரசாட்சியார் பிறரிடமிருந்து வரியறவிட மனமொவ்வாது அதனை விட்டனர்.

11. ஒப்பீசுவரி: ஊழியம் விதிக்கப்படாத சில சாதியினர் இவ்வரியை யிறுத்தனர். தொடக்கத்தில் ஒரு சாதிக் கிவ்வளவெனக் குறித்து அறவிடப்பட்டது. பின் சனத்தொகை பெருகப் பெருக ஒவ்வொருவருக் கிவ்வளவென ஆள்வீதம் அறவிடப்பட்டது. 1697ல் இவ்வரியால் 365 இறைசால் கிடைத்தது.

12. மீன்வரி: போர்த்துக்கேயர் காலந்தொடக்கம் அறவிடப்பட்ட இவ்வரி ஒல்லாந்தர் காலத்திலும்,

பின், ஆங்கிலேயர் காலத்திற் சில வாண்டுகள் வரைக்கும் அறவிடப்பட்டுவந்தது. 1679ல் மீன் குத்தகையால் 6050 இறைசால் வருவாயா யிற்று.

13 . **மரணவரி:** இறந்தவாது இருவகைச் சொத் துக்களிலும் மூன்றிலொரு பங்கு 'மருளை' யென் று சொல்லப்படும் வரியாயிருந்தது. இவ்வரியை கிறீஸ்தவர்களிடமிருந்து பறங்கிகள் அறவிடாத படியால், இது குடிசனங்கள் எல்லோரையுங் கிறீஸ்தவர்களாக்க வாய்ப்புடைத்தான ஏதுக்களி லொன்றாயிருந்தது. ஒல்லாந்தர் சமயவித்தியா சமின்றி யாவரிடத்தும் அறவிட்டாலும், சனங் கள் வரியிறுக்க முடியாத நிலையிலுள்ளவர்களா யிருந்தபடியால், அவ்வரியை நிறுத்துவது நன் றென எண்ணினர். ஆனால் நிறுத்தவில்லை.

14 **சந்தைவரி:** பெரியகடை முதலிய சந்தைக ளிலிருந்து 1679ல் கிடைத்த இவ்வரிப்பணம் 346 இறைசால்,

15 **தவறணைவரி:** கள்ளுச் சாராயத் தவறணை கள் குத்தகையில் விற்கப்பட்டன. ஐரோப்பிய மதுபானத்துக்கும் வரிவாங்கப்பட்டது. பறங் கிகள் மதுபானஞ் செய்யாது ஒருநாளேனுமி ராரென வறிந்த ஒல்லாந்தர், பட்டாளத்தாரின் பாவிப்புக்காக ஒருவகை மது நெல்லிலிருந்து வடித்தனர்.

1679ம் ஆண்டில்,

ஊராத்துறைக் கள்ளுக் குத்தகை	180	இறைசாலாகவும்
சீதாரிக் கள்ளுக் குத்தகை	50	,,
சீதாரிச் சாராயக் ,,	500	,,
ஐரோப்பிய குடிவகை வரி	26	,,

விற்கப்பட்டன. இவ்விருவிடங்களுமே அந்நாளிற் குடிவகைக் குத்தகை விற்கப்படு மிடங்களாயிருந்தன. தற்காலத்தில் மதுபானக் குத்தகையால் அரசினருக்கு வரும் வருவாயையும், அந்நாளில் வந்த வருமானத்தையும் ஊன்றி நோக்கும் போது, இந்நாளில் நாம் மதுக்களியாட்டில் அடைந்திருக்கும் பெருஞ் சிறப்புக்கு எதனையும் ஈடுசொல்ல முடியாது.

16. தரகுவரி:- யாழ்ப்பாணத்தில் தரகுவேலை செய்வோர் அதிகமாயும் பெரும் பொருளீட்டுபவர்களாயுமிருந்தபடியால் அவர்களுக்கும் வரி விதிக்கப்பட்டது. 1679ம் ஆண்டில் தரகுவரியால் வந்தவரும்படி 3150 இறைசாலென்ப.

17. அடிமைவரி:- இந்தியாவினின்றும் கொணரப்பட்டு விற்கப்படும் அடிமைகளை வாங்குவோர் ஒவ்வொரு அடிமைக்கும் 11 பணம் வீதமாக அரசாட்சியாருக்கு வரியிறுக்க வேண்டியிருந்தது.

18. மான்தோல்வரி:- யாழ்ப்பாணத்திலும் வன்னியிலுமுள்ள ஒவ்வொருபகுதியும் 10 துவக்கம் 40 வரை மான் தோல்கள் அரசாட்சியாருக்கு வரியாகக் கொடுத்தல் வேண்டும். இப்போது குடிகளின்றிக் கிடக்கும் வன்னிநாட்டுப் பனங்காமம் 40 மான் தோல்கள் கொடுத்தது. யாழ்ப்பாணத்திலுள்ள வலிகாமம் 15 தோல்கள் கொடுத்தது. பிறவிடங்களும் ஏற்றபடி கொடுத்து வந்தன.

19. மறுவரிகள்:- தலைவரியினின்றும் ஊழியத்தினின்றும் நீக்கப்பட்ட வயோதிகரும் நொண்டிகளும் வரியாக இறுக்க வேண்டியது இவ்வளவென

நியமிக்கப்பட்டிருந்தது. வலிகாமம் தீவுப்பற்று வடமருட்சியிலுள்ள மேற்சொல்லியவர் ஒவ்வொருவருங்குறிக்கப்பட்ட அளவு கதரைவிதைகொடுக்க வேண்டும். அவ்வாறேதென்மருட்சி பச்சிலைப் பள்ளியிலுள்ளோர் பாய்களுங் கடகங்களும் கொடுக்கவேண்டும். வேறு ஊழியமோ வரியோ கொடாது எஞ்சியிருப்போர் மாதந்தோறும் ஐந்து கூடை ஊமற்கரிசுட்டுக் கம்பனிக் கம்மாலைகளுக்குக் கொடுக்கவேண்டும். அதனால் மாதந்தோறும் 1180 பறை கரிகிடைத்துவந்தது. இவ்வரிசெலுத்துவோரின் 'நாமாவலியுள்ள அட்டவணை' அதிகாரிகளிடமிருந்தது. வயோதிகான்றிப் பள்ளிப்பிள்ளைகளுந் தகரைவிதை சேர்த்துக் கொடுக்கவேண்டும். உபாத்தியாயர்கள் இதைப்பற்றிக் கவனிக்கவேண்டுமென எச்சரிக்கை பண்ணப்பட்டார்கள்.

சோனகரும், வண்ணாரும், சேணியருங், கைக்கோளரும், வேறு ஆடைநெய்வோரும், குசவருங், தட்டாருஞ், சித்திரகாரரும் சைவசமயச் செட்டிகளும், கிறீஸ்த செட்டிகளும் தொழில்வரியென்னும் ஒருவரியிறுத்துவந்தார்கள். 1794ல் சோனகர் 554 இறைசாலும், கிறீஸ்த செட்டிகள் 301 இறைசாலுஞ், சித்திரகாரர் 8 இறைசாலுங் கொடுத்தனர்.

மூன்றாவது கைமாறில்லாத ஊழியம்

1. **ஊழியம் அல்லது இராசகாரியம் :-** கம்பனிக்கு ஊழியஞ் செய்வோருள் சில சாதிகளுக்கென வகுக்கப்பட்டதோம்பில் அவர்கள் பெயர்கள் எழுதப்பட்டன. ஊழியசேவையினின்றும் விலக்கப்பட்ட வயோதிகரும் அங்கவீனரும் சிறு

தோம்பிற் பதியப்பட்டனர். ஒவ்வொரு ஊழியனும் மாதமொருநாளாக மூன்று மாதத்திற் கொருமுறை மூன்றுநாள் ஊழியஞ் செய்ய வேண்டும். இவர்களை முப்பதுக்கு மேற்படாத கூட்டமாகப் பிரித்துப், பண்டாரப்பிள்ளை யென்றழைக்கப்படும் ஒரு கண்காணிக்குக் கீழ், கட்டு வேலை, கல்லுடைத்தல், தென்னம்பிள்ளை நடுதல், மரந்தறித்தல் வேளாண்மைசெய்தல் முதலிய வேலைகளில் விடப்பட்டார்கள். யானைபிடிப்பதற்கும் இவ்வூழியக்காரரே பிடிப்போர்க் குதவியாய் வைக்கப்பட்டனர். இவர்கள் பதினைந்து நாட்களுக் கொருமுறை புதுக்கூட்டத்தாரால் மாற்றப்படுவர். பச்சிலைப்பள்ளியார் யானையிறவில் மரந்தறிக்கவும் தாணையத்துக்கு (பட்டாளத்துக்கு) தண்ணீர் சுமக்கவும் விடப்பட்டனர். துவக்கத்தில் ஊரவர் அடிமைகள் யானைகளுக்கு உணவுதேடவும், உத்தியோகத்தரையுங் குருமாரையுஞ் சிவிகைகளிற் காவிச் செல்லவும், அவர்கள் சாமான்களைச் சுமக்கவும் விடப்பட்டு மிகவுங் கொடுமையாக நடத்தப்பட்டனர். சில காலத்தின்பின் இவ்விதமான அவர்கள் ஊழியம் நிறுத்தப்பட்டது.

ஊழியஞ் செய்யச் செல்லாதவர் பெயர்களை மேயொருவுங் கணக்கப்பிள்ளையுந் தத்தம் ஏடுகளிற் குறித்து வைத்து, வேலைக்குப் போகாத ஒவ்வொரு நாளுக்கும் மும்மூன்று நாட்களதிகமாக வேலைசெய்விப்பர். அல்லது வேலைக்குப் போகாத நாளொன்றுக்கொரு பணம் 'சிக்கோ'த் தண்டம் இறுப்பினுமாம். தண்ட வேலைக்கெனக் குறித்த நாள் கழிந்தபின் பணத்தண்டமே இறுக்கவேண்டும். 1679ல் ஒரு பணமாயிருந்த 'சிக்கோ', பின் இரண்டு

துட்டாக்கப்பட்டு, 1697ன் பின், ஒருபணமாக்கப்பட்டது. இக்குற்றத்தால் வரும் பணத்தொகை அதிகரிப்பதைக்கண்ட அரசினர்மேலும் மேலுங் கூட்டிவைப்பதற் கெண்ணினர். சில்லறையான செலவுகளுக்கெல்லாம் இச்சிக்கோப் பணத்திலிருந்தே செலவு செய்தனர். 1695ல் 24,000 பேர் ஊழியஞ் செய்யச் செல்லாது 2000 இறைசால் குற்ற மீந்தனர். 1784 சில்க் கோத்தண்டம் 25,000 இறைசாலாகக் குத்தகையாய் விற்கப்பட்டது. ஒல்லாந்தரின் பிற்காலத்தில் ஊழியஞ் செய்ய வேண்டியவர்கள் அதிகமாய் ஊழியஞ் செய்யாது வருடம் 1½ இறைசால் வரியாகக் கொடுத்துவந்தனர். பள்ள நளவ அடிமைகளும் ஊழியஞ் செய்யாது 2½ இறைசால் வரிகொடுத்தனர்.

கரையார் கம்பனியாரின் மாக்கலங்களில் மாதத்துக்கு 1½ நாள் ஊழியஞ் செய்யக் கடமைப்பட்டனர். இதுவும் மற்றைச்சாதியார்க்குளதைப்போல ஒருநாளாக்கப்பட்டது. கீழ்ச்சா சாதிகளுக்கு இராசகாரியவூழியமில்லை. இராசகாரியம் என்னும் ஊழியம் ஆங்கில அரசினர் காலத்திலும் சின்னாள் நின்று 1832ம் வருடத்திலுண்டான ஒருச்சட்டத்தினால் அது தள்ளப்பட்டது.

2. சிறைகள்:- யாழ்ப்பாணம் ஒல்லாந்தக்கம்பனியின் நாடாயினபோது, பறங்கிகளின் சிறைகள் ஒல்லாந்தர்க்காயினர். 1679ம் வருடத்தில் கம்பனிச் சிறையினரில் 348 பேர் சாயவேர் கிண்டுபவராயும் 293 பேர் மாந்தறிப்பவராயும், 22 பேர் கோட்டையில் வெடிமருந்தரைப்பவராயும், 22 பேர் குதிரைகளின் உணவு தேடு

பவராயும், சிலர் உத்தியோகத்தரின் சாமான் தன் சுமப்பவர்களாயுமிருந்தனர்.

கம்பனிச் சிறையாளெருவனின் மூத்த ஆண்பிள்ளையே ஊழியத்திற்குரியன். அப் பிள்ளை கம்பனியார் ஊழிய உரிமை பெறமுன் இறந்து விட்டால் அப்பிள்ளைக்கடுத்த ஆண் பிள்ளை அதற் குரியன், கம்பனிக்குச் சிறை யான பின் மரித்தால், பின்னுள்ளோர்க் கவ் வுரிமையில்லை. இவ்வூழியச் சிறையென்னுங் கொடிய முதலைவாயினின்றுந் தப்பவேண்டி ஆண்பிள்ளைகளை மறைக்கும் வழக்கஞ் சிறையி னர்க்குளிருந்த படியால், 1679ம் ஆண்டில் டொன் பிரான்சிஸ்கோ ஆராச்சி யென்னுந் தலைமைக்காரன் ஒருவன் இதுபற்றிய விசா ணைக்காக நியமிக்கப்பட்டான். சிறையினர்க்குக் கம்பனியிலிருந்து ஒருவித வருவாயுமில்லை. ஏனை மக்களைப் போலவே இவர்களுந் தத்தந் தொழி லால் உணவும், உடையும், பிறவுந் தேடிக் கொள்ளவேண்டும். ஆனல் வேண்டிய நேரம் கம்பனியின் ஊழியஞ் செய்யத் தாமதமின்றி ஆயத்தமாயிருக்க வேண்டும். வேறு தொழில் செய்து பிழைக்காது நெடுங்காலமாகக் கம்ப னிக்கே ஊழியஞ் செய்துவரின் அரிசிமாத்தி ரங் கொடுக்கப்படும். அந்தோ! இவர்கள் கதி யிருந்தவாறென்னே! என்னே!!

தலைமைக் காரர் அட் டூழியம். தலைமைக்கார உத்தியோகங்கள் அதிகமாக வெள் ளாளருக்கே கொடுக்கப்பட்டனவெனமுன் குறித் தே மன்றே? அவ்வுத்தியோகங்கள் டொன்பிலிப்பு சங்கரப்பிள்ளையின் குடும்பத்தைச் சேர்ந்தவர்க்கே பெரும்பாலுங் கொடுக்கப்பட்டன. சங்கரப்பிள்ளை யின்பணிவிலா ஒழுக்கத்தின் பயனாக 1690ம் ஆண்

டில் அவனுக்கும் அவன் நண்பர்களுக்கும் விலங்கிட்டுக் சொளும்புக்கனுப்பும்படி தேசாதிபதியின் கட்டளைபிறந்தது. சங்கரப்பிள்ளை ஒருவாறு தப்பியோடி நாகபட்டினஞ்சேர்ந்து, ஆங்குள்ள பெருஞ்செல்வரான ஒருவியாபாரியின் உதவியால் இலங்கைத் தேசாதிபதியின் சீற்றத்தைத் தணித்துப், போற்றப் பெற்று, முன்னையினு மதிக பெருமிதத்துடன் திரும்பினன். அவனுடைய நன் மதிப்பால் பள்ளிக்கூடங்களை விட்டகன்ற வாலிபர்க்குந் தலைமைக்கார உத்தியோகங்கள் கிடைத்தன. சங்கரப்பிள்ளை இறந்தபின் அவனுக்கு அடப்பைக் காணுயிருந்து, பின் மேயோருலான முதலித்தம்பிக்கும், அவன் மைத்துனனும் தென்மருட்சி இறைசுவருமாகிய டொன் ஜுவான் மண்டலநாயக முதலியாருக்கும், சங்கரப்பிள்ளைக்கிருந்தது போலக் கண்ணியமும் அதிகாரமும் பெருகிவந்தன. இதனையறிந்த அரசினர் வேளாளருடைய செல்வாக்கைக் குறைப்பதற்காக, ஓரிடத்தில் இரு வேளாளரைத் தலைமைக்காரராக நியமிக்கப் படா தென்றும், மூன்று வருடங்களுக் கொரு முறை மாற்றப்படவேண்டு மென்றும் கட்டளை உண்டாக்கினர். 1692ல் வலிகாமத்திலிருந்த இரு தலைமைக்காரரை நீக்கி வேறுசாதியாரை இறைசுவர்களாக்கியபடியால், வேளாளர் மனம்புழுங்கி, நல்லமாப்பாணன் இலங்கைநாராயணன் என்னுமிரு வன்னியர்களைத் துணைக்கொண்டு கலகம் விளைத்தனர். இக்கலகத்தாலும், வேளாளரிடையே எழுந்த பரபரப்பாலும், இப்புதிய மாறுதலைப் பிறவிடங்களிற்செய்யாது விடுத்தனர். வேளாளருக்கும் மடப்பள்ளியாருக்கு மிடையேயுள்ள சாதிப் பிணக்கைப் பற்றிக் கம்மந்தோர்களின் அறிக்கைகள் பன்னிப் பன்னி முறையிட்டிருக்கின்றன.

பறங்கியர் தங்களுக்கு வேண்டிய ஊனுக்காகத் தங்கள் செலவிலே மாடுகள் வளர்த்துக் கொன்று கோமாமிசம்

உண்டுவந்தனர். ஒல்லாந்தர் துவக்கத்தில் மாட்டிறைச்சிபெற்றுக்கொள்வதற்கு மிகவும் இடர்ப்பட்டனர். ஊன்கடைகள் திறப்பதற்குச் சனங்கள் மாறுயிருந்தபடியால், கிறீஸ்தவராகிய சில நெடுந்தீவுப் பறையரைக் கொணர்ந்து கோட்டைக்குள்ளே ஊன்கடை திறந்து, தங்களுக்குரிய மாடுகளையே கொன்று தின்றனர். பால் குடிப்பதற்கெனப் பசுக்களை வாங்கிக் காளைக் கன்றுகளைக் கொன்று தின்று வந்தனர். பின் பசுவினங்களையுங் கொன்றனர். நாட்பல சென்றபின், ஊரார் எண்ணத்தையுங் கவனியாது, சனங்களிடமிருந்து மாடுகளை வலிந்து பற்றி உண்டு வந்தனர். இன்ன காலத்திற்கு இன்னர் இவ்வளவு மாடுகள் கொடுக்க வேண்டுமெனக் கட்டளையுஞ் செய்தனர். இந்தியாவிலிருந்து வளர்ப்பதற்கெனச் சனங்கள் கொண்டு வரும் மாடுகளில் அடிமாட்டுக்கென்ச் சில வற்றைப் பறித்தனர். தாம் வளர்த்துப் பிள்ளைகளைப்போல் அன்பு பாராட்டிய மாடுகளை "ஊனைத்தின் றூனைப் பெருக்காமை முன்னினிதே" யென்பதை உணராத அறிவிலிகளுக்கு அளிக்க மனமில்லாத உத்தமர் சிலர், தண்டனை பெறுவதிலும் ஊரைவிட்டுப் பிறதேசம் போவதே தருமமாகுமென் நினைந்து இந்தியாவுக்குப் போயினர்.

ஞானப்பிரகாசசுவாமிகள்

அவ்வாறு சென்றருள் நல்லூருக் கடுத்த திருநெல்வேலியிலிருந்த ஞானப்பிரகாசர் என்பவரும் ஒருவர். இவர் இந்தியாவிலே தமிழ் சமஸ்கிருதம் என்னுமிரு பாஷைகளையும் அதிலுள்ள அறிவுநூல்களையும் ஐயந்திரிபறக் கற்றுப், பேறிவாளியாய்த், திருவண்ணாமலைச் சித்தாந்த மடத்திலே ஆதீனத் தம்பிரான் பதவியில் வீற்றிருந்து, சமஸ்கிருத பாஷையிற் பல கிரந்தங்களை யியற்றித் தமிழில் அருணந்தி சிவாச்சாரியரியற்றிய சிவஞானசித்தியார் சுபக்கத்திற்குச் சிறந்த அகலவுரை ஒன்று மெழுதி வெளியிட்டார்

இன்னும், வாணிப் பகுதியிலே யிருந்த சைவ வேளாளர் ஒருவர் இதனிமித்தம் இந்தியா சென்றுபெரும் புகழ் படைத்துத் தில்லைநாதத் தம்பிரான் எனப் பெயர் பூண்டு தம்பிரான் பதவியிற் சிறந்து விளங்கினர். தில்லைநாதத்தம்பிரான்

தாழ்ந்த சாதியார் ஒல்லாந்தர் காலத்திற்றுனே தங்கள் வழக்கங்களுக்கு மாருகத் தலைமயிர் நீளமாக வளர்க்கவும், பொன் வளையங்களைக் குலக்குறியாகக் காதிலணிவதை நீக்கவுந் தொடங்கியதைக்கண்ட வேளாளர் அரசினருக்கு முறையிட, அப்போது (1686ல்) சோதிபதியாயிருந்த "லோறன்ஸ் பைல்" என்பவர் அவ்வாறு அவர்கள் மாறி நடவாது பழையன கொண்டு நடக்கக் கட்டளை செய்தனர். சாதிவழக்க நீக்கம்

இரப்பவர்களும் நாடோடிகளும் இந்தியாவிலிருந்து வருதற்கனுமதியில்லை. வன்னி நாடுகளுக்குச் செல்வதற்கும் உத்தரவுச் சீட்டு (Pass) க் கொடுக்கப்படவில்லை. முன்னே வந்து தங்கி நின்றோர் எச்சரிப்புடன் இந்தியாவுக்கே யனுப்பப்பட்டார்கள். மன்னர் அதிகாரிகளும் இதில் கவனம் வைக்க வேண்டுமென அச்சுறுத்தப்பட்டார்கள். ஒருபாதுகாப்பு

கி. பி. 1659ல் கொட்டியாரக் கரையில் வியாபார நோக்கமாக வந்து தங்கி நின்ற ஆங்கிலேயக் கப்பலொன்றைக் கண்டியரசனுகிய இராசசிங்கனறிந்து, கப்பலையும் பிடித்து அதில்வந்தோரையுங் கைதிகளாக்கும்படி உத்தரவிட்டான்(அக்காலத்தில் திருக்கோணமலையுங் கொட்டியாரமுந் துறைமுகங்களாகவும், அதுவரையுமுள்ள நாடுகள்யாவும் கண்டியரசனுட்சிக்குள்ளுமிருந்தன). கப்பலும் அதிலிருந்தவர்களுந் தப்பிச் செல்ல, வியாபாரத்திற்கு ஊரினுட் சென்றிருந்த 'றொபேட் நொக்ஸ்' (Robert Knox) முதலிய சிலர் கைதிகளாகிக் கண்டிக்கனுப்பப் பட்டனர். கொட்டியாரத்தில் அவர்கள் அகப்பட்ட விடத்திலுள்ள புளியமரம் இன்றும் ஆங்கிலப் பிரயாணியின் கதி

நொக்ஸ் மாமென அழைக்கப்படுகின்றது. கண்டிக்குச் சென்றோர் சில சுதந்தரங்களுடன் அந்நாட்டிற்றானே மணஞ் செய்திருந்து சிலர் இறந்தனர். 'றொபேட் நொக்ஸ்' 20 வருடங்களாகக் கண்டி நாட்டிலிருந்து பல விடங்களுக்கும் வியாபார காரணமாகச் சென்று சென்று வந்து, தன்னிற் சந்தேகம் கொள்ளாவாறு நடந்து, ஒருநாள் அனுராதபுரம் வரை வந்து நகரிக் கூடாகச் செல்லும் மல்வத்தைஓயா,(இது கடம்பனாறு என்றும் அருவி ஆறு என்றும் அழைக்கப்படும்) கரை வழியே ஒழித்துப்போய்ச் சலாபக் கரையை அடைந்து, மன்னார் மார்க்கமாகச் சென்று கொண்டிருந்தான். கி. பி. 1679ம் ஆண்டு யாழ்ப்பாணக் கம்மந்தோராகிய 'லோறென்ஸ்பைல்' என்பவர் கொளும்புத் தேசாதிபதியாகிக் கொளும்புக்குச் செல்லும் வழியில் மன்னாருக்குச் சமீபத்தில் காந்து வரும் ஆங்கிலேயனைக் கண்டு, விசாரித்துச், சம்பவமறிந்து கொண்டு, அவனை யழைத்துச் சென்று, கொளும்பினின்றும் வத்தாவியாவுக்கனுப்பிவைத்தார். அங்கு நின்றும் இங்கிலாந்து சென்ற 'றொபேட் நொக்ஸ்' தனது வாலாற்றையுங், கண்டி நாட்டையும் பற்றி ஒரு நூல் எழுதி வெளியிட்டான்.

வெள்ளப் பிரவாகம் கி. பி. 1726ம் வருடத்தில் பொழிந்த அதிக மழையினல் உண்டாகிய வெள்ளப் பிரவாகத்தால் பயிர்களுக்கும், ஆடு மாடுகளுக்கும், மனிதருக்கும் மிகவு மழிவு சேர்ந்தது. இதனல் பிந்திய இரண்டு வருடம் வரை நடந்த பஞ்சத்தில் சனங்கள் வாடி, நொந்து, துன்புற ஏதுவாயிற்று. இவ் வற்கட நிலைமையால் 1733ம் ஆண்டு வரை வரிப்பணங்கள் சரிவா அறவிட முடியாது நிலுவைப்பட்டன. கோட்டையிலுள்ளவீடுகளும், நல்லூர் வண்ணார்பண்ணைக் கிறீஸ்த கோயில்களும் இப் பெரும் புயலால் பழுதடைந்து,

நெடுங்காலம் புதுக்கப்படாதிருந்தன. அரசினர் இவ் வெள்ளச் சேதத்தைக் கண்டு, மேலுமிவ்வாறு நடை பெரு வண்ணம், ஏரிகள் குளங்களைச் செப்பனிட்டு வாய்க்கால்கள் வெட்டுவித்து, எஞ்சிய தண்ணீர் சென்று கடலுட் பாயும் படியான நன்முறைக ளைச் செய்து வைத்தனர். இவ்வாறு செய்தது இது வே முதன்முறையாகும். நீரோட்ட வொழுங்கு

கி. பி. 1736ல், $1\frac{1}{2}$ மாசங் கொழும்புத் தேசாதி பதியாயும் அதற்குமுன் யாழ்ப்பாணக் கம்மந்தோரு மாயிருந்த 'ஜான் மக்காரு' (Jan Maccara) என்பவரின் கேள்விப்படி, மாதகல் மயில்வாகனப் புலவர் என்பவர் யாழ்ப்பாணச் சரித்திரத்தைக் கூறும் 'யாழ்ப்பாண வைபவமாலை' யென்னும் நூலைக் கத்தியரூபமாகச் செய்தனர். ஒரு தேசத்தின் சரித்திரம் அத்தேசத்த வர்களின் முன்னேற்றத்திற்கு இன்றியமையாத தொன்றென்பதை ஒல்லாந்தர் அக்காலத்தே அறிந்து, அவ்வாறு எழுதுவித்தது, அவர் யாழ்ப்பாண நாட் டில் வைத்திருந்த மதிப்பையும் அன்பையும் காட்டு தற்கு அறிகுறியாகும். யாழ்ப்பாண வைபவ மாலை

யாழ்ப்பாணத்துச் 'செமினேரி'யிற் படித்துக் கொ ழும்பு சென்று பல பாஷையுங் கற்று வல்லவராகி ஒல் லாந்து தேசத்தில் குரு அபிடேகம் பெற்ற பிலிப்பு தே மெல்லோ (Philip de Melho) என்னும் யாழ்ப்பாணத்த வர் 1753ல், யாழ்ப்பாணத்திற்குப் போதகராய் வந்த னர். அவர் எபிரேயு, கிறீக், லத்தீன், போர்த்துக்கேயம், ஒல்லாந்து, தமிழ் என்னும் ஆறு பாஷைகளில் கற்றுத் தேறி, ஒல்லாந்து, போர்த்துக்கேயம் தமிழ் என்னும் முப்பாஷைகளிலுஞ் சொற்பொழிவு நிகழ்த்தும்நாவல லவராயிருந்ததுமன்றித் தமிழ்ப் புலவருமாயிருந்தனர். மானிப்பாய் அச்சுக் கூடத்தில் அச்சிட்ட சூடாமணி நிகண்டுடன்சேர்க்கப்பட்டிருக்கும் 20 உவமானச் சங் பிலிப்புதே மெல்லோ ப்பாதிரி யார்

கிரகப் பாட்டுக்கள் இவர் பாடியனவே. இவர் கிரேக்க பாஷையிலிருந்து தமிழிலே மொழி பெயர்த்த புதிய ஏற்பாடு 1749ல் ஒல்லாந்தருடைய அச்சுக்கூடத்திற் பதிப்பிக்கப் பட்டது. இவர் 1790 ம் வரு ஆகஸ்து மீ 10 ந்உ இறந்தனர். 1715ம் ஆண்டில் யாழ்ப் பாணத்திற்குப் போயிருந்த தேசாதிபதி 'ஹென்றிக் பெக்கர்' (Hendrick Becker) என்பவர் ஒரு சுதேச பிரசங்கியார் தம்முன்னே ஒல்லாந்த பாஷையிற் செய்த பிரசங்கத்தைப் பற்றி வியந்து எழுதியிருக் கின்றார்.

யாழ்ப்பாணப் புலவிற்சிலர்

யாழ்ப்பாணத்திலே தமிழ்வளர்ச்சி தமிழ் அரசரின்பின் குன்றியிருந்தாலும், தமிழ்ல் உயர்தரக்கல்வியை விருத்திசெய்வாரில்லா திருப்பினும், ஆங்காங்கு இலை மறைகாய் போலத் தமிழ்ப் புலவரும் தமிழ்ப் பண் டிதருங் காலத்திற்குக் காலம் உதித்து வந்தனர். சுன்னா கம் வரதபண்டிதர், மாதகல் மயில்வாகனப் புலவர், சிற்றம்பலப் புலவர், தெல்லிப்பழை அருளப்ப நாவ லர், வட்டுக்கோட்டை கணபதி ஐயர், அச்சுவேலி நமச்சிவாயப் புலவர், மன்னார் கவுரியேல் பச்சேக்கு, வண்ணார்பண்ணைக் கூழங்கைத் தம்பிரான், இருபாலை சேனாதிராய முதலியார், இணுவில் கதிர்காம சேகர சின்னத்தம்பிப் புலவர், சண்டிருப்பாய் வில்லவராய சின்னத்தம்பிப் புலவர் முதலியோர், ஒல்லாந்தர் காலத் திற் பெரும் புகழ் படைத்த பாவல்லோரும் நாவல் லோருமாவர்.

தொற்று நோய்கள்

ஒல்லாந்தர் ஊர்ச் சுகாதாரத்தைப் பற்றியும் தொற்றுநோய்களைப் பற்றியும் அவைகளைத் தடுக்கும் வழிகளைப் பற்றியும் பாராமுகமாயிருந்தன ரெனக் கூற முடியாது. முதலாம் பராக்கிரம அரசனால் நயினாதீவில் நாட்டப்பட்ட கற் சாசனத்திற் பொறிக்கப் பட்டி ருக்கும் துறைமுகச் சட்டத்தினையொப்பத், தானியங்

கள் ஏற்றி இந்தியாவிலிருந்து வரும் கப்பல்கள் தோணிகள் முதலியன ஊராத்துறையிலன்றி மறு துறைகளில் தங்கவேனும் ஏற்றுமதி இறக்குமதி செய்ய வேனும் கூடாதென்றும், துறைமுகங்களுக்கு மரக்கலங்கள் வந்தால் சோதனை செய்து உத்தாவிடு முன், கட்டுமரங்களாதல் படகுகளாதல் அவைகளின் சமீபத்தே போகக்கூடாதென்றும் கட்டளையிருந்தது. இருந்தும், அம்மைநோயுங் கோதாரியும் பலமுறை களிலுண்டாகி அநேகரைக் கொன்றொழித்தன. கி. பி. 1762 தொடக்கம் யாழ்ப்பாணக் கம்மந்தோராயிருந்த அந்தோனி மொயாட் (Anthony Mooyart) என்பவரின் இரு பிள்ளைகளே அம்மை நோய்க் கிரையானு ரென்றால், மற்றை ஏழைச் சனங்கள் கதி எவ்வாறிருந்திருக்குமென ஒருவாறு ஊகித்துக் கொள்ளலாம். வன்னியிற் சிற்சில விடங்களில் மண்டியிருந்த காட்டுக் காய்ச்சலும் மெல்ல மெல்ல நகர்ந்து யாழ்ப்பாண நாட்டினுள்ளும் நுழையலாயிற்று.

நாணயங்கள்

ஒல்லாந்தர் செப்பு நாணயங்களை அடிக்குங் கம்பட்டசாலையை முதன் முதல் தூத்துக்குடியில் வைத்திருந்து, பின்பு 1784ல், கொழும்புக்கு மாற்றினர். இவ்விடங்களிற் செய்த நாணயங்களையே ஊரில் வழங்கச் செய்தனர். அதினால் மறுதேயச் செப்பு நாணயங்கள் யாழப்பாணத்திற்குக் கொண்டு வரப்படாதென்றும், நாகபட்டினம் பழையக்காடு (Pulicat) என்னும் ஊர்களிற் செய்த வராகன் அன்றி வேறு வராகன்கள் அங்கீகாரம் பெறமாட்டாதென்றும் கட்டளை செய்தனர். தங்கநாணயங்கள் வியாபாரப் பொருளாகப் பாவிக்கப்பட்டன. 1679ம் ஆண்டில் இலங்கையிலிருந்த செப்பு நாணயங்கள் 66,000 இறைசால் பெறுமதிகொண்டன. யாழ்ப்பாணத்தில் நாணயங்கள் அதிகமாயிருந்த படியால், திருக்கோண

பலே மட்டக்களப் பென்னு மிடங்களுக் கனுப்பி வந்ததுமன்றி, இடையிடையே கொளும்புக்கு மனுப் பப்பட்டன. ஒரு இறைசால் 60துட்டு அல்லது 12 பணங் கொண்டது. ஒரு பணம் 5 துட்டும், 1 துட்டு 2 காசும், 1 காசு 5 சின்னமுங் கொண்டது. இக்காலத்தில் ஒரு பணத்திலாறிலொன்ருகிய 1 சதமே மிகவும் குறைந்த நாணகமாய் வழங்கவும், அக்காலத்தில் அப்பணத்தின் 50ல் ஒரு புங்காகிய ஒரு சின்னமே குறைந்த நாணகமாயிருந்தால், அக்காலத்திலிருந்த பொருள்கள் எவ்வளவு மலிவாயிருந்தன வென்பதை அறியலாம். ஒல்லாந்தரின் பிற்காலத்தில் இறைசால் விலேகுறைந்தது 48 துட்டுக்குச் சரியாயிற்று. ஆகையால் முந்திய கணக்குச் சரியாகும்படி அரசாட்சியார் துட்டுக்களேப் பெரிதாயடித்தனர்.

கி. பி. 1785ல், வெள்ளி நாணகங்கள் குறைந்தபடியால் தாள் நாணகங்கள் அடித்து விடப்பட்டன. உடனே தங்கம்வெள்ளி நாணகங்களின்விலே யேறியது.

அநுபந்தம்.

யாழ்ப்பாணச் சரித்திர ஆராய்ச்சித் துணிபு.

1. உக்கிரசிங்கன் இராசதானியெனக் கைலாயமாலையிலும் யாழ்ப்பாண வைபவமாலையிலுஞ் சொல்லப்பட்ட கதிரமலை யெங்கே? இக்கதிரமலை கதிர்காமம் எனவும், உக்கிரசிங்கன் அரண்மனை மலைமுழஞ்சில் எனவும் கைலாயமாலை ஆக்கியோன் நினைத்தார். ஆனால் மயில்வாகனப்புலவரோ, அவன் கதிரமலையில் வீற்றிருந்து இலங்கையின் வடபாகத்தை யாண்டானென்றும், தென்பாகத்தைவேறோரரசன் ஆண்டானென்றுங் கூறியிருப்பதால், கதிர்காமமென்னுங் கொள்கை தவறென்று நினைத்தார் போலும். கதிர்காமமே கதிரமலையென நினைத்த பின்வந்தோர் கதிர்காமத்திலெக்காலத்திலாவது இலங்கை யரசர் இருந்து அரசாண்டார்களாவென்று சிறிதேனுஞ் சிந்தித்தாரில்லை. கிறிஸ்துவுக்குமுன் ஒருநூற்றாண்டளவில் நாகவரசர்கள் தானும் திஸ்ஸமகாராமையிலிருந்து அரசாண்டார்களேயன்றிக் கதிர்காமத்திலிருக்கவில்லை. கதிர்காமம் ஒரு இராசதானிவகுத்தற்குத் தகுந்த இடமுமல்ல. வனவேடரைத்தவிர வேறுயாரும் அவ்விடத்தில் வசித்தார்களென்ற ஐதிகந்தானுமில்லை. ஆகையால் கைலாயமாலைக்காரர் கூற்று ஆராய்ச்சியற்ற கூற்றேயாம். உக்கிரசிங்கனுக்கு 800 வருடங்களுக்குப் பின்னெழுதிய கைலாயமாலையின் ஆக்கியோனுக்குக் கர்ணபரம்பரையிலறிந்த உக்கிரசிங்கனுடைய கதிரமலை, அக்காலத்திற் பிரசித்தியெய்தியிருந்த கதிர்காமமாகிய கதிரமலையேயென நினைவுறுத்தியது பெயரொற்றுமையேயாகும். அன்றி, அக்கர்ணபரம்பரையை உண்மையாக்குவதற்கு வடவிலங்கையிலன்றோ கதிரமலையைத்தேடவேண்டும். 14ம் நூற்றாண்டில் சிங்களபாஷையிலெழுதப்பட்ட ஆரம்ப வகுப்புக்குரிய 'நம்பொத்த' வென்னும்

பாலர் பாடத்தில், புத்தபள்ளிகளிருந்த நகரங்களைக்குறிக்கும்போது, கந்தரோடை யென்றிப்போது கூறப்படும் இடத்தைக் 'கதிறுகொட' வெனச்சொல்லியிருக்கிறது. அது இப்போது கூறப்படும் சுன்னாகம், மல்லாகம், உடுவில், வீமன்காமம் முதலியவற்றையுங் கூறி, அவைகளின் அணித்தே கூறியிருப்பதுங் கொண்டு துணியலாம். அன்றியும் அனேக புத்தாலயங்களிருந்து அழிந்த சின்னங்களாலும், பழைய இந்திய ரோம நாணயங்களும் அங்கிருந்து எடுக்கப்பட்டபடியாலும், அது வோர் இராசதானியாகவும், சிறந்த வியாபாரத்துக்குரிய விடமாகவும் இருந்ததென்பதற்குச் சிறிதேனும் ஐயமில்லை. இக்கதிறுகொட வென்னும் பழைய நகர் பறங்கியர் காலத்தில் கந்தர் குடையெனவும், ஒல்லாந்தர் காலத்தில் கந்தரோடையெனவும் வழங்கிவந்தது நினைவுகூரற்பாலது. கதிரமலையென்பது கதிறுகொட வென்னும் அச்சிங்களப் பெயரின் திரிபாகும். கதிறு - என்பது எட்டிமரம், கொட - என்பது பிட்டி, இடம், கிராமம் என்பனவாம். கதிறு - கதிரவாகிப், பிட்டியென்பதை யுணர்த்துஞ் சொல் மலை யாகிக், கதிரமலையென நின்றதென அச்சொல் கருதவிடந்தருகின்றது. கதிறுகொட கதிரமலை யன்றேல், கதிரமலையிலிருந்து உக்கிரசிங்கன் வடவிலங்கையை அரசாண்டான் என்னுங் கூற்றுக்கு, இடைப்பட்டவேற்றரசர் இராசதானிக்கப்பாலுள்ள கதிர்காமத்தை அவன் இராசதானியாகக் கருதுவது அசம்பவமேயாம். பிற்காலத்தில் தலைநகராகவிருந்த நல்லூரிலும் பார்க்க அதிகமான அழிவுக்கட்டடங்கள் அழிந்திருப்பதை அங்கேயின்றுங் காணலாம்.

இனிக் கதிரமலையைத்தேடிப் பலவாதாரங்களோடு காட்டிக், கதிரமலை கதிறு கொடையின் தமிழ்ரூபமென்றும், அப்பழைய கதிறுகொடையே இப்போது கந்தரோடை யென்று வழக்கப்படுகிறதெனவும் நிலையிட்டபின், 'கோடை' யென்பது பல்லவலக் கிராமம் அன்றே ஸ்ரீமான் வேலுப்பிள்ளை சொல்லுகிறார், இல்லையேல் கதிர்காமமுங் கதிரகொடையுமொன்றென மதிப்பவரின் ஆராய்ச்சித்திறனை யென்னென்போம். கதிர்காமமுங் கதிரமலையுமொன்றென்றால், கதிரகொடையுங் கதிரமலையு

பொன்றுதானே. கதிரகொடை கந்தரோடையாம்போது, கதிரமலை கந்தரோடையாதும் என்பது தானே போதரும். நம்பிக்கையும் விசுவாசமும் மனிதனீடேற்றத்திற்கு அவசியமே. ஆனால் சரித்திரவாராய்ச்சிக்கும் விசுவாசத்திற்கும் வெகுதூரமென்பதைக் கர்ணபரம்பரையிற் பள்ளிகொள்ளுவாரறிவாராக. ஆதலால் நாம் இங்கே குறிப்பிட்ட பிரபல நியாயங்கொண்டு கதிரமலை கந்தரோடையே யென்பது உறுதிபெற நிலையிடப்பட்டது.

2. சின்னாட்குப்பின் உக்கிரசிங்கன் தன்னிராசதானியைக் கதிரமலையினின்றும் செங்கடக நகரிக்கு மாற்றினனென வையபவமாலை கூறும். அது உண்மையாகுமா? அப்படியென்றால் அந் நகரியெங்கே? பிற்காலத்தார் ஏதோ காரணத்தால் கண்டியைச் செங்கடகலவெனப் பெயரிட்டழைத்தனர். உக்கிரசிங்கன்காலத்தில் கண்டிக்கப்பெயர் இருந்ததென்பது எவ்வாதாரத்தாலுறுதிப்படுகின்றது? கண்டி அக்காலத்தில் நகராயிருந்தாலன்றே அப் பெயர் பெறும். கதிர்காமத்திலிருந்து வடவிலங்கையை யாண்டான் என்பதை நம்பத்துணிபவர் சுகத்திற்காகக் கண்டிசென்று அங்கிருந்தாண்டான் என்பதை நம்பாது விடுவாரா? இவ்வித மயக்க அறிவினர்க்கு ஆராய்ச்சிநூல்தான் என்னபயனைச்செய்ய முடியும்; ஒன்றுமேயில்லை. பின்வந்த யாழ்ப்பாணத்தரசர் காலத்தில் எழுதப்பட்ட நூல்களிலெல்லாம் அவ்வரசர்கள் சிங்கை நகரிலிருந்தரசாண்டார்களெனக் கூறியிருப்பதால், உக்கிரசிங்கன் தன்னிராசதானியைச் சிங்கைநகருக்கு மாற்றினனென்று கூறுவதே பொருத்தமுடைத்தாம். சிங்கை நகரே பிற்காலத்தில் செங்கடக நகரெனத் திரிந்திருக்கவேண்டும்.

இன்னோரன்ன வேதுக்களால் கதிரமலையிலிருந்து உக்கிரசிங்கன் மாற்றிய விராசதானி சிங்கை நகருக்கே யென்பது தெளிவாயினதறிக. இச் சிங்கைநகர் அடியடியாகப்பல வாரியச் சக்கரவர்த்திகளுக்கு மகோன்னத விராசதானியாவதற்கு முதன் முதலடியிட்டவன் இவ்வுக்கிரசிங்கனே. 'பொங்கொலி நீர்ச் சிங்கைநகர்' எனச் சிறப்படை கொடுத்து விதந்தோதப்பட்டிருப்பதால், சிங்கைநகர் பொங்கியெழும் திரையொலியையுடைய

சமுத்திரக் கரையோரமென்பது நிதர்சனமாயிற்று. அவ்வாறமைந்துள்ளவிடம் வல்லிபுரக்கோயிலைச் சார்ந்த கடலோரத்தில் மணற்றிடரிற் புதைந்து, ஆங்காங்கு கிடக்கும் அநேக பாரிய கட்டிடங்களாலும், ஆங்கு கண்டெடுக்கப்பட்ட பற்பல சின்னங்களாலும் வலியுற்று பெலிவற்று உறுதிபெற்றிருக்கின்றன வென்க.

3. யாழ்ப்பாடிக்குக் கொடுத்த மணற்றிடர் யாழ்ப்பாணக் குடாநாடா? அந்நாடு முழுவதையும் அவன் காடுகெடுத்து நாடாக்கினனா? என்பவைகள் ஆழ்ந்து சிந்திக்கத்தக்கதொன்றாம். யாழ்ப்பாடிக்கு ஆயிரம் வருடங்களுக்குமுன்னே தொடக்கம் யாழ்ப்பாணத்திலுள்ள கந்தரோடையாகிய கதிரமலை அநேக நாகவரசர்களுக்கு இராசதானியாக விருந்திருக்கத் தக்கதாகவும், தேவநம்பியதிஸ்ஸன் முதலிய வரசர்கள் கந்தரோடையிலும் மற்றிடங்களிலும் அநேகம் புத்த பள்ளிகளுந் தாது கர்ப்பங்களும் எழுப்பி யிருக்கத்தக்கதாகவும், யாழ்ப்பாணக் குடாநாடு மணற்றிடராயிருந்ததெனக் கொள்வது அறியாமையின்பாலதன்றோ? யாழ்ப்பாடி காடுகெடுத்து நாடாக்கினனென நம்பினதாலன்றோ சரித்திரக்காரர்கள் உக்கிரசிங்கன் இராசதானியை அக்குடாநாட்டுக்கு வெளியே வைத்தனர். உக்கிரசிங்கனுக்கு முன் வந்த மாருதப்பிரவல்லி யென்னும் அரசி யார்வணங்குதற்காக மாவிட்டபுரத்திற் கோயிலைக் கட்டினாள்? எம்மதத்தினரேனும் ஓர் இடத்தில் ஓர் ஆலயம் எடுக்கப்புகுமிடத்து, வணங்குதற்குரிய அவ்வம் மதத்தினர் ஆண்டுறைதலின்றெனின், ஆயிர பாயிரமாகச் செலவிட்டு எதற்காகச் செய்கின்றார்கள்? பாலைநிலத்திற் கோயிலெடுப்பது எக்காலத்திலுமில்லாவழக்கு. அழிந்து போயிருக்கும் நகரிகளைப்பற்றியேனும், சிங்களப்பெயர்களைக் கொண்ட ஊர்கள் காணிகளைப்பற்றியேனும், அறிந்துகொள்ள முடியாவிட்டாலும், மாவிட்டபுரக்கோயில் கட்டப்பட்டதிலிருந்தேனும் எமது விபரீத சரித்திரக்காரர் சிறிதுஞ்சிந்தித்தாரில்லையே. சரித்திரப் பயிற்சிமிக்குடைய அறிஞர்க்கிவை புலனாம்.

அரசர்கள் சீர்த்தியைப் புகழ்ந்து பாடும் இயற்றமிழ்ப் புலவர்க்கும் இசைத்தமிழ்வல்ல பாணர் விறலியர்க்கும் பொ[illegible].

ஆடை, பொருள், பூமி முதலியன பரிசாகக் கொடுக்கும் வழக்கம் முற்காலத்திற் றமிழ்நாடுகளிலும், மறுதேசங்களிலுமிருந்தது. ஆனால் தமிழ்நாட்டில், அக்காலத்தில் இழிகுலத்தவரென்றெண்ணப்பட்ட பாணர், விறலியர்க்கு உயர்ந்தோர் தாழ்ந்தோர் குழுமியுள்ள நன்னாட்டை யரசாளும்படி ஓர் அரசன் கொடுத்தானென்பது கிடையாது. அவ்வாறு ஓர் அரசன் செய்வானாகில் அஃதவற்கோர் ஈனமாய் முடியுமன்றோ? கூழங்கையன் அரசு செலுத்தினனென்பதற்கொப்பக் குருடனு மப்பதவியில் வீற்றிருந்தானென வறுதியிட்டு முடித்தனர். அவ்வாறு அரசாண்டானெனின் எங்கிருந்தாண்டானென வறிதல் வேண்டும். ஒருபோது ஜோன் ஆசிரியர் நினைத்தபடி நல்லூரிலிருந்தென முடியுமா? கூழங்கையனே நல்லூரைக் காடு கெடுத்து நாடாக்கி நகரி கட்டுவித்தானென முந்நூல்களிலிருக்கன்றிப் பாணன் நல்லூரிலிருந்தரசாண்டான் என்பதற்கு எவ்வகை ஆதாரங்களுமில்லையே! யாழ்ப்பாடி அரசாண்டானெனின் அவனுக்கு மந்திரி பிரதானி முதலிய அவைத் தலைவர்கள் இருக்கத்தானேவேண்டும். இருப்பின் அவர்கள் அவன் குலத்தவர்களல்லாத உயர்குடிப் பிரபுக்களாயிருக்க முடியுமா? அன்றியும் யாழ்ப்பாணன் இந்தியாவிலிருந்து பல குடிகளைக் கொண்டுவந்தானென வாய்கூசாது சொல்லி விட்டனர். பாணர் குலத்தானொருவனுடன் மனைவிமக்களோடு பின்சென்று துணைவேண்டி மேற்குலத்தானொருவன் அறியாத் தேயம் செல்வது யாண்டும் நிகழா நிகழ்ச்சி. யாழ்ப்பாணத்திலிருந்த பாண்டி மழவன் போன்ற உயர்குடிப் பிறப்பினர் பாணனுக்கு அரசுரிமை வழங்கவுடன்படுவார்களா? இதனைப் பறங்கி ஒல்லாந்த காலத்திற் றலைமைக்கா வுயர்வு தாழ்வுக்கே கலகங் கொண்டோரின் முன்னோர் தம்மிற் றாழ்ந்தோர் அரசனாதற்குடன்படாரென வறியலாம்.

முன்காட்டியபடி கதிரமலையுஞ் சிங்கைநகரும் யாழ்ப்பாணக் குடாநாட்டிலிருக்கும்போது, யாழ்ப்பாணத்தைப் பிறனொருவனுக்கு முடிசூடி யரசாள எவ்வாறு கொடுக்கமுடியும்? ஆதலால் யாழ்ப்பாணனுக்குக் கொடுக்கப்பட்டவிடம் அம்மரபினர்க்குரிய நெய்தல் நிலமேயாம். அது அவன் பெயரினாலழைக்கப்

பட்ட யாழ்ப்பாணப் பட்டினமாகிய கரையூர், பாசையூர் முதலிய விடங்களேயாம். இப்பாணன் கொண்டுவந்த குடிகள் தன் மரபினராகிய பாணர் வகுப்பினராதலால், அவர்கள்தொழிலுக் குரியவிடமாகிய கரையோரத்திற் குடியிருத்தினன். அவர்களுந் தங்கள் தொழிலாகிய மீன் பிடித்தலைச் செய்து வருகின்றனர். இவ்விடம் யாழ்ப்பாணம், யாழ்ப்பாணப் பட்டினம், யாழ்ப்பாணப் பட்டினத்துறை, பட்டினத்துறை யென்னும் நாமங்களினால் வழங்கப்பட்டுப், பறங்கிக்காரர் காலத்துக்குப் பின் அவர் கட்டிய நகரியின் பெயராகிப், பின் முழுக்குடா நாட்டுக்கும் பெயராகிவிட்டது.

4. பாண்டிமழவன் இந்தியாவுக்குப் போய் உயர்குடி வேளாண் மக்களைப் பற்பலவிடங்களினின்றுங் கொணர்ந்தானென்று முன்னூலாசிரியர்கள் கூறிமுடித்தார்கள். ஜோன் போதகரோ தமிழ்நாட்டு மூவேந்தருக்கும் கூழங்கையன் ஓலை போக்கி, நூலிற் கூறியுள்ள அவ்வுயர்குடி வேளாண் மக்களை அழைப்பித்தனன் என்பர். இவ்வாறு அடிமை குடிமைகளாலும் செல்வத்தாலும் மேம்பட்ட அவ்வேளாண் மக்கள் பொன் கொழிக்கும் யாற்று வளம் நிரம்பிய தங்கள் தேசங்களை விட்டு, வேளாண் மக்களுக்குரிய வளனற்ற நிலப்பாங்கினையுடைய விந்நாட்டிற்கு வருதற்கேற்ற இன்றியமையாத காரணந்தானென்னையோ? பஞ்சமா? அன்றி அந்நாட்டிலும் இந்நாடு கவருந் தரத்ததா! இந்நாளிலுந் தமிழர் மலாய் பர்மா முதலிய தூர தேசங்களுக்குப் போய்ப் பணமீட்டிக் குபேர செல்வம் பெற்றிருந்தாலும், தங்கள் தங்கள் ஜென்ம பூமியைக் கைவிட்டார் காரணமில்வழி மிகச் சிலரே. பதினான்காம் நூற்றாண்டில் 'மாலிக்கபூர்' என்னும் முஸ்லீம் படையெடுத்துவந்து தென்னிந்தியாவைக் கைப்பற்றியபின், அவனுடன் வந்த முஸலீம் பிரதானிகள் அங்குள்ள உயர்குடி வேளாண் மங்கையரைத் தீண்டத் தொடங்கியதை யறிந்தும், கம்பண்ணன் விஸ்வநாதன் என்னும் விஜயநகர நாயக்க வரசர்கள் மதுரையை யரசாண்டிருந்த காலத்திலே, தமிழ் அதிகாரிகளை நீக்கிப் பாளையக்காரரை யமைத்த போதும், பெண்கள் மானபங்கத்துக்குப் பயந்தும், தங்களூ

கார நீக்கத்துக்கு மனமிடிந்தும், "கொடுங்கோல் மன்னன் வாழு நாட்டில் கடும்புலி வாழுங் காடு நன்றே" என மதித்துத், தமது அயல்நாடாகிய இலங்கையை நோக்கி வந்து குடியேறினர் என்பதே சாலச் சிறப்புடைத்தாம். அந்நாளில் சிங்கள நாட்டிற் குடியேறிய உயர்குடிவேளாண் பிரபுக்களை எந்தப் பாண்டிமழவன் கூட்டிவந்து குடியேற்றினன்? இவைகளைச் சிந்திக்கவேண்டாமா? மேலும் யாழ்ப்பாணத்திலிருந்துபோன பொன்பற்றியூர் வேளாளன் பாண்டிமழவன் கொண்டுவந்த அரசகுமாரன், வேளாண் குடிகளாகியவர்களில் பின்னுமொரு பொன்பற்றியூர் வேளாளன் பாண்டிமழவனிருப்பதைச் சரித்திரகாரர்யோசியாது விட்டதென்னே? இவைகளால் தெரிவது யாதெனின் பாண்டிமழவன் சென்று குடிகளைக் கொண்டுவந்தான் எனக் கூறுங் கூற்று ஆகாய கங்கையில் மலர்ந்த தாமரையோடொக்குமென்பதே.

கி.பி.1932ல், தண்டிகைக் கனகராயன் பள்ளுப் பதிப்பித்த திரு: வ. குமாரசுவாமியவர்கள் வேளாண்குடிகளைப் பாண்டிமழவன் இந்தியாவினின்று கூட்டி வந்ததையும், கூழங்கையன் சேர, சோழ, பாண்டியவரசர்களுக்கு ஓலைபோக்கி அழைப்பித்ததையும் நம்பாமல், கூழங்கையனே சென்று முடிகொடுவதற்குந், துலாபாரம் நிறுப்பதற்கும், பிறஅரச சின்னங்கள் சுமப்பதற்கும் வேளாண்குடிகளைக் கூட்டிவந்தான் எனநவீன கற்பித காரணங்காட்டியதோடமையாது, அக்குடிகள் சேர, சோழ, பாண்டியதேசங்களிலிருந்து வந்தார்களென்னின், இக்காலத்திற் போல வக்காலத்திற் பிரயாணவசதியின்மையால், கூழங்கையன் நாடு நாடாய்ச் சென்று அலைந்து திரிவது இயலாதெனவோர்ந்து, அவன்மீதிரங்கி, அவ்வேலையைத் தொண்டைமண்டலத்திலுள்ள மூன்றுஜில்லாக்களுள் அமைத்து, அதற்காக யாழ்ப்பாணம் வந்த வேளாண்குடிகளின் ஊர்களை நசித்துந் திரித்துந் தமது கொள்கைக்குடம்படுத்த உடம்படுமெய் வருவித்துஞ் சரிப்படுத்துவதுபோற் செய்து, அவர்கள் ஊர்களைத் தொண்டைமண்டலத்துஜில்லாக்களுள் வைத்து மகிழ்ந்தனர். காரில்நகர்க் கனகராயன் செட்டியைக் காஞ்சிநகர்க் காரைக்காட்டினின்று கூட்டுவதற்கு

அவர் சுற்றியலைந்தவிடமோ மிகவதிகம். ஆனபடியால் அதைச் சிறிது ஆராய்வாம்.

தெல்லிப்பழையிற் குடியேறிய வாலிநகர்ச் செண்பக மாப்பாணனும், அவன் குலத்தினனாகிய சந்திரசேகரனும், அவ்வூரிற் குடியேறிய காயில்நகர்க் கனகராயன் செட்டியும் ஒருவர்க்கொருவர் எவ்வழியாலேனும் ஞாதியராயிருந்தார்களெனக் கைலாயமாலையிற் சொல்லப்படவில்லை. பிந்திய வையாபவமாலையிற்சொல்லியிருப்பதைக் கொண்டு, கனகராயன் செட்டியும் வாலி நகரானே யென நம்பி, வாலி நகரை வலிந்துதேடக் குமாரசுவாமியவர்கள் புறப்பட்டனர். இக்காலத்திலுஞ் செட்டிகள் வைசியரே யென்றும் வேளாளர் சூத்திரரே யென்றும் வாதிடும் அனேகர் இருக்கும் போது, அக்காலத்தில் அவ்வாறு இருக்கவில்லையெனக் காட்டுவதற்காகவா மயில்வாகனப் புலவர் கைலாய மாலைக் கூற்றை மாற்றினர்? கைலாயமாலையில் அவ்வித்தியாசம் நன்றாய்த் தொனிக்கின்றதை எவரும் நன்கறியலாம்.

"வாலிநகர் வாசன் மருள்செறி வெள்ளாளரசன்
கோலமிகுமேழிக் கொடியாளன் மூலமிகு
செண்பக மாப்பாணனையும் சேர்ந்த குலத்தில் வந்த
தண்குவளைத்தார் சந்திர சேகரனும் பண்புடைய
மாப்பாணபூபனையும் மாசில் புகழ்க் காயநகர்க்
பூப்பாண னென்ன வந்த பொன்வசியன் கோப்பான
சீரகத்தார் மார்பன் செறி கனகராயனையும்"

என்பது கைலாயமாலையில் அப்பகுதியைக் கூறும் அடிகளாகும். இவ்வடிகளில் செண்பகமாப்பாணனும் சந்திரசேகரமாப்பாணனும் ஒருகுலத்தவர்களெனச் சொல்லியிருப்பதேயன்றி, ஞாதியர் அல்லது உறவினர் என இருவரையுங் குறிப்பிடவில்லை. குலமென்பதற்கு ஞாதியர் என்னுங் கருத்தும் இரு வழக்கிலுமில்லை. கனகராயனை வேறு குலத்தவனென வெளிப்படையான வித்தியாசங் காட்டியிருக்கும்போது, வையாபவமாலையார் அம்மூன்றுபேருந் ஞாதிகளெனக் கொண்டது தவறெனவேற்பதை விட்டுத், தவறை ஆதாரமாகக் கொண்டதே, முதற்கோணல் முற்றுங்கோணலென்னும் பழமொழிப்படி, கனகராயன் செட்டி வாலிநகரானல்லனென்பது தேற்றம்.

(2) "திருக்காரைக்காட்டுப்பிச்சன்கையாலித்தேவன்" என்னுஞ் சொற்றொடரைக் காரைக்காட்டுச் சாசனமொன்றிற் கண்டு, "கையாலித்தேவன்" "ஆலிக்கைத்தேவ" னாயிருக்கலாமென மாற்றுகின்றார். பிச்சன்கையாலித்தேவன் என்னுஞ் சொற்றொடரை நோக்கிற்றிலர். தனது தேவைக்காக நடுநின்ற 'கை'யென்னும் எழுத்தை வேறிடம் அனுப்புகின்றார். சரி, இன்னொருவர் 'கைப்பிச்சனாலித்தேவன்' எனக் கூறின் அதற்கு எந்த ஊரைத் திரிக்கிறது? ஆலிக்கை காரைக்காட்டுக்கு மறுபெயராயிருக்கலாமென ஊகித்து, அதற்குத் திருவென்னுஞ் சிறப்படையொன்றை வைத்துக் கட்டினார். ஏனெனில் வகர உடம்படு மெய்பெறின் தன் கருத்து வாய்க்குமென நினைத்தே. அவ்வாறே 'ஆலிக்கை'யைத் 'திருவாலிக்கை'யாக்கி முடிவெடுத்துப், பின் 'திரு'வை நீக்கி முன்மொழியைநோக்காது 'வாலிக்கை' யெனப் பிரித்து, வாலிக்கை காரைக்காட்டின் மறுபெயரென்கின்றார். ஆலியை வாலியாகச் செய்த உடம்படுமெய்யே திரு: குமாரசுவாமியவர்களினும் பார்க்க வல்லமையுடையது. இச்சிரமமெல்லாம் வாலிநகரைத் தொண்டைமண்டலத்துள் கொண்டு வரத்தானே! மற்றும் மண்டலங்களிலிருந்தாற் சிறப்பன்று போலும். சோழமண்டலத்திலுள்ள திருமங்கையாழ்வார் திருவாலி நகரையும் இச்சந்தர்ப்பத்தில் நோக்குதல் இயைபுடைத்து. காரைக்காடு வாலிநகர் அல்லது வாலிக்கை நகர் என அழைக்கப்பட்டதென வேறு ஆதாரங் காட்டாதொழியின், அவர் எடுத்தாளும் மதிவல்லயூகத்தில் இது யூகமாகத்தான் முடியும்.

கனகராயனைக் காயல்நகர் வேளாண் செட்டி யென்றால் வரும் இழுக்கென்னை? காயில் பட்டினத்தில் வேளாண் செட்டிகள் எக்காலத்திலாகுதல் குடியிருக்கவில்லையெனத் தாபித்த பின்னன்றோ கனகராயனை அவ்வூர் விட்டுத்துரத்தவேண்டும்.

(3) பாண்டி மழவனுடைய பொன்பற்றியூரையும் தென்னார்க்காட்டிலமைத்தனர். அவனது பெயரிலிருந்து பாண்டிநாட்டினனெனத் தெரிவதால், பாண்டிநாட்டில் அவ்விதவூர் இல்லையெனத் தெரிந்துகொண்டபின்னன்றோ தொண்டைநாட்டில்

தூக்கிப்போடவேண்டும். தனக்கும் மற்றையோர்க்கும் எங்குளதெனத் தெரியாத மற்றவூர்களையும் தொண்டைமண்டலத்தில் வைத்து மகிழ்கின்றார்.

இந்த முடிவுக்கு வந்தபின், மகம்மதிய வசமும் பாளையக்காரர் அதிகாரமும் தொண்டைமண்டல வேளாளரைத்தானு அல்லோலகல்லோலப் படுத்தியதென்னுங் கடாவால் எமது கொள்கையை மறுத்தொழித்ததாக வகமகிழ்ந்து, “தொண்டைநாடு சான்றோருடைத்து” என ஒளவைப்பிராட்டியார் சொல்லியபடியால், “வாய்மையையேஆபரணமாகப்புனைந்த தொண்டைநாட்டு வேளாண்மக்கள்” முஸ்லீம் அதிகாரிகளின் மறச்செயல்களுக்காகுதல், மானபங்கத்துக்காகுதல், தங்கள்முன்னிலைமை குறைந்த ஏழ்மைக்காகுதல், மனமிடிந்து துன்புற்று, “மயிர்நீப்பின்வாழாக் கவரிமாவன்னார்” வேற்று நாடு புக்காது இருந்தார்களென்றும், முடிதொடுவதற்கும், துலா பாரம் நிறுப்பதற்கும், வரியறவிடுவதற்கும் ஆசைப்பட்டுத் தங்கள் பெண்டு பிள்ளை, சுற்றமித்திரர், அடிமை குடிமைகளுடன் யாழ்ப்பாணம் வந்தார்களெனப் பெரியதோரிழுக்கை அவர்க்கேற்றி, வறிதேகூறி வைபவமாலையார் போக்கையே தழுவியதாகக் காட்டிவிட்டார்.

தொண்டைமண்டலம் முஸ்லீம் அதிகாரத்திற்கு உட்படவில்லையா? பாளையக்காரர் தொண்டைநாட்டில் வைக்கப்படவில்லையா? தொண்டைமண்டலத்து மூன்று ஜில்லாக்களென்றால் சிறு தேசமா? கூழங்கையனுக்குக் காலூனமில்லாதபடியால் பிற மண்டலம் ஜில்லாக்களில் சென்று வேற்றுநாட்டில் குடியேற மறுத்தாலும், முடிதொடுவதையும் துலா பாரஞ் சுமப்பதையுங் கூறி, அப்பெருமையை முன்னிட்டுக் கூட்டிச் செல்வதற்கு ஆங்காங்கு சென்றவிடமெல்லாம் வேளாளரில்லாததை யுன்னிக், தொண்டைநாட்டு மூவூர் வேளாளரே தக்கோரெனக் கொண்டு போந்தது சரித்திரவாராய்ச்சியில் இதுவுமோர் புது வழிப்பட்டது.

மண்ணாடுகொண்ட முதலியும் அவன் சந்ததியாருந் தவிர மறுவேளாளர் முடிதொடப்படாதா? சோழவரசன் முடியைத்

தொட்ட் மண்ணுடுகொண்டமுதலி தன்பழமையானஉரிமையை விட்டு, அதே வேலையைப் பிறநாட்டுக்குச் சென்று வேற்றரச னுக்குச் செய்யச் சம்மதித்துத் தன்னுட்டைத் துறந்து செல்லக் கூழங்கையன் சோழனிலும் மேம்பட்டவனு? அல்லது சோழ வாசனுல் அவ்வுத்தியோகத்தினின்றும் நீக்கப்பட்டானு? திறுத்த லளவையில் வல்லவனுன கனகாயன்செட்டி சந்ததியற்றிறந் தால் துலா பாரக் கடமையும் அத்துடன் ஒழியவேண்டியது தானே. கனகாயன்செட்டி சந்ததி வளர்ந்திருந்தாலும், யாழ்ப்பாணவரசர் எக்காலத்திலாயினும் துலா பாரஞ் செய்தார் களென்ற சாட்சியில்லையே. ஐயோ! எவ்வளவோ அரும்பாடு பட்டுப் போய் அரசகுமாரனைக் கொணர்ந்த பாண்டிமழவனுக்கு இவ்வதிகாரங்களிலொன்றையாகுதல் கொடுத்தால் ஆகாதா? தெல்லிப்பழை, இருபாலை, மயிலிட்டி யென்னும் மூன்றூர்க் குடிகளும்பிற்காலத்தில்உறவினராயினர்போற்காட்டவே இவ்வா ராய்ச்சி எழுந்ததுபோலும். தெல்லிப்பழையில் குடியேறிய செண்பகமாப்பாணன் சந்திரசேகரமாப்பாணனுகிய இருவரை யும் விட்டு மயிலிட்டிக்கும் இருபாலைக்கும் உறவுதேடிப்போனது தான் வியப்பு! வைபவமாலையார், தெல்லிப்பழையிற் குடியேறிய மூன்று குடியினரும் தன்காலத்தில் உறவினராய் வந்தபடியாற் போலும், கைலாயமாலையிற் சொல்லியதை மாற்றி மூன்றுபே ரும் ஞாதிகளெனச் சொல்லிப் போயினர்.

தெல்லிப்பழை, இருபாலை, மயிலிட்டிக் குடிகளைத் தவிர மற்றுங் குடிகளைக் கொணர்ந்தது, அரசன் பவனி போம்போது வீதியிற் கட்டியஞ் சொல்லவும், நிலபாவாடை விரிக்கவும், மேலாப்புப் பிடிக்கவும், முரசறையவும், யானை குதிரை பார்க்க வும் பிறவுக்குமாகுமெனச் சொல்லாததே யவ்வாராய்ச்சியின் குறை.

கைலாயமாலை எழுதிய காலத்தில் யாழ்ப்பாணம் பாணனுற் குடியேற்றப்பட்டதென்றும், அங்கு வேளாளரிருக்கவில்லை யென்றும் நினைத்து, அரசகுமாரன் வரும்பொழுது சில வேளா ளக் குடிகளையுங் கொணர்ந்தான் எனத் தன் காலத்தில் பிரபல்ய

முற்று யாழ்ப்பாணத்திலிருந்த சில வேளாளரின் முன்னோர்களின் பெயர்களைக் கைலாயமாலை ஆக்கியோன் குறித்துவிட, அதற்குக் காரணங் காட்டக் கங்கணங்கட்டிய குமாரசுவாமியவர்களின் மதியூகம் வியக்கத்தக்கதே. அம்மாலையிற் சொல்லப்பட்ட குடிகள் ஒழிய வேறு வேளாளர் யாழ்ப்பாணத்திற்கு வரவில்லை யென்பதே அவர் கருத்தாகிறது.

அக்காலத்தில் சிங்களநாட்டிற் குடியேறிய நூற்றுக்கணக்கான வேளாளர் யாருடைய முடிதொடவந்தனர்? எனது ஆராய்ச்சியில் பாண்டிமழவன் அரசனைக் கொணர இந்தியாவுக்குச் சென்றதையும் கூழங்கையன் என்னுமரசன் யாழ்ப்பாணம் வந்து நல்லூரில் முடிசூடி யாண்டான் என்பதையும் பிரபல ஏதுக்களால் நியாயங்காட்டி மறுத்து நிலைநாட்டியிருக்க, அம்மறுப்பைத் தக்க நியாயத்தால் மறுத்துக்காட்டி, முன் சரித்திரகாரர் கூறியதே உண்மையென்று நிலைநிறுத்தாது, மூன்று குடிகளின் பெருமையைக் காட்டுவதொன்றையே முன்னிட்டு "இராசநாயக முதலியாரும் யாழ்ப்பாணக் குடியேற்றமும்" என அதிகாரம் வகுத்துத் துவங்கியது வெளிற்றுரையாயினதே யன்றிச் சரித்திரவாராய்ச்சியோ டொன்றிச் சென்றதாகத் தெரிந்தில.

மேலும் வரியறவிடுவதற்கு வந்த நரசிங்கதேவனின் காவிரிப்பூரை மயிலாப்பூராக்கி அது தொண்டைநாட்டது என்றார். மயிலாப்பூர் தொண்டைநாட்டதாகையால், சோழநாட்டுக் காவிரியூர் தொண்டைநாட்டிலெப்படி வருமோ தெரியவில்லை. நரசிங்கதேவன் யாழ்ப்பாண நாட்டிற் குடியேறியவிடத்திற்குத் தன்னூட்டுப் பெயரையிட்டு மயிலையென வழங்கினான் என்கிறார். அதற்கு முன் ஒருவரும் அவ்வூரிற் குடியிருக்கவில்லைப்போலும். 15ம் நூற்றாண்டில் சிங்களவரசன் யாழ்ப்பாணத்தைவெற்றிகொண்டு அரசாண்ட காலத்தில் அவனுடன் வந்த சிங்களர் சிலர் அதனை மயிலைசிட்டியெனுஞ் சிங்களப் பெயராக்கி விட்டனராம். 'மயிலை' யென்னுந் தமிழ்ப் பெயர் 'மயிலசிட்டி' யென்னுஞ் சிங்களப் பெயரான காரணந்தான் தெரியவேண்டும். இப்போது சிங்களப் பெயர்களுடனிருக்கும் பல்லாயிர வூர்களும் காணிகளும்

அக்கால்த்திலா தமிழ்ப் பெயர்களைவிட்டுச் சிங்களப் பெயர்கள் கொண்டன? சுன்னாகம், மல்லாகம், அளவெட்டி, வீமன்காமம் என்னுஞ் சிங்களப் பெயர்களைக் கொண்ட ஊர்களுக்கு முந்தி யிருந்த தமிழ்ப் பெயர்களைத் திரு: குமாரசுவாமியவர்களே அறிவர் போலும்.

மயிலிட்டி, மயிலசிட்டி யென்னுஞ் சிங்கள நாமத்தின் திரி பென்பதை ஒத்துக்கொள்ளும்போது, அதன்கருத்தின்னதெனத் தெரிந்தால் மயிலை மயிலசிட்டியாகத் திரிந்ததெனச் சொல்லி யிருக்கமாட்டார். மயிலசிட்டியென்றால் மயில (Sinh: mahila) மரம் நின்ற ஊரென்பதே அதன்கருத்தாகும். (சிட்டிய =இருத்தல் அல்லது நிற்றல்) மயிலன் இருந்தவூரெனவுங் கொள்ளலாம். மயிலையிலிருந்து வந்த ஒருவன் இருந்தவூர் என்பதை எவ்விதத்திலுங் காட்டாது. தம்பசிட்டி, தையிட்டி, போயிட்டி, மீயிட்டி முதலிய விடங்கள் எவ்வாறு மரப்பெயர் கொண்டமைந்தனவோ, அவ்வாறே மயிலிட்டியும் அமைந்துளவென்பது வெளிப்படை. இச்சிங்களப் பெயர்கள் 15ம் நூற்றாண்டில் வந்த சில சிங்களர் வைத்த பெயர்களன்று, கிறீஸ்து பிறக்கப் பல நூற்றாண்டுகளுக்கு முன் அவ்விடங்களில் வசித்த நாகரென்னுஞ் சாதியார் வைத்த பெயர்களாகும்.

5. ஜெயதுங்கனுக்குப் பின்னரசாண்டவன் கூழங்கையனெனக் கைலாயமாலையிற் கூறப்படாதிருக்க, அதனை யாதாரமாகக் கொண்டு எழுதினேன் என்று சொன்ன மயில்வாகனப் புலவருக்கு அப்பெயர் எங்கிருந்து கிடைத்தது? அவர்தான் அவ்வாறு எழுதினாரென்பதற்குச் சாட்சியென்ன? ஏடெழுதுபவர் வழக்கமாகச் செய்து வைக்கும் தோன்றல், திரிதல், கெடுதலாகிய விகாரங்கள் இதிலுந் தலைநீட்டி யிருக்கக் கூடாதா? 'காலிங்க' வென்னுஞ் சொல்லைக் 'கூழங்கை' யெனக் கொண்டு பின்னால் ஏடெழுதியவர் மாற்றிவிட்டார்களென்பது கீழ் வருவனவற்றைக் கொண்டு தெளியலாம். வைபவமாலை ஆசிரியருக்கு முன கூழங்கையனென வொருவன் இருந்தானென்னுங் கர்னபரம்பரை யேனும் நூலாதாரமேனும் இருந்ததாகத் தெரியவில்லை. கூழங்

கையன் சக்கரவர்த்தியாயிருந்தானெனில், சக்கரவர்த்திப் பட்டம் பெறுதற்கு, அத்தேசத்துப் பிறவரசர் யாவரையும் வென்று முடிசூட வேண்டியது மரபு. சகாப்தம் 870ம் ஆண்டாகிய கி. பி. 918ல் முடிசூடப்பட்டவனென்றால், அதன் பின் படையெடுத்துப் பிறதேசங்களை வென்றதற்கு ஒரு ஆதாரமுமில்லை. கி. பி. 944ல் சோழ பராந்தகன் வடவிலங்கையை வென்று, உத்தம சோழனை இராசப்பிரதிநிதியாக நியமித்துப்போனதாகவும், கி. பி. 1070 வரைக்கும் இலங்கை சோழவரசருக்குக் கீழிருந்ததாகவும், பிறசரித்திரங்களாலுஞ் சிலாசாசனங்களாலும் அறியக்கிடப்பதால், கூழங்கையன் சக்கரவர்த்தியாயிருந்தானென்பது எவ்வாறு பொருந்தும்? பொருந்தாதொழியவே அஃதும் வெற்றுரையாமாறு தெற்றெனப் புலப்படும். பிற்காலத்தில் செகராச சேகரன் எனவும் விஜய காலிங்கச் சக்கரவர்த்தி யெனவும் புகழ்படைத்தவரசனொருவனைக் கர்னபரம்பரையாலறிந்த கைலாயமாலைக்காரர் செகராசன் எனவும் அவனே ஜெயதுங்கனுக்கும் யாழ்ப்பாடிக்கும் பின்னரசாண்ட முதற் சிங்கையாரியனெனவும் எழுதி வைத்ததை, மயில்வாகனப்புலவர் விஜயகாலிங்கச் சக்கரவர்த்தியென எழுதிவிடப், பின்புஏடெழுதியவர்யாரோ விஜய கூழங்கைச் சக்கரவர்த்தியெனத் திரித்துச் சிருட்டிசெய்து வைக்க, அதுவே உண்மையாகப் பிற்காலத்தில் வேரூன்றி நிற்கலாயிற்று. ஒருபோது கூழங்கையன் என்னும் பெயரைக் 'கோளுறு கரத்துக் குரிசில்' என வையாபாடலிலிருப்பதை யறிந்து அப்பொருளுக்கேற்ப அவ்வாறு எழுதினரோ வென நினைத்தால், யாம் முன் சொல்லியபடி, அவ்வையாபாடல் வில்லவராய முதலியாருக்குப்பின் ஆங்கிலேயர் காலத்திலெழுதப்பட்டபடியால், வையாபாடற்காரரே வைபவமாலையிலிருந்து எடுத்திருக்க வேண்டுமென உறுதிப்படுவதால், வைபவமாலையார் இப்போதிருக்கும் வையாபாடலைத் துணைக்கோடினரல்ல வென்பது மலையிலக்காம்

மேலே காட்டிய பிரபல நியாயங்கள் கொண்டு ஜெயதுங்கனுக்குப் பின்னரசாண்டவன் கூழங்கையனுமன்று, சக்கரவர்த்

தியு மன்று. அவனுக்கு மூன்று நூற்றாண்டுகளுக்குப் பின் பிரபலமடைந்த விஜய காலிங்கச் சக்கரவர்த்தியாகிய கலிங்க மாகனையே எட்டெழுத்தில் கா-வைக் கூ-வெனவும், லி- யை ள-வெனவும் எழுத்துருவில் மாறுபடக் கண்டு, விஜய கூளங்கைச் சக்கரவர்த்தியென, வைபவமாலைபார்க்குப் பின் வந்தோர் நம்பி 'ள'காரத்தைச் சிறப்பெழுத்தாக்கி முடித்துவிட்டாரென்பதே இவ்வாராய்ச்சியிற் றெளிந்து நிறுவிய முடிபாகும்.

வேளாண் குடிகளை அரசசின்ன ஊழியஞ் செய்வதற்காக வேோரசன் கூட்டிவந்தானென்பதை நிலைநிறுத்த அவாவும் திரு வ. குமாரசுவாமியவர்கள் கூழங்கையன் வரவை யிறுக்கிப்பிடித் தாற்றான் தன்னபிப்பிராயத்திற்கு அது இன்றியமையாததாகு மெனக் கண்டு அக் கூழங்கையன்

1. கி. பி. 1128ல் யாழ்ப்பாணம் வந்து நல்லூர் என்னும் நகரியைக் கட்டுவித்தானென்றும்,

2. கி. பி. 1260க்கும் 1275க்குமிடையில் நல்லூரில் முடி சூடினனென்றும்,

3. அவன் தெலுங்கனனபடியால் அவனும் அவன் பின் னோருந் தங்களை ஆரியரென வழைத்தார்களென்றும்,

4. அவன் யாழ்ப்பாணத்தை நவகோட்டங்களாகப்பிரித்துத் தான் கூட்டிவந்த வேளாண் குடிகளை அக்கோட்டங்களுக் குப் பிரதானிகளாக்கித், தன்னைச் சக்கரவர்த்தியென்றழைக்க வதற்குரிய சிறப்புடைக் காரணங்களின்மையால், தன்னாட்டுச் சிற்றூர்களிலுள்ள அப்பிரதானிகளையே சிற்றரசர்களாக வைத் துத், தன்னைச் சக்கரவர்த்தியாக மதித்து நடந்தானென்றுங் கூறுவர். குமாரசுவாமியவர்கள் கற்பனு சக்தியானது முற்ச ரித்திராசிரியரின் குறிப்புக்களைப்பற்றி மயங்கும் மயக்கத்தை இன்னும் அதிகரிப்பித்ததேயன்றித் தெளிவடையச் செய்திலது. ஆகையால் அவர்கள் ஆராய்ச்சியில்லாக் கூற்றுக்கள் சரித்திர நினைவிற்கு வருமுன் ஒதுக்கி விடவேண்டியது ஆவசியமாகும்.

(1.) "இலகிய சகாப்தமெண்ணூற்றெழுபதாமாண்டினெல்லே
அலர் பொலிமாலே மார்பனும் புவனேகவாகு
நலமிகுந்திடு யாழ்ப்பாண நகரி கட்டுவித்து நல்லைக்
குலவிய கந்தவேட்குக்கோயிலும் புரிவித்தானே"

என்னும் திக்கற்ற பாட்டொன்றின் முதலடியிற் காணப்படும் 'எண்' என்னும் பதம், பேரெண்ணுகிய 1000த்தைக் குறிக்கும்' எனக்கொண்டு, 'எண்ணூற்றெழுபதாமாண்டு' சகம் 1170ஆது மாகையால், கி. பி. 1248ல் நல்லூர் நகரி கட்டப்பட்டதென்றனர் (பக்கம் 32). ஆனல் அவருடைய முந்திய ஆராய்ச்சி முடிபின்படி (பக்கம் 8) கூழங்கையன் "அரசியல் ஆரம்பம் கி. பி. 1260க்கும் 1275க்கு மிடையிலென ஒருவாறு நிச்சயிக்கலாம்" என்றனர். நகரி கட்டிய பின் 20 வருடங்களுக்குமேல் முடி சூடுவதற்குக் காலஞ் செல்வதற்குக் காரணமென்ன? நகரிகட்டுவதற்கு மேற் சொன்ன பாட்டை ஆதாரமாக வைத்துக் கொண்டாலும், முடி சூடிய காலத்திற்கு ஆதாரமிதுவென வொன்றைக் காட்டாதொழிந்தது, சோழவரசரும் அரசுகட்டிலும் இல்லாதொழிந்த பின்னரே பிறநாட்டரசருக்கு முடிகொடுவதற்குந் துலாபாரம் நிறுப்பதற்கும் வேளாளர் இணங்கி வருவாரென வெண்ணியதாற்போலும். சோழவரசர்களிற் கடையோனுகிய மூன்றும் இராஜேந்திரன் கி. பி. 1264 வரை அரசாண்டதாகத் தெரிய வருதலால், அதன் பின் சிலவாண்டுகள் வரை பார்த்துச் சோழவரச கட்டில் இல்லையெனக் கண்டபின்னன்றோ வேளாளக் குடிகள் வருவதற்கு உடன்படுவர்! இதற்காக 1275 வரை காலத்தை நீட்டினர். யாழ்ப்பாணன் காடு கெடுத்து நாடாக்கி யாழ்ப்பாணத்தை யாசாண்டது கி. மு. மூன்றும் நூற்றூண்டென வாதிக்கு மிவர், அவன் இறந்தபின் 1500 வருடங்களாக அரசரில்லாதிருந்த யாழ்ப்பாணத்திற்கு, கி. பி. 13ம் நூற்றூண்டில் கூழங்கையுடனுகிலும் ஓரரசன் வருவதற்கு ஏற்பட்ட காரணந்தான் யாதோ அறிந்திலேம். இதனைத் திரு: குமாரசுவாமியவர்கள் யாழ்ப்பாணநாடு செய்த தவமெனக்கூறுதொழிந்தது வியப்பே! ஆனல் ஒருபோது அரசின்ன ஊழியஞ் செய்ய வந்த வேளாண் குடிகள் செய்த தவமாயிருக்கலாம்.

(2) யாழ்ப்பாணத்து ஆரிய வரசரின் அரசியல் ஆரம்பம் கி. பி. 1260க்குப் பிற்படச் சொல்வது தெளிவற்ற ஆராய்ச்சியி ன்பாற் பட்டதென்பது வெளிப்படை. கி. பி. 12ம் நூற்றுண்டு நடுப்பகுதியிலே இலங்கைக்கு வந்த புகழேந்திப் புலவர்,

"பாவலன் வாசலில் வந்திபம் வாங்கப் படிபுரக்குங்
காவலர் வைகும் படி வைத்த வாகண்டி யொன்பதினும்
மேலவர் மார்பினுந் திண்டோளி னுஞ்செம்பொன் மேருவினுஞ்
சேவெழு தும்பெருமான் சிங்கையாரிய சேகரனே"

"அஆ விதிபோ வடலா ரியர்கோமான்
எஏ வலரா விழந்தநாள்-ஒஓ
தநுக்கண்ணீ னுங்குளிர்ந்த தண்ணளிதந் தாண்ட
திருக்கண்ணி னுஞ்சுடுமோ தீ"

யென்னும் பாக்களை யாரைக் குறித்துப் பாடினாரென்பதைக் குமாரசுவாமியவர்கள் சிறிது சிந்தித்தாரில்லை. புகழேந்திப் புலவர் விக்ரமசோழன் காலத்தவரென்பது,

"தூமங் கமழும்பைங் கோதையன் விக்ரம சோழமன்னர்
தீபன் புறங்கடை வந்துநின் றானின் றிருப்புருவச்
சாபங் குனிய விழிசிவப் பத்தலை சாய்த்துநின்ற
கோபந் தணியன்ன மேயெளி தோகங் குடிப்பிறப்பே",

என்னுங் கவியைச் சோழன் தேவி ஊடிக்கதவடைத்தபோது அரசனுக்காக அவர் பாடியதிலிருந்து அறியலாம். இவ் விக்ரம சோழனே ஒட்டக் கூத்தரால் உலாப்பாடப்பெற்றவன். அவ ன் அரசாண்ட காலம் கி. பி. 1118 தொடக்கம் 1143 வரை என்ப.

புதுவைச் சடையப்ப வள்ளல் இலங்கையிலேற்பட்ட பஞ்சத்தைத் தீர்க்க ஆயிரங் கப்பலில் நெல்லனுப்பியபோது, அதற்கு நன்றியறிதலாய்த் தமிழ்ப் பாட்டொன்று பரராசசிங்கன் என்னும் அரசன் பாடியனுப்பியதாகத்,

"தேனார் தொடையார் பரராச சிங்கப் பெருமான் செழுங்
கானார் நெல்லின் மலைகோடி கண்டி நாடு கரைசேர்க் [தமிழ்க்குக்

கூனர் கப்ப லாயிரத்திற் கொடுபோ யளித்த கொடைத்தடக்கை
மானு கான்சங் கான்சடையன் வளஞ்சேர் சோழ மண்டலமே"

யென்னுஞ் சோழமண்டல சதகப்பாவிற் கூறியிருக்கும் பராச சிங்கன் சிங்களவாசனன்று, அவன் யாழ்ப்பாணத்து ஆரிய வாசன் என்பது வெளிப்படை. நெல்லனுப்பிய சடையப்பவள்ளல் கம்பன் காலத்தவர்.

ஆகையால் 12ம் நூற்றுண்டு முற்பகுதியிலே விடை முத்திரை பொறிக்கும் ஆரியவாசர் சிங்கை நகரிலிருந்து அரசாண்டாரகளென்பது உறுதியாகும்போது, அவ்வாரிய மன்னருக்கு முன்னேனை கூழங்கையன் கி. பி. 1218ல் நல்லூர் நகரியை எழுப்பி 1260க்குப் பின் முடிசூடினனெனக் கண்டுபிடித்த வாராய்ச்சி வந்தி பெற்ற மகன் போலாமென விடுக்கற்பாலதேயாம்.

கி. பி. 1256ல் இலங்கையை வெற்றிகொண்ட சுந்தர பாண்டியன் தனது குடுமியமலைச் சாசனத்தில், இலங்கையிலுள்ள இரண்டரசர்களில் ஒருவனைக் கொன்று மற்றவனிடம் யானைத்திறை பெற்றதாக வரைந்திருப்பதால், அவ்வாசர்கள் யாராயிருக்கலாம். அக்காலத்தில் தப்பதெனியில் அரசாண்ட இரண்டாம் பாராக்கிரமவாகு வெனுஞ் சிங்களவாசன் கொல்லப்படவில்லை. மற்றவாசன் யாழ்ப்பாணத்திற்கு கி. பி. 1248ல் வந்த கூழங்கையன்றானே. அவன் 1256ல் கொல்லப்பட்டால் 1260க்குப்பின் முடி சூடுவதெப்படி?

(3.) யாழ்ப்பாணத்தை அரசாண்டவாசர்கள் தெலுங்கரான படியால் ஆரியரெனத் தங்களை அழைத்தது தெலுங்கர் ஆரியரானபடியாலா? அல்லது தெலுங்கதேச வாசர் ஆரியரானபடியாலா? தெலுங்கருந் திராவிடருளொருவரென்பதே ஆராய்ச்சியாளர் துணிபு. ஆரியக்கலப்புச் சற்றுமில்லாத இலங்கையிலுள்ள வொரு சாதியார் இப்போது தங்களை ஆரியரெனக் கூறுவதுபோல அவர்களுஞ் சொன்னுர்கள்போலும்.

(4.) கோட்டங்களிலுள்ள பிரதானிகள் சிற்றரசர்களென்றும் அவர்களுக்கு மேலான வாசன் சக்கரவர்த்தியென்றும் திரு:

குமாரசுவாமியவர்கள் சொல்லக் கேட்டதேயன்றி வேறுதாங் கண்டிலேம், பிறர் சொல்லவுங் கேட்டிலேம். இக் கொள்கை கிணற்றுத் தவளையின் கதையை ஞாபகப்படுத்துகின்றது.

இப்படியே முன்னொடு பின்முரணித் தலைதடுமாற்றமாய் எழுதியிருப்பதைப் பார்க்கும்போது திரு: குமாரசுவாமியவர்களின் ஆராய்ச்சி, தெல்லிப்பளையிற் குடியேறிய கனகராயன் செட்டியின் புகழைப் பின்பற்றிச் சென்றதேயன்றிச், சரித்திர வாராய்ச்சியிற் சென்றதன்று என்பதே முடிபாம்.

6. புவனேகவாகு வென்னுஞ் செண்பகப் பெருமாள் கி. பி. 1450ல் யாழ்ப்பாணத்தை வெற்றிகொண்டு தன்கீழாக்கிய விஷயம் எவராலும் மறுக்கமுடியாததொன்று. கூழங்கையன் கி. பி. 948ல் அரசாண்டவன் எனச் சொல்லுவதால், அவனுக்குப்பின் கி. பி. 1450 வரை வைபவமாலைப்படி அரசாண்டபத்தரசர்களுஞ் சேர்ந்து பதினொருவருக்குத் தலைமுறையொன்றுக்கு 45 வருட விகிதம் வருவது ஆராய்ச்சி நிருபணத்துக்கு முரணுவதால், 948 முதல் 1450 வரையும் பதினொருவர் அரசாண்டாரென்பதை யொப்புக்கொள்ளமுடியாது. நாம் முன்பு கூறியிருக்கும் விஜய காலிங்கச் சக்கரவர்த்தியாகிய காலிங்க மாகன் ஆண்ட கி. பி. 1210 முதல் செண்பகப் பெருமாள் வரையும் 240 வருடஞ்சென்றிருப்பதால், பதினொரு அரசர்களுக்கும் தலைமுறை விகிதம் பங்கிட 22வருடம் மாபுக்கொத்து வருதலால் எமது கூற்றே வலியுடைத்தென்பது தெளியலாம். இன்னும், ஜெயதுங்கனுக்குப் பின்னும் செகராசனாகிய விஜய காலிங்கனுக்கு முன்னும் பல வருடங்கள் சென்றிருப்பதாலும், அனேக வரசர் யாழ்ப்பாணத்தில் அரசாண்டாரென்பது உறுதிப்பட ஏதுவாகின்றது. அன்றியுஞ் சோழசாசனங்களுமிதை யாதரிக்கின்றன. ஆதலால் யாழ்ப்பாணவரசர்களில் ஜெயதுங்கனுக்குப் பின் எத்தனையோ வரசர்கள் அரசாண்டபின், 1210 அளவில் விஜயகாலிங்கச் சக்காவர்த்தியென்னு மொருவன் அரச பாம்பரையில் வந்து முடிசூடியிருப்பதால், அவன் ஆதிக் கலிங்கவரசனாகிய உக்கிரசிங்கன் வம்மிசத்தவனேயென்பதும், அவன் சோழபாண்டிய வம்மிசத்தவனல்லனென்பதும் மறுக்கொணா வுண்மையாகும்.

புவனேகவாகு முதலாசனுகிய செகராசனுடைய மந்திரி யெனக் கைலாய மாலையும், அவனே நல்லூர்க்கந்தசுவாமிகோயிலைக் கட்டினுனென வைபவமாலையுங் கூறும். ஆனுல், புவனேகவாகு நல்லூர்க்கந்தசுவாமிகோயிலைக் கட்டினுனென்னுங்கேள்வி வழக்குவரை யுண்மையாகலாம். கேள்விப்பட்ட கைலாயமாலையார் நூலெழுத முன்னூறு வருடங்களுக்குள் வாழ்ந்த புவனேகவாகுவை இன்னுனென வறியமுடியாமலோ, அன்றிச் சிங்களவாசனென்பதை மறைத்துவிட வேண்டுமெனக் கருதியோ, யாதினுலோ, அவனைச் செகராசனுடைய மந்திரியென அலங்கரித்துவிட்டார். நல்லூர்க் கந்தசுவாமிகோயிற் கட்டியத்தில் *ஸ்ரீசங்கபோதி புவனேகவாகுவெனப் புகழ்ந்து கூறுவது கேட்கப்படுவதால் அதனை மறைக்க எவராலும் முடியாது!முடியாது!!

7. மயில்வாகனப்புலவர் கூற்றுப்படி செகராச சேகரன் பரராசசேகரன் என அப்பெயரினைக்கொண்ட இருவர் மாத்திரம் இருந்தார்களென்னுங் கொள்கையிலும், அப்பெயர்களை மாறி மாறிச் சிங்காதனப்பெயர்களாகக் கொண்ட பலர் இருந்தார்களென யாழ்ப்பாணத் தமிழரசர் (இராமேச்சுரப்பிராமணக் கலப்பின் பின் சூட்டிக்கொண்ட ஆரியவாசர்கள்) சக்கரவர்த்திகளாக முன் வந்த புலவர்கள் கூறிய செய்யுட்களாலும், பிற்காலத்தில் பறங்கியாசிரியர்கள் எழுதிவைத்த நூல்களாலும், ஒருவர் பின்னொருவர் அப்பட்டங்களை வகித்து வந்தார்களெனப் பிரமாண சகிதமாக யாம் நிறுவிய முடிபே வலியுடைத்தாய் உறுதியாயிற்று. இஃது சரித்திர வாராய்ச்சியிற் சிறந்து விளங்கும் ஸ்ரீமான் கொட்றிங்றன் (Codrington) அவர்களுக்கும், வண: ஞானப்பிரகாசசுவாமியவர்களுக்கும் ஒப்பமுடிந்த முடிபாகும். தமிழ்ச்சங்கத்தை நிறுவித் தமிழாராய்ந்து, தமிழ்நூல்களை யியற்

---

*ஸ்ரீசங்கபோதியுங் குமணனும் ஒருவனென எமது ஆங்கில நூலில் எம்மால் கொள்ளப்படாதிருப்பவும், கொண்டதாகப் புதுவது புனைந்து புவனேகவாகு தமிழன், அவனோர் மந்திரியென அழுங்குப்பிடி பிடிக்கும் மருத்துவ நண்பருக்கு எமது ஆராய்ச்சிச் சிங்களம் தெளிந்து நுழைவது முடியாது! முடியாது!!

றுவித்துப் புகழ் படைத்த செகராச சேகரனையும் பரராசசேகரனையுங் கர்ன பரம்பரையாலறிந்த மயில்வாகனப் புலவர் அப்பெயர்களைக்கொண்ட இருவரை மாத்திரம் தமது நூலில் எழுதிவிட்டுப்போக, அதை மற்கடசம்பந்தமாகப்பின்பற்றிய ஆராய்ச்சியற்ற சரித்திரகாரர் கூற்றே யுண்மையென வாதிப்போர்க்கு எம்மால் சொல்லத்தகுவது யாதுள? ஒன்றுமேயில்லையென்பதாம்.

8. வண: ஞானப்பிரகாச சுவாமியவர்களும் இடப்பெயர் வரலாறு ஆசிரியராகிய திரு: S. W. குமாரசுவாமி யவர்களும் யாழ்ப்பாடியின் கதை புனைந்துரையேயெனவும், இதுபோன்ற கதைகள் வையாபாடலிலும் தக்ஷிண கைலாய புராணத்திலும் மலிந்து கிடக்கின்றனவெனக் கூறியதோடு, அந்தகக் கவிவீரராகவன் உண்மைச் சரிதையை யாழ்ப்பாடி தலையில் வைபவமாலைக்காரர் கட்டிவைத்தனரெனவும், அப்படியொருவன் இருக்கவுமில்லை யாழ்ப்பாணம் பரிசிலாக ஒருவற்குக் கொடுபடவுமில்லையெனவும், சிங்களர் நல்லூருக்கு வைத்த 'யாப்பனே' 'யாப்பா பட்டுனே' யென்னும் பெயரே பிற்காலத்தில் யாழ்ப்பாணமென மருவியதெனவும், யாழ்ப்பாணன் கதையை எமது புலவர்கள் உருவகப்படுத்தி வைத்தார்களெனவுங் கூறுவர். ஆனால், மேற்சொல்லிய நூல்களில் தக்ஷிண கைலாயபுராணம் 14ம் நூற்றாண்டிலும், கைலாயமாலை 17-ம் நூற்றாண்டின் முற்பகுதியிலும், வைபவ மாலை 18ம் நூற்றாண்டிலும், இப்போது வெளிவந்திருக்கும் வையாபாடல் 19ம் நூற்றாண்டிலும் எழுதப்பட்டன. 'யாப்பனே' 'யாப்பாப்பட்டுனே' என்னும் பெயர்கள் 15 ம் நூற்றாண்டில் எழுதப்பட்ட 'கோகில சந்தேச' வென்னுஞ் சிங்கள நூலினின்றே முதன் முதற் கிடைத்திருக்கின்றது. அந்நூல் செண்பகப்பெருமாளின் யாழ்ப்பாண வெற்றியைக் குறித்துத் தூது நூலாக வியற்றப்பட்டது. (கோகில சந்தேச=குயில்விடு தூது). அரசன் வெற்றி வீரம் முதலியன பேசப்படுவதால் வெற்றியின் சமீபகாலத்திற்றானே நூல் எழுதப்பட்டிருக்க வேண்டும். இதற்கு முன்னரே நல்லூர் செண்பகப்பெருமாளால் இராசதானியாக்கப்பட்டது. கைலாயமாலை எழுதிய காலத்தில் யாழ்ப்

பாணம் என்னும் நாமம் வழக்கிலிருந்த தென்பதற்கு இராம நாதபுரச் சேதுபதிகளின் சாசனங்களே சான்றாகும். தக்ஷிண கைலாய புராணத்தில் 'வீணாகானபுர' த்தைப் பற்றிய பாட்டுக்கள் இடைச்செருகல் என்பது சரித்திர முறையில் யாவர்க்கும் வெளிப்படை. ஆகையால் கோகில சந்தேச மெழுதிய கி. பி, 1450க்குப் பின்னும் முதற் சேதுபதியின் சாசனம் வரைந்த கி. பி. 1604 க்கு முன்னும் யாழ்ப்பாணம் என்னுஞ் சொல் வழக்காற்றி லிருந்திருக்கவேண்டும். நல்லூரென்னுந் தமிழ் நற்பெயர் இற்றைநாள்வரை வழக்கிலிருந்து வரவும், சிங்களப் புலவரொருவர் தங்காலையில் எழுதி வைத்த நூலில் கண்ட 'யாப்பா பட்டுநே' யென்னும் பெயரை யாழ்ப்பாணவாசிகள் எவ்விதமாயறிந்தமைத்துக் கொண்டனரென்பது ஆச்சரியம். 'யாப்பா பட்டுநே'க்கும் 'நல்லூரு' க்குங் கருத்துப் பொருத்த மிருந்தாலும், முந்திய பெயரை நல்லூருக்கிட்டு வழங்கவேண்டிய அவசியமில்லை. நல்லூரென முற்காலத்தில் தமிழர் சிங்கள நாட்டிலிட்டு வழங்கிய ஊர்ப்பெயர்களை இன்றும் அவ்வண்ணமே நல்லூரென வழைக்குஞ் சிங்களர், யாழ்ப்பாணத்திலிருக்கும் நல்லூரெனும் பெயரைச் சிங்களமாக மாற்றி வைத்தன ரென்பது விந்தையே! யாழ்ப்பாணத்திலுள்ள சிங்களப் பெயருடைய வூர்களையுங் காணிகளையுந் தமிழர் தமிழ்ப்பெயராக்காது விட்டது அதினும் விந்தையே!! இனிப், 'பட்டுந' வென்பது சிங்கள மொழியா? பட்டினமென்னுந் தமிழ்மொழியின் சிதை வென்பதைப் பள்ளிச்சிறாரு மறிவரே. ஆகையால் யாழ்ப்பாணப் பட்டினம் என்னுந் தமிழ்ப்பெயரையே 'யாப்பாப்பட்டுநே' யெனச் சிங்களர் சிதைத்து வழங்கினர் என்பது தெளிவாகும். பட்டினம் என்பது கரையோரங்களிலுள்ள நெய்தல் நிலவூர்களுக்குத் தமிழ் வழக்காறுடைய பெயரென நான்முறை நன் கறிந்த எமது நண்பர்கள் உண்ணாட்டிலிருக்கும் நல்லூருக்குப் பெயரிட்டுத் தமிழர் வழங்குவது தமிழ்முறையல்ல வென்பதை யறியாததென்னோ? பறங்கியரும் நல்லூருக்குத்தானா யாப்பாணத்துறை, யாப்பாணப் பட்டினத்துறை,பட்டினத்துறையென வழங்கினார்கள்? பறங்கியாசிரியர்கள் தத்தம் நூல்களில் நல்லூ

வரையும் யாழ்ப்பாணத்தையும் இடத்தால் வேறு வேறாகப் பிரித்தே எழுதியிருக்கின்றார்கள். அன்றியும் இலங்கையில் அரசு செய்த பறங்கியரின் சரித்திர மெழுதிய கைறேஸ் பாதிரியார் யாழ்ப்பாணத்திற்கு யாழ்ப்பாணம் என்னும் பெயர் வந்த காரணம் அவ்விடத்திற்குச் சனங்களைக் கொண்டு வந்து குடியேற்றிய ஒருவன் பெயர் சம்பந்தமாகவே வந்ததென்று எழுதியிருக்கின்றார். அவர் காலத்திலும் நல்லூர் என்னும் பெயர் பிரிந்து பகுதி விகுதிகளாய்ச் சிங்களப் பெயர் கொண்டதென்னுங் கொள்கை மறைந்து, எமது நண்பர்கள் கட்டுக்கதையெனப் பண்ணும் புனைந்துரைதானா வழக்காற்றிலிருந்து வாரோர்ந்ததென்பது சிந்திக்கத்தக்கது. இவைகளையுஞ் சிறிது யோசித்துச் சொல்லப் புகுந்திருந்தால் முன் கூறிய முடிபுக்கு வந்திருக்கமாட்டார்கள். ஆகையினால், இந்நூல் 30ம் பக்கத்திற் காட்டியபடி யெமது கொள்கையே சரியென்பதைச் சரித்திர வறிஞர்கள் ஒப்புக்கொள்ளாதிரார். அன்றியும், கர்னபரம்பரையான யாழ்ப்பாடிக் கதையையுமிச் சந்தர்ப்பத்தில் ஒட்டி யறியத்தக்கதாம். மேலும் கி. பி. 9ம் நூற்றாண்டு முதல் 13ம் நூற்றாண்டுக்கிடையே இத் துறையில் வந்திறங்கிய மேலைத்தேச முஸ்லீம் பிரயாணிகளும் 'ஜப்பா' 'ஸப்பா' வென அத்தொனிப்படவே கூறியிருக்கின்றனர் என்பதையும் இங்கு நினைவுறுத்துகின்றாம்.

இனி யாழ்ப்பாணச் சரித்திரத்திலுள்ள ஆராய்ச்சித்துறை யொவ்வொன்றையுமீண்டு விசாரிக்கப்புகின் இவ்வனுபந்தம் மிகப் பெருகிவிரியுமெனவஞ்சிச் சிலவற்றைவிளக்கியும் விளக்காதவற்றை எமது ஆங்கிலநூலிற் கண்டுகொள்க வெனவும் விடுகின்றாம்.

இந்நூலுக்கு ஆதாரமாக எடுத்துக்கொண்ட

மேற்கோள் நூல்கள்.

1. ஆங்கில நூல்கள்.

1. Ancient India as described by Megasthenes and Arrian, translated by J. W. Mc.Crindle
2. Annual Report of South Indian Epigraphy
3. Annual Report of the Madras Government Epigraphist
4. Archaeological Report of Kegalle District, by H. C. P. Bell
5. Archaeological Survey of South India
6. Archaeological Survey Report (South India)
7. Asia Portugnesa, by Manuel de Faria Y. Sousa
8. Cathay and the Way Thither, by Col. H. Yule
9. Castanheda, Extracts from, translated by D. W. Fergusson
10. Ceilao, The Historic Tragedy of, by Capt. Joao Rebeiro, translated by D: P. E Pieris, M A ; D. Litt:
11. Ceylon, A description of the Great and Most famous Isle of, by Philip Baldeus
12. Ceylon Almanacs
13. Ceylon, An Account of the Island of, by Capt. Robert Percival
14. Ceylon, Ancient, by H Parker
15. Ceylon, Ancient Inscriptions in, by Dr. E. Muller
16. Ceylon and Portugal or Kings and Christians, by Dr: P. E. Pieris and M. H. Fitzler
17. Ceylon and the Hollanders, by Dr: P. E. Pieris
18. Ceylon and the Portuguese, by do do
19. Ceylon, An Historical, Political and Statistical Account of, by Charles Pridham

20. Ceylon, An Historical Relation of the Island of, by Robert Knox
21. Ceylon Antiquary
22. Ceylon, A Portuguese History of, by Diogu de Couto, translated by J. Fergusson
23. Ceylon, A View of the Agricultural, Commercial, and Financial Interests of, by Anthony Bertolacci
24. Ceylon, by an Officer late of the Ceylon Rifles
25. Ceylon, by Sir Emerson Tennent
26. Ceylon, by Valentyn
27. Ceylon, Christianity in, by Sir Emerson Tennent
28. Ceylon, Eight Years in, by Samuel W. Baker
29. Ceylon, Eleven Years in, by Major Forbes
30. Ceylon Gazetteer, The, by Simon Casie Chetty
31. Ceylon, History of, by H. W. Codrington
32. Ceylon, History of, by Philalathes
33. Ceylon in 1613, Description of, by Manoel Barradas
34. Ceylon Literary Register—Old Series
35. Ceylon Literary Register—New Series
36. Ceylon, Old, by Reginald Farrar
37. Ceylon, Over Lordship of, by Dr. S. C. Paul, M. D.
38. Ceylon, Portuguese Era, by Dr. P. E. Pieris
39. Ceylon, Portuguese Maps and Plans of, published by Dr. P .E. Pieris
40. Ceylon, Rebelion de, by Joan Rodriguesz de Say Menezes, translated by H H. St. George
41. Ceylon, The Dutch Power in, by Dr. P. E. Pieris
42. Ceylon, The Temporal and Spiritual Conquest of, by Padre Fernao de Queiroz translated by Rev. S. G. Perera
43. Ceylon, Travels on Foot through the Island of, by J. Haffner
44. 'Da Asia', A Portuguese work by Joao de Barros
45. Deccan, History of the, by Professor G. Jouveau Dubreuil

46. Dipavansa and Mahavansa, by William Geiger, translated by Ethel M. Coomaraswamy
47. Dutch Records, Report on the, by R. G. Anthonisz
48. Epigraphia Indica
49. Epigraphia Zeylanica
50. Fa Hian, the Chinese Traveller, The Travels of, translated by Professor Legge
51. Forgotten Coinage of the Jaffna Kings, by Rev. S. Gnanapragasar
52. Forgotten Empire, A, by Robert Sewell
53. Francis Xavier, Life and Letters of, by Henry James Coleridge
54. Government Records at the Archives
55. Government Records at the Jaffna Kachcheri
56. Hindu History, by A. K. Muzumdar
57. Hiouen Thsang, History of the Travels of, translated by S. Beal.
58. History of the District of Hughli or the Ancient Rada, Notes on the, by Nandolal Deg.
59. Ibn Batuta, The Travels of, translated by Rev. S. Lee
60. do do do do Albert Gray
61. India, Ancient, by Vincent Smith
62. India, Ancient Geography of, by Sir A. Cunningham
63. India and China, The Accounts of, by Suleyman and Abu Zaid, translated for the Hakluyt Society
64. India, Early History of, by Vincent Smith, 4th Edition
65. India, History of, by Talbhoys Wheeler
66. Indian Antiquary, The
67. Indian Chronology, by Swamikannupillai
68. Indian Shipping, History of by Rhadakumad Mookerjie
69. Indian Culture, Some Contributions of South India to, by Dr S. Krishnaswamy Aiyangar
70. Indian Culture, The Dravidian Element in, by Gilbert Slater
71. Indian Historical Quarterly
72. India, The Coins of Ancient, by Sir A. Cunningham

73. India, The Portuguese in, by F. C. Danvers
74. Instructions from the Governor General and Council of India to the Governor of Ceylon (Dutch) translated by Sophia Peters.
75. Jaffna, Ancient, by Mudr. C Rasanayagam
76. Jaffna, History of, by Simon Casie Chetty
77. Jaffna. Notes on, by John H. Martyn
78. Jaffnapatam, The Kingdom of, (1645), by Dr. P. E. Pieris
79. Jaffna Peninsula, A Handbook of the, by S. Kathiresu
80. Journals of Indian History
81. Journals of the Bengal Branch of the Royal Asiatic Society
82. Journals of the Bihar and Orissa Research Society
83. Journals of the Bombay Branch of the Royal Asiatic Society
84. Journals of the Ceylon Branch of the Royal Asiatic Society
85. Journals of the Mythic Society
86. Journals of the Royal Asiatic Society
87. Mackenzie Collections
88. Malabar and the Dutch, by K. M. Panikkar
89. Malabar and the Portuguese, by K. M. Panikkar
90. Mannar, A Monograph of, by W. J. S. Boake
91. Marco Polo, The Travels of, translated by Col. H. Yule
92. Memoir of Anthony Mooyart (Dutch), translated by Sophia Peters
93. Memoir of Baron Gustaff Wilhelm Imhoff translated by Sophia Peters
94. Memoir of Cornelis Joan Simons translated by Sophia Peters
95. Memoir of Hendrick Zwaarde Croon translated by Sophia Peters
96. Memoir of Jacob Christian Pielat translated by Sophia Peters
97. Memoir of Ryclof Van Goens translated by Sophia Peters

98. Memoir of Thomas Van Rhee, Governor, translated by R. A. VanLangenberg

99. Monthly Literary Register, The

100. Nagadipa and Buddhist Remains in Jaffna, by Dr. P. E. Pieris

101. Nicolo Conti, The Travels of, translated for the Hakluyt Society

102. Nights, Thousand and One, translated and annotated by Lane

103. Numismata Orientalia, by T. W. Rhys Davids

104. Numismatics, Ceylon, by H. W. Codrington

105. Pallavas, The, by Prof. C. Jouveau Dubreuil

106. Pallavas of Kanchi, History of the, by R. Gopalan

107. Pandyan Kings, Some New Dates of, by Swamikannupillai

108. Periplus of the Erythrean Sea, translated by Vincent

109. do do do do J. W. Mc Crindle

110. Periplus of the Erythrean Sea, translated by W. H. Schoff

111. Pliny, Natural History of, translated by J. W. Mc Crindle

112. Portuguese Manuscripts found in the Hague, by E. Reimers

113. Portuguese Period, The Kings of Jaffna during the, by Rev. S. Gnanapragasar

114. Portuguese Records, by F. C. Danvers

115. Ptolemy, Geography of the World by, translated by J. W. Mc Crindle

116. South Indian History, Lectures on, by Dr. S. Krishnaswamy Aiyangar

117. South Indian Inscriptions, edited by Prof. H. E. Hultzsch

118. South Indian Inscriptions, edited by Rao Bahadur V. Venkayya

119. South Indian Inscriptions, edited by Rao Sahib Krishna Sastri

120. Tamils 1800 Years Ago, by A. Kanagasabaipillai
121. Tamil—English Lexicon, by Rev. W. Winslow
122. Tamil India, by M. S. Puranalingampillai
123. Tamil Saints, Ten, by do
124. Tanjore Gazetteer, The
125. Taprobanian, The
126. Thesavalame, translated by H. F. Muttukistna
127. Travancore Archaeological Series, The
128. Vijayanagara, The Aravidu Dynasty of, by Rev. H. Heras
129. Vijayanagar History, Sources of, by Dr. S. Krishnaswamy Aiyangar
130. Voyages of Francis Pyrard of Laval, The, translated by Albert Gray
131. Wanni, A Historical Sketch of the, by J. P. Lewis.

2. தமிழ் நூல்கள்.

1. அகநானூறு
2. அங்காதிபாதம்—செகராசசேகரம் என்னும் வைத்திய நூலின் பகுதி (ஏட்டுப்பிரதி)
3. இடப்பெயர் வரலாறு, S. W. குமாரசுவாமி இயற்றியது
4. இரகுவமிசம்
5. இலங்கைச் சரித்திரம், S. ஜோன் ஆசிரியர் எழுதியது
6. இறையனார் அகப்பொருள்
7. ஐங்குறுநூறு
8. கடலோட்டுக்காதை, (ஏட்டுப்பிரதி)
9. கந்தபுராணம்
10. கம்பராமாயணம்
11. கலிங்கத்துப்பரணி
12. கலித்தொகை
13. கிள்ளைவிடு தூது
14. குறுந்தொகை
15. கைலாயமாலை
16. சங்கரசோழன் உலா

17. சரசோதிமாலை
18. சர்ப்பசாஸ்திரம், செகராசசேகரம் என்னும் வைத்திய நூலின் பகுதி (ஏட்டுப்பிரதி)
19. சிலப்பதிகாரம்
20. சிறுபாணாற்றுப்படை
21. செகராசசேகரம், சோதிட நூல்
22. ,, , வைத்திய நூல் (ஏட்டுப்பிரதி)
23. செந்தமிழ் (மாச சஞ்சிகை)
24. சோழமண்டல சதகம்
25. சோழவம்ச சரித்திரம்
26. தக்ஷிணகைலாய புராணம்
27. தண்டிகைக் கனகராயன் பள்ளு
28. தமிழ் நாவலர் சரிதை
29. தமிழ் வரலாறு, K. S. ஸ்ரீநிவாசபிள்ளை எழுதியது
30. ,, , ச. பூபாலபிள்ளை எழுதியது
31. தனிப் பாடற்றிரட்டு
32. திருக்கோணமலைக் கோணேசர் கல்வெட்டு
33. திருக்கோணாசல புராணம்
34. திருக்கோவையார்
35. திருப்புகழ்
36. திருவாசகம்
37. திருவாதவூரடிகள் புராணம்
38. திருவிளையாடற் புராணம், பரஞ்சோதி முனிவர்
39. ,, ,, , புலியூர் நம்பி
40. ,, ,, , வசனம்
41. தேவாரம்
42. தேவையுலா
43. தொண்டைமண்டல சதகம்
44. தொல்காப்பியம் (இளம்பூரணருரை)
45. நற்றிணை
46. நன்னூல்
47. நான்மணிக்கடிகை
48. நெடுநல்வாடை
49. பதிற்றுப்பத்து

50. பழமொழி
51. பாவலர் சரித்திர தீபகம்
52. புறநானூறு
53. பெரிய புராணம்
54. பெரும்பாணாற்றுப்படை
55. பொருநராற்றுப்படை
56. மகாபாரதம், (வியாசபாரத மொழிபெயர்ப்பு) ஶ்ரீமானுஜாசாரியார் பதிப்பு.
57. மணிமேகலை
58. மதுரைக்காஞ்சி
59. மதுரைமான்மியம்
60. மலைபடுகடாம்
61. மாணிக்கவாசக சுவாமிகள் சரித்திரம், கா. சுப்பிரமணியபிள்ளை எழுதியது
62. மாணிக்கவாசகர் வரலாறுங்காலமும், சுவாமிவேதாசலம் எழுதியது
63. மாந்தைப்பள்ளு, சிதம்பரதாண்டவ மதுரகவிராயர் எழுதியது
64. முத்தொள்ளாயிரம்
65. முல்லைப்பாட்டு
66. யாழ்ப்பாணச் சரித்திரம், S. ஜோன் ஆசிரியர் எழுதியது
67. ,, ,, , டக்டர் D. ஜோன் பதிப்பு
68. ,, ,, , ஆ. முத்துத்தம்பிப்பிள்ளை எழுதியது
69 யாழ்ப்பாண வைபவகௌமுதி
70. யாழ்ப்பாண வைபவ மாலை
71. யாழ்ப்பாண வைபவ விமர்சனம்
72. விஜயதர்ம நாடகம், வண்ணார்பண்ணை இ. இராமசுந்தரன் எழுதியது (ஏட்டுப்பிரதி)
73. விஸ்வ புராணம், இளியனூர் சிதம்பரகவிராயர் எழுதியது (ஏட்டுப்பிரதி)
74. வையாபாடல்.

3. சமஸ்கிருத, பாளி, சிங்கள நூல்கள்.

1. Atanagalawansa (Sinh)
2. Dambadeniya Asná (Sinh)
3. Dipavansa, Upham's translation
4. Kavyasekaraya (Sinh)

5. Kokila Sandesaya (Sinh)
6. Kurunegala Vistaraya (Sinh)
7. Kustantinu Hatane (Sinh)
8. Mahavansa (Pali), Sumangala's edition
9. do , Mudr. Wijesinghe's translation
10. do , Geiger's translation
11. Mahabharata (Sans), Manmatha Nath Dutt's translation
12. do , Pratap Chandra Roy's translation
13. Nampota (Sinh)
14. Nikaya Sangrahava (Sinh), translated by C M. Fernando
15. Paravi Sandesaya (Sinh)
16. Parangi Hatane (Sinh)
17 Peracumba Sirita (Sinh)
18. Pujavaliya, translated by Gunasekara Mudr.
19. Rajaratnacari, Upham's translation
20. Rajavaliya, translated by B. Gunasekara Mudr.
21. ,, , Upham's translation
22. Ramayana, (Sans), translated by Manmatha Nath Dutt
23. do , metrical translation, by Griffith
24. Saddharma Ratnakaraya (Sinh)
25. Seruwawila Vistaraya (Sinh)
26. Suda Samhita (Sans)
27. Vishnu Puranam (Sans), translated by Wilson.

பிழை திருத்தம்.

பக்கம்	குறிப்பு	வரி	பிழை	திருத்தம்
1	கீழ்க் குறிப்பு †	7	பட்டன,	பட்டன.
3		10	காலத் துக்கு	காலத்திற்கு
3	கீழ்க்குறிப்பு †	1	ஸதானம்	ஸ்தானம்
4		9	இவ்வியாழ்ப்பாண	இவ் யாழ்ப்பாண
	கீழ்க்குறிப்பு †	2	நாகவரசனின்	நாகவரசரின்
6		4	பாவித்ததாக	பாவித்து
7	கீழ்க்குறிப்பு †	2	மாங்ஹதப்பள்	மாங்ஹைப்பள்ளு
9	,,	1	ஏமது	எமது
13		3	குடுப்பத்தை	குடும்பத்தை
13		23	வந்திறங்கின.	வந்துதங்கின.
14		7	சம்புகோவளத்	சம்புக்கோவளத்
15	பக்கக்குறிப்பு 1			அடுத்தபிரகாணத்தி லமைத்துக்கொள்க
	,, 2			பிரகாணமுடிவிலமைத் துக்கொள்க
16		9	வாசற்கார	வாசற்காவற்கார
18		21	கொற்றைக்	கொற்றக்
19		3	என்னுங்	என்னுந்
		13	சோர்ந்தது	சேர்ந்தது
		18	மகிழந்து	மகிழ்ந்து
20	பக்கக்குறிப்பு 2	2	ஒதாழிலும்	தொழிலும்
21		7	யிருந்திருக்கு	யிருக்திருக்கு
28		5	என்று	என்றுந்
29		4	ஆலய	ஆலயச்
30		3	அவ்வியாழி	அவ்யாழி
30		14	மாக்கள்	மக்கள்
31		13	ஆராச்சி	ஆராய்ச்சி
32		28	கூழங்கைச் க்கரவர்த்தி	கூழங்கைச் சக்கரவர்த்தி
36	கீழ்க்குறிப்பு ‡	3	சோதகராசிய	சோதகராகிய
38		19	ஓற்றுமை	ஒற்றுமை
40	கீழ்க்குறிப்பு	3	இராஜிதிராஜ	இராஜாதிராஜ
41	பக்கக்குறிப்பு 4	1	பராகிகிரம	பராக்கிரம
	,, 5	1	நிர்ப்பாய்ச்சல்	நீர்ப்பாய்ச்சல்

பக்கம்	குறிப்பு	வரி	பிழை	திருத்தம்
44	ங்கக்குறிப்பு 3	1	கரையோரத்	கரையோரத்
45	,, 1	2	பிரயாணிகன்	பிரயாணிகள்
53		11	மகிழ்ந து	மகிழ்ந்து
53	ீழ்க்குறிப்பு ‡	1	பிரொடெறிக	பிரெடெறிக்
55		9	ஆசனுக்கு	அரசனுக்கு
55	ங்கக்குறிப்பு 3	1	ஆசனுக்கு	அரசனுக்கு
56		23	ஒன்ருயிருத்தல்	ஒன்ருயிருத்தல்
56		25	அரசாண்டிருந்திருந்த	அரசாண்டிருந்த
	ங்கக்குறிப்பு 2	1	விக்கிாம	விக்கிரம
57		3	கிடக்குமெனக்	கிடந்ததாகச்
		20	சமஸ்க்கிருத	சமஸ்கிருத
63	ீழ்க்குறிப்பு †	18	திரிபுகழ்	திரிபுகள்
68		15	கோழமை	கோழைமை
70		6	ஒருவனே	ஒருவனே
79		10	இராச்சியதைக்	இராச்சியத்தைக்
81		3	கினைத்து	கினைத்துத்
81		5	அருள்வசத்தாற்க்	அருள்வசத்தாற்
82		5	எழுதியிருக்கின்ருர்	எழுதியிருக்கின்ருர்
83		12	தேர்ந்தவன்	தேர்ந்தவன்.
88	க்கக்குறிப்பு 2	2	வீயாபார	வியாபார
89	,, 3	1	மயா துன்னே	மாயா துன்னே
90	,, 1	1	மயா துன்னே	மாயா துன்னே
92	,, 1	1	பிருன்சிஸ்கு	பிருன்சிஸ்
	,, 1	3	யராழ்ப்பாண	யாழ்ப்பாண
	ீழ்க்குறிப்பு ‡			இக்குறிப்பைநீக்கிவிடுக
101		7	தங்கள்	தங்கள் தங்கள்
103		25	வடிெத்துச்	வெடித்துச்
103		25	பறங்ககளிறக்க	பறங்கிகளிறக்க
110	க்கக்குறிப்பு 3	1	மன்னர்	மன்னர்ப்
121	1	4	இாாச்சியப்	இராச்சியப்
122		7	(Joao de Cruz Girao	(Joao de Cruz Girao)
125		29	செய்யப்படடனன்	செய்யப்பட்டனன்
	க்கக்குறிப்பு 4	1	சஙகிலி	சங்கிலி
133	,, 2	1	சிறீஸ்து	கிறீஸ்து
136		16 17	Ouvdor	Ouvidor
148		27	பணம்	பணம்.
156		34	16,192·7·0	15,192·7·0
		35	38,850·3·14	37,850·3·14

பக்கம்	குறிப்பு	வரி	பிழை	திருத்தம்
156		36	77,700	75,700.
162		13	துண்டியனதாகும்	துண்டியனவாகும்
168		17	குண்டுகள்	குண்டுகளைச்
173		10	யிருந்தனர்	யிருந்தனர்.
181	பக்கக்குறிப்பு 1	1	நீபந்தனைகள்	நிபந்தனைகள்
181		30	இறைப்பிறமாது	இரப்பிரமாது
183		32	போசனிகளல்லவென்றும்	போசனிகளல்லரென்றுப்
184		5	பார்கனென்றும்	பார்களென்றும்
200		17	தொளிந்தது	தொழிந்தது
202		13	கம்பனிகை,	கம்பனிகை
218		19	மில்லை." என்று	மில்லை"யென்று
221		3	கதளைவிதை	தகரைவிதை
223		8	1784சில்க்	1784ல் சிக்
231		7	யிருந்தது	யிருந்தது.
240		20	காயநகாக்	காயநகர்ப்
247		13	1428	1248